ഇരുമ്പുമുഖംമൂടിയണിഞ്ഞ
മനുഷ്യൻ

irumbu mughammoodiyaninja manushyan

•

original title
the man in the iron mask

•

alexandre dumas

•

translation
premjith kayamkulam

•

first edition
january 2013

•

typesetting
star communications, thiruvananthapuram

•

published
chintha publishers, thiruvananthapuram

•

printed
anaswara offset pvt ltd

•

cover
prasoon

•

price
rupees one hundred eighty only

വിതരണം

ദേശാഭിമാനി ബുക്ക് ഹൗസ്

H O തിരുവനന്തപുരം-695 035
www.chinthapublishers.com
chinthapublishers@gmail.com

ബ്രാഞ്ചുകൾ

ഹെഡ്ഡാഫീസ് ബ്രാഞ്ച് കുന്നുകുഴി • ഓവർബ്രിഡ്ജ് തിരുവനന്തപുരം • കെ എസ് ആർ ടി സി ബസ് സ്റ്റേഷൻ ആലപ്പുഴ • കെ എസ് ആർ ടി സി ബസ് സ്റ്റേഷൻ എറണാകുളം • മച്ചിങ്ങൽ ലെയ്ൻ തൃശൂർ • ഐ ജി റോഡ് കോഴിക്കോട് • കെ എസ് ആർ ടി സി ബസ് സ്റ്റേഷൻ കോഴിക്കോട് • എൻ ജി ഒ യൂണിയൻ ബിൽഡിങ് കണ്ണൂർ • സെൻട്രൽ ബസ് ടെർമിനൽ കോംപ്ലക്സ് താവക്കര കണ്ണൂർ

CO - 1869 / 3113

ഇരുമ്പു മുഖംമൂടിയണിഞ്ഞ മനുഷ്യൻ

(നോവൽ)

അലക്സാണ്ടർ ഡ്യൂമ

പരിഭാഷ

പ്രേംജിത്ത് കായംകുളം

ചിന്ത പബ്ലിഷേഴ്സ്

തിരുവനന്തപുരം-695 035

വില : ₹ 180

പ്രേംജിത്ത് കായംകുളം

അച്ഛൻ: പരേതനായ കീറ്റുപുറത്തു കുട്ടപ്പൻ. അമ്മ: പി എസ് ദേവിക (റിട്ട. അധ്യാപിക).

കോഴിക്കോട് റീജ്യണൽ എൻജിനീയറിങ് കോളേജിൽ (എൻ ഐ റ്റി) യിൽനിന്നും എൻജിനീയറിങ് ബിരുദവും എ എം ഐ ഇ വാസ്തുവിദ്യയിൽ ഡിപ്ലോമയും.

ഇപ്പോൾ പൊതുമരാമത്തു വകുപ്പിൽ അസിസ്റ്റന്റ് എക്സിക്യൂട്ടീവ് എൻജിനീയർ. ആനുകാലികങ്ങളിൽ സ്ഥിരമായി ലേഖനങ്ങളെഴുതുകയും കാർട്ടൂൺ വരക്കുകയും ചെയ്യുന്നു.

സ്വാമി ബ്രഹ്മവ്രതൻ-ജീവിതവും നാടകങ്ങളും, കാർട്ടൂണിസ്റ്റ് ശങ്കർ, ശ്രീനിവാസരാമാനുജൻ, സ്റ്റാമ്പുകളുടെ കൗതുകലോകം, ഫാദർ ഡാമിയൻ, സ്വാതിതിരുനാൾ, ഗുജറാത്തി നാടോടിക്കഥകൾ, പാലങ്ങൾ കഥപറയുന്നു, വാസ്തുചിന്തകൾ, കുഞ്ഞാലിമരയ്ക്കാർ എന്നീ കൃതികളുടെ കർത്താവ്.

ഭാര്യ : എം എസ് ബിന്ദു
മക്കൾ : അശോകാപ്രേം (അഹമ്മദാബാദ്)
ആഗ്നാ പ്രേം
വിലാസം : 'ഹമാരാ', കായംകുളം
email : premjith.kylm@gmail

അലക്സാണ്ടർ ഡ്യൂമ (1802–1870)

പത്തൊൻപതാം നൂറ്റാണ്ടിൽ ജീവിച്ചിരുന്ന പ്രശസ്തനായ ഫ്രഞ്ചു നോവലിസ്റ്റായിരുന്നു അലക്സാണ്ടർ ഡ്യൂമ.

ഈ പേരിൽ രണ്ടുപേരുണ്ടായിരുന്നുവത്രേ. അച്ഛൻ ഡ്യൂമയും മകൻ ഡ്യൂമയും. (Dumas pire & Dumas fils) *മോണ്ടിക്രിസ്റ്റോ പ്രഭു, ത്രീ മസ്കറ്റിയേഴ്സ്* തുടങ്ങിയ കൃതികളുടെ കർത്താവ് അച്ഛൻ ഡ്യൂമയാണ്.

ഇരുനൂറ്റി അൻപതിൽപ്പരം നോവലുകളുടെ കർത്താവാണ് ഡ്യൂമ. ഇതുകൂടാതെ നൂറിലധികം നാടകങ്ങളും കഥകളും കവിതകളും കുറ്റാന്വേഷണ നോവലുകളും യാത്രാവിവരണങ്ങളും എല്ലാംകൂടി ശേഖരിച്ചാൽ 1200 വാല്യങ്ങളുണ്ടാകുമെന്ന് ഡ്യൂമ ഒരിക്കൽ അവകാശപ്പെട്ടു.

അതിശയകരവും അവിശ്വസനീയവുമായ വേഗതയിലാണ് അദ്ദേഹം എഴുതിക്കൂട്ടിയത്. നിർത്താതെയുള്ള എഴുത്ത്, എത്രനേരം വേണമെങ്കിലും മിനക്കെട്ടിരുന്നെഴുതും, ഒരേ സമയത്തുതന്നെ അഞ്ചും ആറും പത്രങ്ങളിൽ അദ്ദേഹത്തിന്റെ നോവലുകൾ പ്രത്യക്ഷപ്പെട്ടിരുന്നു. എഴുതിക്കൊണ്ടിരിക്കേ സന്ദർശകർ വന്നാൽ ഇടതുകൈകൊണ്ട് ഹസ്തദാനം ചെയ്യുകയും വലതുകൈകൊണ്ട് എഴുത്ത് തുടരുകയും ചെയ്യുമായിരുന്നു. പക്ഷേ എഴുതിയതൊന്നും വെട്ടിത്തിരുത്തുകയോ രണ്ടാമതു വായിച്ചു നോക്കുകയോ പതിവില്ല. കവിത എഴുതാൻ മഞ്ഞക്കടലാസും നോവലിനു നീലക്കടലാസും ലേഖനത്തിന് റോസ് കടലാസും അദ്ദേഹത്തിന് നിർബന്ധമായിരുന്നു. മേശപ്പുറത്തു വെച്ചെഴുതുകയില്ല. സോഫയിൽ ചാരിക്കിടന്നാണ് എഴുത്ത്. തന്റെ കഥാപാത്രങ്ങളുമായി വല്ലാത്ത ആത്മബന്ധമായിരുന്നു ഡ്യൂമയ്ക്ക്. അവരെ സ്വപ്നം കാണുകയും ഒറ്റയ്ക്കിരുന്ന് അവരുമായി സംസാരിക്കുകയും പതിവായിരുന്നു. എഴുതാൻ തുടങ്ങിയാൽ കഥാപാത്രങ്ങൾ തന്റെ ചുറ്റും വന്നിരിക്കുന്നതായി അദ്ദേഹത്തിനു തോന്നും.

ഡ്യൂമയുടെ *ത്രീ മസ്കറ്റിയേഴ്സ്, മോണ്ടിക്രിസ്റ്റോ പ്രഭു* തുടങ്ങിയ വീര സാഹസിക നോവലുകൾ തർജമ ചെയ്യപ്പെടാത്ത ഭാഷയില്ല. നൂറ്റാണ്ടുകൾ പിന്നിടുമ്പോഴും അതിന്റെ പുതുമ ഏറിവരികയുമാണ്. ഡ്യൂമ തന്നേക്കാൾ കേമനാണെന്ന് ബർണാഡ്ഷാ ഒരിക്കൽ അഭിപ്രായപ്പെടുകയുണ്ടായി.

1802 ജൂലൈ 24നാണ് അലക്സാണ്ടർ ഡ്യൂമ ജനിച്ചത്. പിതാവ് ഒരു പട്ടാള ഉദ്യോഗസ്ഥനായിരുന്നു. എന്നാൽ പിതാവിന്റെ അകാലവിയോഗം ആ കുടുംബത്തെ ദുരിതത്തിലാഴ്ത്തി. ഡ്യൂമയ്ക്ക് തന്റെ 14-ാം വയസിൽ കുടുംബം നോക്കിനടത്തേണ്ട അവസ്ഥ വന്നു. ഒരു അഭിഭാഷകന്റെ കീഴിൽ ജോലി സമ്പാദിച്ചു. അക്കാലത്താണ് അഡോൾഫ് എന്ന സ്വീഡൻകാരനുമായി പരിചയപ്പെടുന്നത്. ആ സുഹൃദ് ബന്ധം ഒരു വലിയ വഴിത്തിരിവായി. ഡ്യൂമയെ നാടകരംഗവുമായി അടുപ്പിച്ചത് അഡോൾഫാണ്.

1825 ൽ ഇവരുടെ കൂട്ടുകെട്ടിൽ പിറന്ന ആദ്യനാടകം പാരീസിൽ അരങ്ങേറി. മൂന്നാമത്തെ നാടകമായ *ഹെൻറി മൂന്നാമൻ* വൻ വിജയമായതോടെ ഡ്യൂമയും ശ്രദ്ധിക്കപ്പെട്ടു തുടങ്ങി. ഇതേത്തുടർന്ന് ചരിത്ര-സാമൂഹിക നാടകങ്ങളുടെ ഒരു നീണ്ട പരമ്പര തന്നെയുണ്ടായി. അക്കാലത്ത് വലിയ ദാരിദ്ര്യമായിരുന്നു അദ്ദേഹത്തിന്. ആദ്യത്തെ നാടകം അരങ്ങേറിയ ദിവസം, തിയേറ്ററിലേക്ക് ഇട്ടുകൊണ്ടുപോകാൻ ഒരു നല്ല ഷർട്ടുപോലും അദ്ദേഹത്തിനുണ്ടായിരുന്നില്ല. ആകെയുള്ള ഷർട്ടിന് പക്ഷേ കോളറുണ്ടായിരുന്നില്ല. ഒരു വെളുത്ത കാർഡ്ബോർഡിന്റെ കഷണം കൊണ്ട് കോളർ വെട്ടിയുണ്ടാക്കി പഴയ ഷർട്ടിൽ ഒട്ടിച്ചുചേർത്താണ് അദ്ദേഹം അന്നു തിയേറ്ററിൽ പോയത്.

അമ്മയെ ജീവനായിരുന്നു അദ്ദേഹത്തിന്. ആദ്യത്തെ നാടകം അരങ്ങേറിയ ദിവസം അമ്മ രോഗശയ്യയിലായിരുന്നു. നാടകം നടക്കുമ്പോൾ ഡ്യൂമയ്ക്ക് രണ്ടു മൂന്നുപ്രാവശ്യം തന്റെ അമ്മയെ കാണാൻ തിയേറ്ററിൽനിന്നും ഓടിപ്പോരേണ്ടിവന്നു. നാടകം തീർന്ന് ആസ്വാദകർ നാടകകൃത്തായ ഡ്യൂമയെ പ്രകീർത്തിക്കുമ്പോൾ അദ്ദേഹം തിയേറ്ററിലുണ്ടായിരുന്നില്ല— അമ്മയുടെ കാൽക്കൽ കിടന്നുറങ്ങുകയായിരുന്നു.

സാഹിത്യരചനകളിലൂടെ ധാരാളം പണം സമ്പാദിച്ചു എങ്കിലും ധൂർത്തും സ്ത്രീകളോടുള്ള അതിരുകടന്ന താൽപ്പര്യവും ഡ്യൂമയെ കടക്കാരനാക്കി. ഇതുകാരണം പല പ്രാവശ്യം അദ്ദേഹം നാടുവിട്ട് ഒളിച്ചു പോകേണ്ടിവന്നു. 1864 ൽ പാരീസിൽവച്ച് മേരി കാതറിൻ എന്ന സ്ത്രീയുമായി അടുപ്പത്തിലായി. ആ ബന്ധത്തിലുണ്ടായ പുത്രനാണ് 'മകൻ ഡ്യൂമ.' ഇഡാഫെറിയൻ എന്ന സ്ത്രീയുമായും ഇദ്ദേഹത്തിന് ഇക്കാലത്ത് രഹസ്യബന്ധങ്ങളുണ്ടായിരുന്നു.

സമ്പാദിച്ചുകൂട്ടിയ പണമെല്ലാം അദ്ദേഹം സ്ത്രീകൾക്ക് വാരിവിതറിക്കൊടുത്തു. പണം കുറഞ്ഞപ്പോൾ സ്ത്രീകളും കൈവിട്ടു. അവസാനകാലത്ത് തീർത്തും ദരിദ്രനായിത്തീർന്ന അദ്ദേഹം മകന്റെ ഔദാര്യ

ത്തിൽ മാത്രമാണു ജീവിച്ചത്. അല്ലെങ്കിൽ പട്ടിണികിടന്നു മരിച്ചുപോകുമായിരുന്നു.

ഡ്യൂമ വലിയ സഞ്ചാരപ്രിയനായിരുന്നു. ഈ യാത്രകളാണ് അദ്ദേഹത്തിന് എഴുതുവാനുള്ള പ്രചോദനം നൽകിയത്. ഇരുപതിലധികം ദ്വന്ദ്വയുദ്ധങ്ങളിൽ ചെന്നുപെട്ടിട്ടുണ്ട്. അദ്ദേഹത്തിന്റെ മിക്ക നോവലുകളിലും ദ്വന്ദ്വയുദ്ധം കടന്നുവരുന്നുണ്ട്.

അതെല്ലാം അദ്ദേഹത്തിന്റെ സ്വന്തം അനുഭവങ്ങളിൽ നിന്നുള്ളവയാണ്.

ഡ്യൂമയുടെ നല്ലകാലത്ത്, ഒരു വലിയ ആരാധകവൃന്ദം സദാ അദ്ദേഹത്തോടൊപ്പമുണ്ടായിരുന്നു. അവരെയെല്ലാം കൂടെ താമസിപ്പിച്ച് തീറ്റിപ്പോറ്റിയതും അദ്ദേഹമാണ്. അതിനിടെ ധാരാളം പണം മുടക്കി ജർമൻ-എൻ-ലയ എന്ന സ്ഥലത്ത് അതിമനോഹരവും പ്രൗഢ ഗംഭീരവുമായ ഒരു ബംഗ്ലാവ് അദ്ദേഹം പടുത്തുയർത്തി. 'മോണ്ടിക്രിസ്റ്റോ' എന്നായിരുന്നു അതിന്റെ പേര്. അതിനോടനുബന്ധിച്ച് 'ഹിസ്റ്റോറിക് തിയേറ്റർ.' എന്ന നാടകശാലയും സ്ഥാപിച്ചു. ആവക കാര്യങ്ങൾ അദ്ദേഹത്തിന്റെ സാമ്പത്തിക നില ആകെ തകർത്തുകളഞ്ഞു. *മോണ്ടിക്രിസ്റ്റോ* എന്ന പേരിൽ ഒരു വാരികയും ഒന്നു രണ്ട് പത്രങ്ങളും തുടങ്ങിയെങ്കിലും അവയൊന്നും അധികനാൾ നിലനിന്നില്ല. അവസാനകാലത്ത് കടം വീട്ടാൻ ബാലസാഹിത്യവും പാചകഗ്രന്ഥങ്ങളും യാത്രാവിവരണങ്ങളും വരെ അദ്ദേഹം എഴുതി. പക്ഷേ അവയിൽ മിക്കതും ശ്രദ്ധിക്കപ്പെടാതെപോയി.

ജീവിത സായാഹ്നത്തിൽ പലരും തങ്ങളുടെ കഴിഞ്ഞ കാലങ്ങളിലെ അയഞ്ഞ ജീവിതത്തെപ്പറ്റി പശ്ചാത്തപിക്കാറാണ് പതിവ്. എന്നാൽ ഡ്യൂമ അങ്ങനെയായിരുന്നില്ല. തന്റെ കുത്തഴിഞ്ഞ ജീവിതത്തെപ്പറ്റി എത്ര പൊലിപ്പിച്ചു പറയാമോ അതിലായിരുന്നു അദ്ദേഹത്തിനു രസം.

അദ്ദേഹം ഒരിക്കൽ പറഞ്ഞത് ഇങ്ങനെയാണ്: "ഞാൻ കല്യാണം കഴിച്ചിട്ടില്ല. പക്ഷേ എന്നെ 'അപ്പാ' എന്നു വിളിക്കാൻ ഫ്രാൻസിൽ അഞ്ഞൂറു കുട്ടികളെങ്കിലും ഉണ്ടാകും."

വലിയ ഭക്ഷണപ്രിയനായിരുന്ന ഡ്യൂമ പക്ഷേ, മദ്യപിക്കുകയോ പുകവലിക്കുകയോ കാപ്പികുടിക്കുകയോ ചെയ്യുമായിരുന്നില്ല.

1870 ഡിസംബർ 5ന് പ്യൂഡിൽ മകന്റെ വസതിയിൽ വച്ച് സംഭവബഹുലമായ ആ ജീവിതത്തിന് തിരശ്ശീലവീണു.

പ്രശസ്ത കൃതികളിൽ ചിലത്: *മൂന്നു പോരാളികൾ, മോണ്ടിക്രിസ്റ്റോ പ്രഭു, കറുത്ത ലില്ലിച്ചെടി, ഇരുപതു വർഷങ്ങൾക്കുശേഷം, കാമില്ലി, ഒരു ഭിഷഗ്വരന്റെ ഓർമകൾ, നാൽപ്പത്തി അഞ്ചു കാവൽഭടന്മാർ, രാജ്ഞിയുടെ നെക്‌ലസ്, ലൂസി-ഡി-ലാ-വല്ലിയർ, ജേഹുവിന്റെ പിൻഗാമികൾ, റീജന്റിന്റെ മകൾ, വൈറ്റ്സ് & ബ്ലൂസ്, എന്റെ ഓർമകൾ, നാൽപ്പത്തി അഞ്ച്.*

ഇരുമ്പു മുഖംമൂടിയണിഞ്ഞ മനുഷ്യൻ

ഫ്രാൻസിലെ കുപ്രസിദ്ധനായ 'ബാസ്റ്റില്ല' ഉൾപ്പടെയുള്ള വിവിധ ജയിലുകളിൽ, നീണ്ട 34 വർഷക്കാലം അടയ്ക്കപ്പെടുകയും മൃഗീയമായ പീഡനങ്ങൾ അനുഭവിക്കേണ്ടി വരികയും ചെയ്ത 'മാർച്ചിയോളി'യുടെ അതിദയനീയമായ ജീവിതകഥയാണ് ഈ നോവലിനാധാരം.

ചക്രവർത്തിയായ ലൂയി പതിനാലാമനും, മാർച്ചിയോളിയും തമ്മിലുണ്ടായിരുന്ന അതിശയകരമായ രൂപസാദൃശ്യം അക്കാലത്ത് ഒട്ടേറെ വിവാദങ്ങൾ ഉയർത്തിവിട്ടിരുന്നു. ഫ്രഞ്ചു ഫിലോസഫറായ വോൾട്ടയർ തന്റെ *ക്വസ്റ്റ്യൻസ് ഓഫ് എൻസൈക്ലോ പീഡിയ* എന്ന പുസ്തകത്തിൽ ഇദ്ദേഹത്തെ ലൂയി പതിമൂന്നാമന്റെ ജാരസന്തതിയായും ലൂയി പതിനാലാമന്റെ ഇരട്ട സഹോദരനായും ചിത്രീകരിച്ചിട്ടുണ്ട്. അലക്സാണ്ടർ ഡ്യൂമ ഈ വിഷയം തന്റെ ഭാവനക്കനുസരിച്ച് വിപുലീകരിക്കുകയും *ഇരുമ്പുമുഖമൂടിയമണിഞ്ഞ മനുഷ്യൻ* എന്ന ഗ്രന്ഥം രചിക്കുകയും ചെയ്തു.

ഏകാധിപതിയായ രാജാവും പുരോഹിതന്മാരും നാടുവാഴി പ്രഭുക്കന്മാരും തങ്ങൾക്കു തോന്നുംവിധം ഫ്രാൻസ് ഭരിച്ചുകൊണ്ടിരുന്ന കാലത്താണ് ഈ കഥ നടക്കുന്നത്. എന്നാൽ പതിനെട്ടാം നൂറ്റാണ്ടിൽ (1787-1799) ജനകീയ വിപ്ലവം അരങ്ങേറിയതോടെ ഫ്രാൻസിൽ വലിയ മാറ്റങ്ങളുണ്ടായി.

1789 ജൂൺ 14 ന് പാരീസ് ജനത ബാസ്റ്റില്ല തടവറ കൈവശപ്പെടുത്തി. തടവുകാരനെ മോചിപ്പിച്ചു. പാരീസിൽ നിന്നും കടന്നുകളഞ്ഞ രാജാവിനെ ജനം തിരികെകൊണ്ടുവന്നു. രാജാവിനെയും കുടുംബാംഗങ്ങളെയും പ്രഭുക്കന്മാരെയും തടവിലാക്കി. രാജാവിനെ

വധിച്ചു. 1799 ൽ കോൺസൽ ഭരണം തുടങ്ങിയതോടെ ഫ്രാൻസിലെ വിപ്ലവവും കെട്ടടങ്ങി.

പ്രധാനകഥാപാത്രങ്ങൾ

ലൂയി പതിനാലാമൻ

യൂറോപ്പിൽ ഏറ്റവും അധികം കാലം (1643-1715) ഭരിച്ച ഏകാധിപതി. (72 വർഷവും 101 ദിവസവും)

മിക്കവാറും എല്ലാ അയൽരാജ്യങ്ങളെയും അദ്ദേഹം ആക്രമിച്ചു. ഫ്രാൻസ്-ഡച്ചു യുദ്ധം, അക്സ്ബർഗ് യുദ്ധം, സ്പാനിഷ് യുദ്ധം എന്നിവയാണ് ദീർഘകാലം നീണ്ടുനിന്ന യുദ്ധങ്ങൾ.

ലൂയി പതിമൂന്നാമൻ ചക്രവർത്തിക്കും, ആസ്ട്രിയയിലെ ആനി എന്ന അമ്മ മഹാറാണിക്കും ആറ്റുനോറ്റുണ്ടായ ലൂയി പതിനാലാമൻ 1638 സെപ്റ്റംബർ 5 നാണ് ജനിച്ചത്. നാലു വയസായപ്പോൾ ചക്രവർത്തിയായി. ആദ്യകാലത്ത് മുഖ്യമന്ത്രിയായ കർദിനാൽ മസാറിനാണ് രാജ്യകാര്യങ്ങൾ നോക്കിനടത്തിയത്.

ലൂയി-പതിനാലാമന്റെ ആദ്യകാമുകി കർദിനാൽ മസാറിന്റെ സഹോദരീപുത്രിയായ മരിയാ മാൻസിനി ആയിരുന്നു. ലൂയിയെ സാഹിത്യാദികലകളിൽ തൽപ്പരനാക്കിയത് മരിയാ ആണെന്നു പറയപ്പെടുന്നു.

ഇവർ തമ്മിലുള്ള ബന്ധം പക്ഷേ, അധികനാൾ തുടർന്നില്ല. മേരി ട്രേസി എന്ന ആസ്ട്രിയക്കാരിയെ അദ്ദേഹം വിവാഹം ചെയ്തു. രാജ്യത്തിനകത്തും പുറത്തുമായി ഒട്ടേറെ കാമുകിമാർ ഇദ്ദേഹത്തിനുണ്ടായിരുന്നു. സഹോദരന്റെ ഭാര്യ ഹെൻറൈറ്റയും അതിൽ ഒരാളായിരുന്നു. കൊട്ടാരത്തിലെ ജീവനക്കാരിയായിരുന്നു മെയ്ന്റ ണൻ എന്ന സ്ത്രീയെ അദ്ദേഹം രസഹ്യമായി വിവാഹം ചെയ്തു.

അർട്ടഗ്നൻ

ദീർഘകാലം ലൂയി പതിനാലാമന്റെ ക്യാപ്റ്റനായിരുന്നു. ഫ്രഞ്ച്-ഡച്ചു യുദ്ധത്തിൽ വീരചരമമടഞ്ഞു. ഇദ്ദേഹത്തിന്റെ അതിസാഹസികമായ ജീവിതകഥ ഇതിവൃത്തമാക്കി അലക്സാണ്ടർ ഡ്യൂമ *അർട്ടഗ്നൻസ് റൊമാൻസ്* എന്ന നോവൽ രചിച്ചിട്ടുണ്ട്. ഡ്യൂമയുടെ *മൂന്നുപടയാളികളിൽ* നായകൻ അർട്ടഗ്നനാണ്.

അർട്ടഗ്നന്റെ ത്യാഗസന്നദ്ധതയിലും ബുദ്ധിശക്തിയിലും പൂർണ വിശ്വാസമുണ്ടായിരുന്ന ലൂയി പതിനാലാമൻ ദുർഘടങ്ങളായ ഒട്ടേറെ ദൗത്യങ്ങൾ അദ്ദേഹത്തെ ഏൽപ്പിച്ചു കൊടുക്കുമായിരുന്നു. അടിക്കടി അദ്ദേഹത്തിന് സ്ഥാനക്കയറ്റങ്ങൾ നൽകി ആദരിച്ചു. ദീർഘകാലം ധനകാര്യമന്ത്രിയായിരുന്ന നിക്കോളാസ് ഫോക്കറ്റിന്റെ അറസ്റ്റുമായി ബന്ധപ്പെട്ടാണ് അർട്ടഗ്നൻ കൂടുതൽ

ശ്രദ്ധേയനാകുന്നത്. വർഷങ്ങളായി ഫോക്കറ്റ് നടത്തിക്കൊണ്ടിരുന്നു അഴിമതിയുടെ തെളിവായിരുന്നു കോടികൾ മുടക്കി അദ്ദേഹം വ്യാക്സിൽ പണികഴിപ്പിച്ച സ്വപ്നസൗധം. ഈ മന്ദിരത്തിന്റെ ഉൽഘാടനം അതിവിപുലമായാണ് കൊണ്ടാടപ്പെട്ടത്. അന്നേദിവസം അതിഥികളായെത്തിയ ഓരോരുത്തർക്കും അദ്ദേഹം ഓരോ കുതിരയെ സമ്മാനിച്ചതായി പറയപ്പെടുന്നു. എന്നാൽ ഉദ്ഘാടന മാമാങ്കത്തിന്റെ ചൂടാറും മുൻപുതന്നെ, ഫോക്കറ്റ് ഇരുമ്പഴിക്കുള്ളിലായി.

അത്തോസ്

ഡ്യൂമയുടെ സാങ്കൽപ്പിക കഥാപാത്രം. *മൂന്നു പടയാളികൾ, മോണ്ടിക്രിസ്റ്റോ പ്രഭു, ഇരുപതുവർഷങ്ങൾക്കുശേഷം* തുടങ്ങിയ ചരിത്ര-സാമൂഹികനോവലുകളിലെല്ലാം അത്തോസ് കടന്നുവരുന്നുണ്ട്. *മൂന്നുപടയാളി*കളിൽ തല മുതിർന്നയാളാണ് അത്തോസ്. അർട്ടഗ്നനെ സ്വന്തം മകനെപ്പോലെ സ്നേഹിക്കുന്നു. ഡ്യൂമയുടെ ചില നോവലുകളിൽ അത്തോസിന്റെ യഥാർഥ പുത്രനാണ് റായൂൾ. മറ്റു ചിലയിടത്ത് വളർത്തുപുത്രനും.

പോർത്തോസ്

ഡ്യൂമയുടെ മറ്റൊരു സാങ്കൽപ്പിക കഥാപാത്രം. അദ്ദേഹത്തിന്റെ പല നോവലുകളിലും പോർത്തോസിന്റെ സാന്നിധ്യമുണ്ട്. അത്തോസിന്റെയും അരാമിസിന്റെയും ആത്മസുഹൃത്ത്. സത്യസന്ധനായ ഇദ്ദേഹത്തെ ആർക്കും വളരെവേഗം കബളിപ്പിക്കാനാവും. സുഹൃത്തുക്കൾക്കുവേണ്ടി ജീവൻ വെടിയാൻ തയാറാകുന്ന ഇദ്ദേഹത്തിന് മദ്യവും മദിരാക്ഷികളും ബലഹീനതയായിരുന്നു.

അരാമിസ്

ഡ്യൂമയുടെ മറ്റൊരു ഭാവന. പൊതുവെ അതൃപ്തനും, അത്യാർത്തിക്കാരനുമായ ഇദ്ദേഹത്തിന് സ്ത്രീകളോട് പ്രത്യേക പ്രതിപത്തിയുണ്ടായിരുന്നു. സുഹൃദ് ബന്ധങ്ങളാണ് ഏറ്റവും വലുത് എന്നു വിശ്വസിച്ചു. ജീവിതത്തിൽ ഒരിക്കൽ മാത്രമേ അദ്ദേഹത്തിന്റെ കണ്ണു നിറഞ്ഞിട്ടുള്ളൂ. ഒരു സുഹൃത്തിന്റെ മരണസമയത്ത്.

നിക്കോളാസ് ഫോക്കറ്റ്

ലൂയി പതിനാലാമന്റെ രാജ്യസഭയിലെ ധനകാര്യമന്ത്രി. പാരീസിൽ നിന്നും 55 കി മീറ്റർ തെക്കു കിഴക്കായി മെയ്ൻഡിൽ സ്ഥിതി ചെയ്യുന്നു. 'വ്യാക്സ്-ലേ-വികോംപ്റ്റേ' എന്ന സ്വപ്നസൗധം

പണികഴിപ്പിച്ചത് ഫോക്കറ്റാണ്. ഫോക്കറ്റിന് അപ്പോൾ 26 വയസു മാത്രം.

മൂന്നു ഗ്രാമങ്ങൾ വിലയ്ക്കുവാങ്ങി അവിടത്തെ കെട്ടിടങ്ങൾ ഇടിച്ചു പൊളിച്ചുകളഞ്ഞശേഷമാണ് ഈ മന്ദിരം നിർമിച്ചത്. ഗ്രാമവാസികൾക്ക് മന്ദിരവുമായി ബന്ധപ്പെട്ട വിവിധ ജോലികളും നൽകി. 18,000 ജോലിക്കാർക്ക് 16 മില്യൺ ലിവറാണത്രേ ശമ്പളമായി നൽകിയത്.

വളരെ ആർഭാടത്തോടെ നടത്തപ്പെട്ട ഉദ്ഘാടനം കഴിഞ്ഞ് ദിവസങ്ങൾക്കുള്ളിൽ ഫോക്കറ്റ് അറസ്റ്റുചെയ്യപ്പെട്ടു.

രാജാവിന്റെ ഏറ്റവും വലിയ സ്തുതിപാഠകരിൽ ഒരാളായിരുന്ന ഫോക്കറ്റ്, രാജാവിനുവേണ്ടി മന്ദിരത്തിന്റെ ഒരു ഭാഗം ഒഴിച്ചിട്ടിരുന്നു. പക്ഷേ കെട്ടിടനിർമാണത്തിൽ കാണിച്ച ആർഭാടവും ധൂർത്തും തിരിച്ചടിയായി. ഖജനാവു കൊള്ളയടിച്ചു എന്നാരോപിച്ചാണ് അദ്ദേഹത്തെ ജയിലിലടച്ചത്.

വോൾട്ടയർ പറഞ്ഞു: "1661 ആഗസ്റ്റ് 17-ാം തീയതി വൈകുന്നേരം 6 മണിക്ക് ഫ്രാൻസിലെ രാജാവ് ഫോക്കറ്റായിരുന്നു. പക്ഷേ, പിറ്റേന്നു നേരം വെളുത്തപ്പോഴേക്കും അയാൾ വട്ടപ്പൂജ്യമായി ത്തീർന്നു."

ഫോക്കറ്റിന്റെ അറസ്റ്റിനെത്തുടർന്ന് അദ്ദേഹത്തിന്റെ ഭാര്യ നാടുവിട്ടുപോയി. മന്ദിരം കണ്ടുകെട്ടി. വളരെ വിലപിടിപ്പുള്ള ചിത്രയവനികകളും ദാരുശിൽപ്പങ്ങളും ഓറഞ്ചു മരങ്ങളും രാജാവു തന്റെ കൊട്ടാരത്തിലേക്കു കൊണ്ടുപോയി. വളരെ നാളുകൾക്കുശേഷം ഫോക്കറ്റിന്റെ ഭാര്യ മകനോടൊപ്പം അവിടെ വന്നു താമസം തുടങ്ങിയെന്നും പറയപ്പെടുന്നു. ഫോക്കറ്റിന്റെ മരണത്തോടെ മന്ദിരം മറ്റാർക്കോ വിറ്റു. വാസ്തുശിൽപ്പ ശാഖയിൽ 'ലൂയി പതിനാലാമൻ സ്റ്റൈൽ' ഉടലെടുക്കാൻ 'വാക്സി'ലെ ഈ മന്ദിരം കാരണമായി

വല്ലിയർ

ലൂയി പതിനാലാമന്റെ അസംഖ്യം കാമുകിമാരിൽ ഒരാൾ. ഒരു ഓഫീസറുടെ മകളായിരുന്നു. രാജാവുമായുള്ള അടുപ്പം ഒട്ടേറെ വിവാദങ്ങൾക്കു വഴിവച്ചു.

ഒന്ന്

കറുത്ത കോട്ടും തൊപ്പിയും ധരിച്ച അൽപ്പം പ്രായമുള്ള ഒരാൾ പാലസ് ഡ്രീ ഗ്രേവ് കോടതി മന്ദിരത്തിന്റെ പിൻഭാഗത്തുള്ള വീടിനു മുന്നിലെത്തി. അരപ്പട്ടയിലെ ഉറയിൽ അയാൾ ഒരു വാൾ തിരുകിവെച്ചിരുന്നു. സുദൃഢമായ കാൽവെയ്പുകളും ഇടതൂർന്ന മേൽ മീശയുമുള്ള അയാളുടെ രൂപം ഒരു പഴയ പട്ടാളക്കാരനു ചേരുന്നതായിരുന്നു. ചുവന്നു തുടുത്തതെങ്കിലും ചുളിവുകൾ വീണുതുടങ്ങിയ അയാളുടെ മുഖത്ത് ഉദ്വേഗവും സംഭ്രമവുമാണ് നിഴലിച്ചുനിന്നത്.

നെറ്റിയിലെ വിയർപ്പുതുടച്ച ശേഷം അയാൾ ഒന്നു രണ്ടു പ്രാവശ്യം കതകിൽ മുട്ടി. ആരോ ഒരാൾ വാതിൽ തുറന്നു. വളരെ തിടുക്കപ്പെട്ട് അയാൾ ഉള്ളിലേക്കു കടന്നു. അപ്പോൾ അകത്തെവിടെയോ ക്ലോക്കിൽ പത്തുമണി അടിക്കുന്ന ശബ്ദം കേൾക്കാമായിരുന്നു. ഉടൻ തന്നെ വാതിലടഞ്ഞു.

തൊട്ടുപിന്നാലെ അവിടെ രണ്ടു സ്ത്രീകൾ പ്രത്യക്ഷപ്പെട്ടു. ശരീരമാകെ മറയ്ക്കുന്ന വസ്ത്രങ്ങളാണ് അവർ ധരിച്ചിരുന്നത്. അവർ വാതിലിൽ മുട്ടി പതുക്കെ ഒച്ചയുണ്ടാക്കിയപ്പോൾ ഒരു വൃദ്ധ കതകു തുറന്നു. മൂടുപടം മാറ്റി സ്ത്രീകൾ ഉള്ളിലേക്കു കടന്നു. വാതിൽ അടഞ്ഞു. വന്നവരിൽ ഒരാൾക്ക് അൽപ്പം പ്രായമുണ്ടായിരുന്നു. കൂടെയുള്ളത് അവരുടെ പരിചാരികയാണെന്നു തോന്നിച്ചു.

അകത്തെ മുറിയിൽ അയാൾ ഈ സ്ത്രീകളെ അക്ഷമനായി കാത്തിരിക്കുകയായിരുന്നു. കണ്ടമാത്രയിൽ തന്നെ അതിയായ സന്തോഷത്തോടെ അയാൾ എണീറ്റുവന്ന് അവരെ അഭിവാദ്യം ചെയ്തു. കുശലം പറഞ്ഞുകൊണ്ട് അവർ മൂവരും അകത്തെ മുറിയിലേക്കു നടന്നു.

വളരെ ഭംഗിയായി അലങ്കരിച്ച വലിയ ഹാളായിരുന്നു അത്. കൊത്തു പണികളുള്ള മേശയും കസേരകളും. കാറ്റത്ത് ഇളകിയാടുന്ന വിവിധ വർണങ്ങളിലുള്ള ജനാലക്കർട്ടനുകൾ.

അടുത്തടുത്ത് ഇട്ടിരുന്ന കസേരകളിൽ മുഖാമുഖമിരുന്ന് അവർ സംസാരിച്ചു തുടങ്ങി.

ആ പ്രായമുള്ള സ്ത്രീ-ചെവര്യൂസ്-ആണു തുടക്കമിട്ടത്.

“മിസ്റ്റർ അരാമിസ്, ഫോട്ടെയിൽ ബ്ലൂയിൽ വച്ച് അന്നു കണ്ടതിനു ശേഷം പിന്നീടു കാണുവാനോ സംസാരിക്കുവാനോ അവസരമുണ്ടായി ട്ടില്ല. ഒരു മരണാനന്തര ചടങ്ങുകൾക്കിടെയായിരുന്നുവല്ലോ അത്. ചില രഹസ്യങ്ങളെപ്പറ്റി നിങ്ങൾ അന്ന് സൂചിപ്പിക്കുകയുണ്ടായി. സത്യത്തിൽ അതുകേട്ട് ഞാൻ അമ്പരന്നുപോയി.”

അരാമിസ് പറഞ്ഞു: “ചില സുപ്രധാന ദൗത്യവുമായാണ് ഞാന ന്നവിടെ വന്നത്. ആ രഹസ്യങ്ങൾ നിങ്ങളോടു പറയുന്നതിൽ എനിക്ക് വിരോധമൊന്നുമില്ല.”

അരാമിസ് പറഞ്ഞു മുഴുമിപ്പിക്കും മുൻപ് ചെവര്യൂസ് ഇടയ്ക്കുക യറി.

“നിങ്ങൾ എന്നോടു കാണിക്കുന്ന സ്നേഹത്തിനും ആത്മാർഥ തയ്ക്കും എങ്ങനെ നന്ദി പറയണമെന്ന് എനിക്കറിയില്ല.” അരാമീസ് വികാ രാധീനനായി അദ്ദേഹത്തിന്റെ കണ്ഠമിടറി.

“കഴിഞ്ഞ ജന്മത്തിലും നാം ആത്മമിത്രങ്ങളായിരുന്നു എന്നു തോന്നുന്നു. വരുംകാലങ്ങളിലും ഈ സ്നേഹവും വിശ്വാസവും നില നിൽക്കുമെന്നും ഞാൻ കരുതുന്നു. ഇത്ര ബദ്ധപ്പെട്ട് ഞാൻ നിങ്ങളെ ഇപ്പോൾ കാണാൻ വന്നതും അതുകൊണ്ടുതന്നെയാണ്.”

ചെവര്യൂസ് അരാമീസിന്റെ മുഖത്തേക്കു വാത്സല്യപൂർവം നോക്കി. അദ്ദേഹം കുനിഞ്ഞ് ചെവര്യൂസിന്റെ കരംഗ്രഹിച്ചു. ആ കരങ്ങളിൽ അമർത്തിച്ചുംബിച്ചു.

“എന്നെ കണ്ടുപിടിക്കാൻ നിങ്ങൾ ഏറെ ബുദ്ധിമുട്ടിക്കാണുമല്ലോ?” അരാമിസ് ചോദിച്ചു.

“മിസ്റ്റർ ഫോക്കറ്റ് നിങ്ങളുടെ അടുത്ത സുഹൃത്താണെന്ന് എനി ക്കറിയാം. നിങ്ങളെ കണ്ടെത്താൻ അദ്ദേഹം ഒരുപാടു സഹായിച്ചു.”

“ഫോക്കറ്റ് എന്റെ സുഹൃത്തുമാത്രമല്ല. എല്ലാമെല്ലാമാണ്. എന്റെ രക്ഷകൻ എന്നുവേണമെങ്കിൽപറയാം.”

അരാമീസ് തുടർന്നു. “യോദ്ധാവായി ദീർഘനാൾ സേവനമനുഷ്ഠിച്ച എനിക്ക് ഒരു പാരിതോഷികം എന്ന നിലയിൽ അദ്ദേഹം ബിഷപ്പു പദവി തന്നു. എന്റെ ഈ വാർധക്യകാലത്ത് അദ്ദേഹം നൽകിക്കൊണ്ടിരിക്കുന്ന ഔദാര്യങ്ങൾക്ക് തീർത്താൽ തീരാത്ത നന്ദിയും കടപ്പാടും എനിക്കുണ്ട്.”

“നിങ്ങൾ വെനീസിൽ നിന്നും തിരിച്ചെത്തിയ കാര്യം ആരോ പറഞ്ഞ് ഞാനറിഞ്ഞു. പക്ഷേ, നിങ്ങളുടെ മേൽവിലാസവും മറ്റുവിവരങ്ങളും എനി ക്കറിയില്ലായിരുന്നു. എന്റെ സാന്നിധ്യം എപ്പോഴും കൊട്ടാരത്തിൽ ഉണ്ടാ

കണമെന്നതിനാൽ, നിങ്ങളെ തിരിഞ്ഞുപിടിക്കാൻ സാവകാശവും ലഭിച്ചില്ല." ചെവറ്യൂസ് തുടർന്നു "നിങ്ങളുടെ മറ്റൊരു സുഹൃത്തായ അർട്ടഗ്നൻ ചില സൂചനകൾ നൽകിയിരുന്നു. അങ്ങനെയാണ് ബാസ്റ്റിലെ ഗവർണറായ ബെയ്സ്മാക്സുമായി ബന്ധപ്പെട്ടത്."

"ഈ സ്ഥലം പറഞ്ഞുതന്നത് അദ്ദേഹമാണോ?"

"അതെ." അങ്ങനെയാണ് ഞാൻ താങ്കൾക്കു കത്തയച്ചത്."

അരാമിസ് ചിരിച്ചു. "ആ കത്ത് അമൂല്യനിധിപോലെ ഞാൻ സൂക്ഷിച്ചു വെച്ചിട്ടുണ്ട്. നിങ്ങളെ വീണ്ടും കാണാൻ ഇടവരുത്തിയത് ആ കത്താണ്."

അരാമിസ് എണീറ്റ് ജനലഴിയിൽ പിടിച്ചുകൊണ്ട് പുറത്തേക്കു നോക്കിനിന്നു. അതുകഴിഞ്ഞ് ചെവറ്യൂസിന്റെ നേരേ തിരിഞ്ഞു.

"നിങ്ങളുടെ കോളനിപ്രദേശങ്ങൾ എങ്ങനെയുണ്ടിപ്പോൾ?"

ചെവറ്യൂസ് ഒരു നിമിഷം നിശ്ശബ്ദയായി. എന്നിട്ടു പറഞ്ഞു.

"നാശത്തിന്റെ വക്കിലാണ്. കെടുകാര്യസ്ഥതയും ബാധ്യതകളും കാരണം സംഗതി ആകെ കുഴപ്പത്തിലാണ്..."

"അമ്മ മഹാറാണിയോട് ഇക്കാര്യം സൂചിപ്പിച്ചില്ലേ?" അരാമിസ് ചോദിച്ചു.

"അവർക്കിതിൽ വലിയ താൽപ്പര്യമില്ല. പക്ഷേ, അതു ശരിയല്ല. കോളനിയുടെ ആവശ്യത്തിലേക്ക് എനിക്കു കുറേപണം ആവശ്യമുണ്ട്."

"എത്ര വേണ്ടിവരും? പക്ഷേ നിങ്ങൾക്കറിയാമല്ലോ എന്റെ കൈയിൽ ചില്ലിക്കാശുമില്ല." അരാമിസ് ചിരി വരുത്തി. പക്ഷേ ചെവറ്യൂസ് ഗൗരവത്തിലായിരുന്നു.

"നിങ്ങളുടെ സുഹൃത്ത് ഫോക്കറ്റിന്റെ പക്കൽ പണമുണ്ടല്ലോ. തൽക്കാലം അതായാലും മതി."

"ഫോക്കറ്റോ? അയാൾ ആകെ പാപ്പരായിരിക്കയാണ്."

"ശുദ്ധ അസംബന്ധം. ഞാനത് വിശ്വസിക്കുകയില്ല." അരാമിസിന്റെ മറുപടിക്ക് കാത്തുനിൽക്കാതെ ചെവറ്യൂസ് തുടർന്നു.

"അദ്ദേഹം തന്റെ സ്വന്തം കൈപ്പടയിൽ എഴുതിയ കുറേ കത്തുകൾ തന്റെ പക്കലുണ്ട്. പഴയ പ്രധാനമന്ത്രി മസാറിന്റെ പക്കൽ നിന്നാണ് അവ എനിക്ക് ലഭിച്ചത്. ഫോക്കറ്റ് നടത്തിയ അഴിമതികളുടെ അമ്പരപ്പിക്കുന്ന കഥകളാണ് അവയിലുള്ളത്. കച്ചവടക്കാരിൽ നിന്നും പലപ്പോഴായി പതിമൂന്നു മില്യൺ ലിവർ അയാൾ തട്ടിയെടുത്തതിന്റെ വ്യക്തമായ തെളിവുകൾ അതിലുണ്ട്."

അരാമിസ് മിഴിച്ചുനിൽക്കവേ, ചെവറ്യൂസ് തുടർന്നു

"ആ കത്തുകൾ ഞാൻ ഭദ്രമായി സൂക്ഷിച്ചുവെച്ചിട്ടുണ്ട്. ഒരുദിവസം അവ പ്രയോജനപ്പെടുമെന്ന് എനിക്കറിയാമായിരുന്നു. പക്ഷേ, ഈ കത്ത് എന്റെ കൈവശമുള്ള കാര്യം അദ്ദേഹത്തിനറിയില്ല." അരാമിസിന്റെ മുഖം കറുത്തു.

"ഈ കത്തുകളുപയോഗിച്ച് അയാളെ കൊല്ലാക്കൊല ചെയ്യാനാണോ നിങ്ങളുടെ ഭാവം?"

ചെവറ്യൂസിന്റെ മറുപടി പെട്ടെന്നായിരുന്നു.

"അല്ലേയല്ല. എനിക്കാവശ്യം പണം മാത്രമാണ്. കോളനിക്കാര്യങ്ങൾക്ക് എനിക്കു അഞ്ചുലക്ഷം വേണ്ടിവരും. അത് കിട്ടിയേ മതിയാവൂ."

"ഇന്നത്തെ അവസ്ഥയിൽ ഫോക്കറ്റിന്റെ പക്കൽ ഇത്രയും തുക ഉണ്ടാകാൻ സാധ്യതയില്ല. പക്ഷേ അമ്മ മഹാറാണിയുടെ പക്കൽ പണമുണ്ടാകും."

"എങ്കിൽ ഇക്കാര്യം മഹാറാണിയെ നേരിൽ കണ്ടു സാധിക്കാം" എന്നായി ചെവറ്യൂസ്.

പക്ഷേ, ഈ വക കാര്യങ്ങളിൽ ഇടപെടുന്നില്ലെന്നും കത്ത് തനിക്കാവശ്യമില്ലെന്നും പറഞ്ഞുകൊണ്ട് അരാമിസ് ഈ വിഷയങ്ങളിൽ നിന്നും തന്ത്രപൂർവം ഒഴിഞ്ഞു മാറാൻ ശ്രമിച്ചു.

മനക്കോട്ടകൾ ഓർക്കാപ്പുറത്തു തകർന്നുവീണതിന്റെ നിരാശയിലായിരുന്നു ചെവറ്യൂസ്.

എന്തുചെയ്യണമെന്നറിയാതെ അവർ പകച്ചുനിന്നു. തൊട്ടടുത്ത നിമിഷം അരാമിസ് പറഞ്ഞു:

"നിങ്ങളുടെ പക്കലുള്ള ആ കത്തുകൾ യഥാർഥമല്ല. അതു വ്യാജമാണെന്ന് എനിക്ക് ബോധ്യമുണ്ട്. അതുകാണിച്ച് മുതലെടുക്കാൻ ശ്രമിക്കരുത്."

"എന്തു ധിക്കാരമാണു നിങ്ങൾ പുലമ്പുന്നത്?"

പല്ലു ഞെരിച്ചുകൊണ്ട് ചെവറ്യൂസ് ഉറക്കെപ്പറഞ്ഞു. അവരുടെ മുഖം കോപംകൊണ്ടു ചുവന്നു

പെട്ടെന്ന് ചെവറ്യൂസ് തന്റെ ഇരിപ്പിടത്തിൽ നിന്നും ചാടി എണീറ്റു. മുഖാവരണം ധരിച്ചു. ഒരു ഭ്രാന്തിയെപ്പോലെ ചേഷ്ടകൾ കാണിച്ച് വാതിൽ ലക്ഷ്യമാക്കി നടന്നു. പുറത്തേക്കിറങ്ങി വലിയ ശബ്ദത്തോടെ കതക് വലിച്ചടച്ചു. പാരീസ് നഗരത്തിൽ സന്ധ്യ ഇരുളാൻ തുടങ്ങിയിരുന്നു. അരാമീസുമായുള്ള കൂടിക്കാഴ്ചയ്ക്കുശേഷം ചെവറ്യൂസ് നേരേ പോയത് സർ കോൾബർട്ടിന്റെ വസതിയിലേക്കാണ്.

ചെവറ്യൂസിന്റെ വൈകിയവേളയിലുള്ള ഈ സന്ദർശനം പാറാവുകാരെ അൽപ്പം അലോസരപ്പെടുത്തിയെങ്കിലും അവർ നീരസം പുറത്തു കാണിച്ചില്ല. ഒരു തുണ്ടു കടലാസിൽ തന്റെ പേരെഴുതി അവർ അകത്തേക്കു കൊടുത്തുവിട്ടു. ഒട്ടും വൈകാതെ മറ്റൊരു പാറാവുകാരൻ വന്ന് അവരെ ഉള്ളിലേക്കു കൂട്ടിക്കൊണ്ടുപോകുകയും ചെയ്തു.

ഇടനാഴികളും കോണികളും കടന്ന് അവർ ചെന്നെത്തിയത് അടുത്തിടെ പണി പൂർത്തീകരിച്ച കെട്ടിടത്തിന്റെ ഏതോ നിലയിലുള്ള ഒരു ഹാളിലേക്കാണ്. കോൾബർട്ടിന്റെ ഓഫീസ് മുറിയായിരുന്നു അത്. കട്ടിപ്പൂരികവും തുറിച്ച നോട്ടങ്ങളുമുള്ള തടിച്ചു കൊഴുത്ത ഭീമാകാരനായി

രുന്നു കോൾബൾട്ട്. പുരോഹിതന്മാർ ധരിക്കുന്ന തലപ്പാവാണ് അദ്ദേഹം അപ്പോൾ ധരിച്ചിരുന്നത്.

ചെവര്യൂസിന്റെ അനവസരത്തിലുള്ള വരവ് കോൾബർട്ടിനെ അമ്പരപ്പിച്ചെങ്കിലും ഒരു ചെറുമന്ദഹാസത്തോടെ അദ്ദേഹം അവരെ സ്വീകരിച്ചു. കരംഗ്രഹിച്ച് തന്റെ മുറിയിലേക്ക് ആനയിച്ചു. വിനയപുരസ്സരം ആഗമനോദ്ദേശ്യം ആരാഞ്ഞു.

ചുറ്റും ഒന്നു കണ്ണോടിച്ചശേഷം വളരെ പതിഞ്ഞ ശബ്ദത്തിൽ ചെവര്യൂസ് പറഞ്ഞു തുടങ്ങി:

"വളരെ പ്രധാനപ്പെട്ട ഒരു കാര്യം അങ്ങയുടെ ശ്രദ്ധയിൽ പെടുത്താനാണു ഞാൻ വന്നത്."

കോൾബർട്ട് സശ്രദ്ധം കേൾക്കുകയായിരുന്നു.

"താങ്കൾക്കു പ്രധാനമന്ത്രിയാകണമെന്നുണ്ടോ?" തീരെ അപ്രതീക്ഷിതമായ ഈ ചോദ്യം കേട്ട് കോൾബർട്ട് ഒരു നിമിഷം സ്തബ്ധനായിപ്പോയി. എന്തോ പറയാൻ തുനിഞ്ഞെങ്കിലും ശബ്ദം തൊണ്ടയിൽ കുരുങ്ങി. സമനില വീണ്ടെടുത്ത് കോൾബൾട്ട് പറഞ്ഞു.

"നിലവിൽ ഒരു മന്ത്രിയുണ്ടല്ലോ മിസ്റ്റർ ഫോക്കറ്റ്. അയാളെ മാറ്റുക നിസ്സാര കാര്യമല്ല. ഒട്ടേറെ അഗ്നിപരീക്ഷകളെ വിജയകരമായി അതിജീവിച്ചയാളാണദ്ദേഹം. കൊണ്ടും കൊടുത്തും ശീലമുള്ളയാൾ. എല്ലാം മുൻകൂട്ടി അറിയുന്ന സൂത്രശാലി."

കോൾബർട്ടിന്റെ മറുപടി കേട്ട് ചെവര്യൂസിന്റെ മുഖം കറുത്തു.

"എങ്കിൽ മറ്റൊരാളെ ഞാൻ കണ്ടെത്തിക്കൊള്ളാം." ചെവര്യൂസ് ഇരിപ്പിടത്തിൽ നിന്നും എണീറ്റ് പുറത്തേക്കു നടക്കാൻ ഭാവിച്ചു. അപ്പോൾ അനുനയരൂപത്തിൽ കോൾബർട്ട് പറഞ്ഞു:

"അൽപ്പം ക്ഷമിക്കൂ, മിസിസ് ചെവര്യൂസ്. കുറച്ചുകൂടി ആലോചിച്ചശേഷം മറുപടി അറിയിക്കാം. അതുപോരേ?"

"ഓരോന്നിനും അതിന്റേതായ സമയമുണ്ട് മിസ്റ്റർ കോൾബർട്ട്. അവസരങ്ങൾ വെറുതേ പാഴാക്കിക്കളഞ്ഞതിനുശേഷം പശ്ചാത്തപിച്ചിട്ടു കാര്യമില്ല. ഫോക്കറ്റിനെ കൽത്തുറങ്കിലടയ്ക്കാൻ പാകത്തിനുള്ള ധാരാളം രേഖകൾ എന്റെ പക്കലുണ്ട്. മുൻപ്രധാനമന്ത്രി മസാറിയാണ് അവ എനിക്കു തന്നത്. ഈ ആയുധങ്ങൾ ഫോക്കറ്റിനുനേരേ തൊടുത്തുവിട്ടാൽ അയാൾ ആത്മഹത്യ ചെയ്യുകയോ രാജ്യം വിട്ടുപോകുകയോ ചെയ്യും.

അഞ്ചുലക്ഷം ലിവർ എനിക്കു തന്നാൽ ആ രേഖകൾ..." ചെവര്യൂസ് ആവേശത്തോടെ തുടർന്നു; "നിങ്ങൾക്കു നൽകാം. ഫോക്കറ്റ് നടത്തുന്ന അധികാരദുർവിനിയോഗത്തിന്റെയും സാമ്പത്തിക തിരിമറികളുടെയും ഞെട്ടിപ്പിക്കുന്ന എല്ലാ വിവരങ്ങളും അതിലുണ്ട്."

"പക്ഷേ മിസിസ് ചെവര്യൂസ്, നിങ്ങൾ പറയുന്ന ഫോക്കറ്റ് ഇപ്പോൾ പരമോന്നത പദവിയിലുള്ള ആളാണ്. ഭരണാധികാരികളിൽ പലരുമായും ഉറ്റ ബന്ധമാണ് അദ്ദേഹത്തിനുള്ളത്. എന്തും നടത്താൻ കെൽപ്പുള്ള

യാളാണദ്ദേഹം. അങ്ങനെയുള്ള ഒരാളെപ്പറ്റി ഉന്നയിക്കപ്പെടുന്ന അഴിമതി ആരോപണങ്ങൾ വിലപോവില്ല. നിങ്ങളുടെ പക്കലുള്ള രേഖകൾക്ക് അദ്ദേഹത്തിന്റെ പ്രതിച്ഛായയെ ഒരു പരിധിവരെ മങ്ങലേൽപ്പിക്കാനാകുമെങ്കിലും മറിച്ചെന്തെങ്കിലും സംഭവിക്കുമെന്ന് എനിക്ക് തോന്നുന്നില്ല. അതിനേക്കാളുപരി നിങ്ങൾ ആവശ്യപ്പെടുന്ന തുകയും വളരെ വലുതാണ്."

"നിങ്ങൾ എത്രതരും?" ചെവര്യൂസിന്റെ ചോദ്യം വളരെ പെട്ടെന്നായിരുന്നു.

"രണ്ടു ലക്ഷം ലിവേഴ്സ്." കോൾബർട്ടിന്റെ മറുപടി ഒട്ടും തൃപ്തികരമായില്ലെന്ന് ചെവര്യൂസിന്റെ മുഖഭാവങ്ങളിൽ നിന്നും വായിച്ചെടുക്കാമായിരുന്നു.

ഒന്ന് ആലോചിച്ചശേഷം ചെവര്യൂസ് തുടർന്നു:

"മൂന്നുലക്ഷമെങ്കിലും എനിക്കു തരൂ. നമുക്കു കച്ചവടം ഉറപ്പിക്കാം. കൂട്ടത്തിൽ ഒരു പ്രധാനകാര്യം കൂടി. സുഖമില്ലാതെ കിടക്കുന്ന അമ്മ മഹാറാണിയെ കാണാനും അവരുമായി ചില കാര്യങ്ങൾ സംസാരിക്കാനും എനിക്ക് അവസരമുണ്ടാക്കിത്തരണം. ബ്രുഗറി എന്ന സ്ഥലത്ത് അത്ഭുതസിദ്ധികളുള്ള ഒരു പറ്റം കന്യാസ്ത്രീകളുണ്ട്. അവർ ചികിത്സിച്ചാൽ അമ്മയുടെ അസുഖം പൂർണമായും ഭേദപ്പെടുമെന്ന് എനിക്കുറപ്പുണ്ട്. അമ്മയുടെ അഭിപ്രായംകൂടി ആരാഞ്ഞശേഷം വേണം അതു തീരുമാനിക്കാൻ. ഈ വക കാര്യങ്ങൾ നീട്ടിക്കൊണ്ടുപോയാൽ ഒരു പക്ഷേ അമ്മയുടെ ജീവൻ തന്നെ അപകടത്തിലായേക്കും."

രേഖകൾ കൈമാറുന്ന മുറയ്ക്ക് മൂന്നുലക്ഷം ലിവേഴ്സ് വിലമതിക്കുന്ന സർക്കാർ ബോണ്ടുകൾ നൽകാമെന്ന് കോൾബർട്ടു സമ്മതിച്ചു. കൂട്ടത്തിൽ, അമ്മ മഹാറാണിയുടെ ചികിത്സയുമായി ബന്ധപ്പെട്ട കാര്യങ്ങൾ നടത്തിക്കൊടുക്കാമെന്നും ഉറപ്പു കൊടുത്തു. ചെവര്യൂസും കോൾബർട്ടുമായുള്ള കൂടിക്കാഴ്ച അങ്ങനെ പര്യവസാനിച്ചു.

സംഗതികൾ ഉദ്ദേശിച്ചപോലെ പുരോഗമിച്ചെങ്കിലും അവ ഫലപ്രാപ്തിയിലെത്തുമോ എന്ന കാര്യത്തിൽ കോൾബർട്ടിന് സന്ദേഹം ബാക്കി നിന്നു. അദ്ദേഹം ഉടൻ തന്നെ തന്റെ വിശ്വസ്തനും പാർലമെന്റ് അംഗവുമായ വാനേലിനെ ആളയച്ചു വരുത്തി. പുറമേ സൗമ്യനും ശാന്തനുമായിരുന്നു എങ്കിലും വാനേൽ അതീവ തന്ത്രശാലിയായിരുന്നു. അയാളുടെ ഭാര്യയുമായി അൽപ്പം രഹസ്യബന്ധങ്ങളുണ്ടായിരുന്നതിനാൽ കോൾബർട്ടിന് അയാളോട് പ്രത്യേക വാത്സല്യമുണ്ടായിരുന്നു.

വാനേലിനെ കണ്ട മാത്രയിൽ കോൾബർട്ട് പറഞ്ഞു.

"പ്രധാനമന്ത്രി സ്ഥാനം വിൽക്കാനുണ്ടത്രേ. നിങ്ങൾക്ക് താൽപ്പര്യമുണ്ടെങ്കിൽ ശ്രമിച്ചു നോക്കൂ. പക്ഷേ നല്ല തുക നൽകേണ്ടിവരും." വാനേലിനു ചിരിയടക്കാനായില്ല. അയാൾ പറഞ്ഞു:

"ഇപ്പോഴത്തെ പ്രധാനമന്ത്രി പണത്തിനുവേണ്ടി സ്ഥാനം ഒഴിഞ്ഞു കൊടുക്കുമെന്നാണോ? എന്തു വിഡ്ഢിത്തമാണ് അങ്ങു പുലമ്പുന്നത്?"

"നിങ്ങൾക്കു താൽപ്പര്യമില്ലെങ്കിൽ അക്കാര്യം പറഞ്ഞാൽ മതി." കോൾബൾട്ടു ക്ഷുഭിതനായി. വാനേൽ തുടർന്നു.

"താൽപ്പര്യമില്ലാഞ്ഞിട്ടല്ല സർ. ഞാൻ സാമ്പത്തികമായി തകർന്നിരിക്കയാണെന്ന് അങ്ങേക്ക് അറിയാമല്ലോ. പരമാവധി 4 ലക്ഷം വരെ ഞാൻ ഒപ്പിക്കാം. അയാൾ 17 ലക്ഷം ലിവർ ചോദിക്കുന്നതായി രഹസ്യവിവരമുണ്ട്. അത്രയും വലിയ സംഖ്യ എനിക്കു ചിന്തിക്കാനേപറ്റില്ല."

ഏറെനേരത്തെ ആലോചനകൾക്കുശേഷം 14 ലക്ഷം ലിവർ വാനേലിനു കടമായി നൽകാമെന്ന് കോൾബർട്ട് സമ്മതിച്ചു. വാനേലിന്റെ പക്കലുള്ള 3 ലക്ഷം കൂടിയാകുമ്പോൾ ഫോക്കറ്റ് ആവശ്യപ്പെടുന്ന 17 ലക്ഷം രൂപയാകും. പണം കൊടുക്കുന്ന നിമിഷം തന്നെ പ്രധാനമന്ത്രിസ്ഥാനം കൈമാറാനുള്ള സംവിധാനവുമുണ്ടാകും. പക്ഷേ ഒന്നു രണ്ടു നിബന്ധനകളുണ്ട്. രാജ്യകാര്യങ്ങളിൽ മഹാരാജാവിന്റെയും കോൾബർട്ടിന്റെയും നിയന്ത്രണങ്ങളുണ്ടാകും. അവരുടെ അറിവോ സമ്മതമോ കൂടാതെയാതൊന്നും നടക്കില്ല എന്നർത്ഥം. മറിച്ചു സംഭവിച്ചാൽ മന്ത്രിസ്ഥാനം നഷ്ടമാകുന്നതിനോടൊപ്പം ഒന്നരലക്ഷം ലിവർ പിഴ ഒടുക്കേണ്ടിയും വരും.

കോൾബർട്ട് മുന്നോട്ടുവെച്ച വ്യവസ്ഥകൾ പൂർണ മനസോടെയാണ് വാനേൽ സമ്മതിച്ചത്. കോൾബർട്ടിനു നന്ദി പറഞ്ഞുകൊണ്ട് പുറത്തേക്കു പോകുമ്പോൾ വാനേൽ സന്തോഷം കൊണ്ടു തുള്ളിച്ചാടുകയായിരുന്നു.

ഇതേ സമയം ഉയർന്ന ഉദ്യോഗസ്ഥന്മാരും കോടീശ്വരന്മാരുമടങ്ങുന്ന തന്റെ സുഹൃത്തുക്കൾക്ക് സായാഹ്ന വിരുന്നൊരുക്കുന്നതിന്റെ തിരക്കുകളിലായിരുന്നു ഫോക്കറ്റ്. ഇത്തരം വിരുന്നുകൾ ഫോക്കറ്റിന് പതിവുള്ളതാണ്. സുഹൃത്തുക്കൾക്ക് സൽക്കാരമൊരുക്കുകയും അവർക്കൊപ്പം കുടിച്ചു കൂത്താടുകയുമായിരുന്നു അദ്ദേഹത്തിന്റെ പ്രധാന വിനോദം. ഈ വക കാര്യങ്ങൾക്കായി ലക്ഷങ്ങളാണ് അദ്ദേഹം ധൂർത്തടിച്ചുകൊണ്ടിരുന്നത്.

വിരുന്നിനിടെ വാനേറും ഫോക്കറ്റും തമ്മിൽ കണ്ടു. 14 ലക്ഷം കൈപ്പറ്റുന്ന നിമിഷം തന്നെ പ്രധാനമന്ത്രിപദം ഒഴിഞ്ഞുകൊടുക്കാമെന്ന് അദ്ദേഹം ഉറപ്പു കൊടുത്തു. ഇതു സംബന്ധിച്ച് മറ്റുപ്രശ്നങ്ങളൊന്നും ഉണ്ടാകാനിടയില്ല. അന്നു വൈകിട്ട് 6 മണിക്ക് പണവും ഉടമ്പടി രേഖകളും പരസ്പരം കൈമാറാമെന്ന് ഉറപ്പിച്ച ശേഷമാണ് വാനേൽ മടങ്ങിപ്പോയത്.

അരാമിസ് ഫോക്കറ്റിന്റെ അടുത്ത സുഹൃത്തും അഭ്യുദയകാംക്ഷിയുമാണ്. ഫോക്കറ്റിന്റെ സൽക്കാരവിരുന്നിൽ അദ്ദേഹവും അതിഥിയായി എത്തിയിരുന്നു. പ്രധാനമന്ത്രിസ്ഥാനത്തിന്റെ കാര്യവും പറഞ്ഞുകൊണ്ട് കഴിഞ്ഞദിവസം ചെവറ്യൂസ് അരാമിസിനെ കണ്ടിരുന്നു എങ്കിലും അദ്ദേഹത്തിന് തീരെ താൽപ്പര്യം ഉണ്ടായിരുന്നില്ല. അതിനുശേഷമാണ് ചെവറ്യൂസ് ഇതേ കാര്യവുമായി കോൾബർട്ടിനെ കണ്ടത്. ചെവറ്യൂസിന്റെ ഇത്തരം കുതന്ത്രങ്ങൾ ശ്രദ്ധിക്കണമെന്നു ഫോക്കറ്റിനു മുന്നറിയിപ്പു

നൽകാൻ കൂടിയാണ് തന്റെ തിരക്കുകൾ മാറ്റിവെച്ച് അരാമിസ് അന്ന വിടെ ചെന്നത്.

പക്ഷേ, ഈ കാര്യത്തിൽ വാനേലുമായി ധാരണയിലെത്തി എന്ന റിഞ്ഞതോടെ അരാമിസ് നിരാശനായി. കോൾബർട്ടും വാനേലിന്റെ ഭാര്യ യുമായി ഉണ്ടായിരുന്ന അവിശുദ്ധ ബന്ധത്തെപ്പറ്റി അരാമിസ് ധാരാളം കേട്ടിരുന്നു.

ഫോക്കറ്റിന്റെ തീരുമാനം അരാമിസിനെ തെല്ലൊന്നുമല്ല ചൊടിപ്പി ച്ചത്. വാനേലിനെ വിളിച്ചുവരുത്താനും ഉടമ്പടി റദ്ദുചെയ്യാനും അരാമിസ് കർശന നിർദേശം നൽകി. കാര്യങ്ങൾ ഇത്രയും പുരോഗമിച്ച സ്ഥിതിക്ക് ഒരു ചെറിയ തുക വാനേലിനു നൽകി അയാളെ ഒഴിവാക്കിവിടാനാണ് അരാമിസ് നിർദേശിച്ചത്.

അരാമിസിന്റെയും ഫോക്കറ്റിന്റെയും മുഖഭാവം കണ്ടപ്പോൾ തന്നെ വാനേലിന് എന്തോ പന്തികേടു തോന്നി. സംഗതികൾ കുഴഞ്ഞു മറി ഞ്ഞുപോയോ?

പരിഭ്രമം ഉള്ളിലൊതുക്കി വാനേൽ ഫോക്കറ്റിനോടു പറഞ്ഞു.

"അങ്ങു സമ്മതിച്ചതനുസരിച്ച് 17 ലക്ഷം ലിവർ ഞാൻ കൊണ്ടുവ ന്നിട്ടുണ്ട്. കടം വാങ്ങിയും ഭാര്യയുടെ ആഭരണങ്ങളും സ്വത്തുവകകളും വിറ്റുമാണ് ഇത്രയും തുക സംഘടിപ്പിച്ചത്. നേരത്തേ തീരുമാനിച്ച പ്രകാരം കാര്യങ്ങൾ നടക്കുമെന്നാണ് എന്റെ വിശ്വാസം."

ഫോക്കറ്റും അരാമിസും പരസ്പരം നോക്കി ഒരു നിമിഷം കഴിഞ്ഞ് ഫോക്കറ്റ് പറഞ്ഞു:

"ഇത്രയും തുക ഒപ്പിച്ചെടുക്കാൻ നിങ്ങൾ ഏറെ പണിപ്പെട്ടുകാണു മെന്ന് ഞങ്ങൾക്കറിയാം. പക്ഷേ നിങ്ങളുടെ ആഗ്രഹം തൽക്കാലം നട ക്കില്ല. ഒരു ലക്ഷം ലിവർ നഷ്ടപരിഹാരം നൽകി നിങ്ങളെ ഒഴിവാക്കാ നാണ് ഇപ്പോഴത്തെ തീരുമാനം."

ഒരു ലക്ഷം ലിവർ അക്കാലത്തെ സാമാന്യം നല്ല തുകയായിരുന്നു എങ്കിലും, തന്റെ ലക്ഷ്യത്തിൽ നിന്നും വ്യതിചലിക്കാൻ വാനേൽ ഒരു ക്കമായിരുന്നില്ല. അരാമിസ് ഇടപെട്ട് നഷ്ടപരിഹാരത്തുക അഞ്ചുലക്ഷ മാക്കി വർധിപ്പിച്ചു. പിന്നീട് പത്തുലക്ഷമാക്കി. പക്ഷേ വാനേൽ വഴങ്ങു ന്നമട്ടില്ല.

"അവസാനമായി പതിനഞ്ചു ലക്ഷം ലിവർ വാഗ്ദാനം ചെയ്യുന്നു. ഇടപാടു തീർത്ത് സ്ഥലം വിട്ടുകൊള്ളുക."

അരാമിഡിന്റെ തീരുമാനം ഉറച്ചതായിരുന്നു. എന്നാൽ വാനേൽ അതും നിരാകരിച്ചു.

ഫോക്കറ്റ് പൊട്ടിത്തെറിച്ചു. അയാളുടെ സർവ നിയന്ത്രണങ്ങളും വിട്ടു. വാനേലിനു നേരെ ചീറിയടുത്തുകൊണ്ട് ഇങ്ങനെ പറഞ്ഞു:

"സമ്മതിച്ചു. വാനേൽ നീ കൊണ്ടുവന്നിട്ടുള്ള പണവും ഉടമ്പടിപ്പ ത്രവും തരൂ."

പണവും ഉടമ്പടിപ്പത്രവും പുറത്തെടുക്കാൻ ശ്രമിക്കുമ്പോൾ ഒരു കഷണം കടലാസ് വാനേലിന്റെ പോക്കറ്റിൽ നിന്നും നിലത്തുവീണു.

അരാമിസ് അത് കൈക്കലാക്കി. കോൾബർട്ട് തയാറാക്കിക്കൊടുത്ത ഉടമ്പടി വ്യവസ്ഥകളുടെ കരടു രൂപമായിരുന്നു അത്.

ഫോക്കറ്റ് അതിൽ ഒപ്പുവെച്ചില്ല. പകരം, ഒപ്പുവെക്കുന്ന ഭാവത്തിൽ കുറിപ്പ് അംഗീകരിച്ചിരിക്കുന്നു എന്ന് എഴുതിച്ചേർത്തു. ഇതു മനസിലാക്കാതെ വാനേൽ തന്റെ കൈവശമുണ്ടായിരുന്ന തുക മുഴുവനും ഫോക്കറ്റിനെ ഏൽപ്പിച്ചു. ഉടമ്പടിപ്പത്രം തിരികെ വാങ്ങി സ്ഥലം വിടുകയും ചെയ്തു.

ഇത്രയും സന്തോഷകരമായ ഒരു ദിവസം തന്റെ ജീവിതത്തിൽ അന്നേവരെ ഉണ്ടായിട്ടില്ലെന്ന് ഫോക്കറ്റിനു തോന്നി. ഇക്കാര്യത്തിൽ ഇടനിലക്കാരനായി നിന്ന അരാമിസിന് അദ്ദേഹം നന്ദി പറയുകയും ചെയ്തു.

രോഗപീഡകളാൽ ശയ്യാവലംബിയായിരുന്ന അമ്മ മഹാറാണി, പതിവു പ്രാർഥനകൾക്കു ശേഷം തന്റെ സ്വകാര്യമുറിക്കുള്ളിൽ ഒന്നുരണ്ടു സ്ത്രീകളുമായി സംസാരിച്ചിരിക്കുകയായിരുന്നു. തന്റെ മകനും യുവരാജാവുമായ ലൂയി പതിനാലാമന് കൊട്ടാരത്തിലെ ഒരു പരിചാരിക മാത്രമായ വല്ലിയറുമായുള്ള വഴിവിട്ട ബന്ധങ്ങളെപ്പറ്റിയാണ് അവർ പ്രധാനമായും സംസാരിച്ചുകൊണ്ടിരുന്നത്. ഇക്കാര്യം നാടു മുഴുവൻ പാട്ടായിക്കഴിഞ്ഞിരുന്നു. കൃത്യം ഇരുപത്തിമൂന്നു വർഷങ്ങൾക്കു മുൻപ് ലൂയി പതിനാലാമനെ പ്രസവിക്കുന്ന സമയത്താണ് അമ്മ മഹാറാണിക്ക് ഞരമ്പു സംബന്ധമായ അസുഖങ്ങളുടെ ആദ്യ ലക്ഷണങ്ങൾ കണ്ടുതുടങ്ങിയത്. രാജ്യത്തിനകത്തും, പുറത്തുമുള്ള ധാരാളം വൈദ്യന്മാർ ചികിത്സിച്ചിട്ടും രോഗശമനമുണ്ടായില്ലെന്നു മാത്രമല്ല അവരുടെ ആരോഗ്യസ്ഥിതി അടിക്കടി വഷളാകുകയുമായിരുന്നു. ഒടുവിൽ കിടക്കവിട്ട് എണീക്കാൻ തന്നെ വയ്യാതെയായി.

മരുന്നു കൊണ്ടുവരാൻ പരിചാരികയോടു കൽപ്പിച്ചശേഷം തന്നോടൊപ്പമുണ്ടായിരുന്ന സ്ത്രീകളോട് മുറി വിട്ടു പുറത്തുപോകാൻ മഹാറാണി ആംഗ്യം കാണിച്ചു. ബഹളങ്ങളിൽ നിന്നൊഴിഞ്ഞ് തന്റെ മുറിക്കുള്ളിൽ ഒതുങ്ങിക്കൂടാനായിരുന്നു ഇയ്യിടെയായി അവർക്ക് കൂടുതലിഷ്ടം.

സ്ത്രീകൾ പുറത്തേക്കു പോകാനൊരുങ്ങവേ വളരെ പ്രാചീനമായ രീതിയിൽ വേഷം ധരിച്ച പ്രായമുള്ള ഒരു സ്ത്രീ യാതൊരു കൂസലുമില്ലാതെ റാണിയുടെ മുറിക്കുള്ളിലേക്കു കടന്നു ചെന്നു. വളരെ ഭവ്യതയോടെ റാണിയെ വണങ്ങിയശേഷം ഇങ്ങനെ പറഞ്ഞു:

"ശല്യപ്പെടുത്തിയതിൽ ക്ഷമിക്കണം. അമ്മ മഹാറാണിയുടെ തീരാവ്യാധിക്ക് പറ്റിയ മരുന്ന് എന്റെ കൈവശമുണ്ട്." മഹാറാണി അവരുടെ മുഖത്തേക്ക് സൂക്ഷിച്ചുനോക്കി മുഖകവചമണിഞ്ഞിരുന്നതിനാൽ ആ സ്ത്രീ ആരാണെന്നു മനസിലാകുമായിരുന്നില്ല.

മഹാറാണി ആകെ അസ്വസ്ഥയായി. കിടക്കയിൽ എണീറ്റിരുന്ന് അവർ ശബ്ദമുയർത്തി ചോദിച്ചു.

"ആരാണു നിങ്ങൾ? നിങ്ങളെ ആരാണു അകത്തു കടത്തിവിട്ടത്?"

മുഖകവചമുയർത്താതെ തന്നെ ആ സ്ത്രീ പറഞ്ഞു.

"ഞാനൊരു കന്യാസ്ത്രീയാണ്. അത്ഭുത സിദ്ധികളുള്ള ധാരാളം ഔഷധങ്ങൾ എന്റെ പക്കലുണ്ട്. പക്ഷേ ചികിത്സാ സമയത്ത് ഈ മുറിയിൽ നാം രണ്ടുപേരല്ലാതെ മറ്റാരും പാടില്ല."

മഹാറാണി സമ്മതഭാവത്തിൽ തലകുലുക്കി. ആ സ്ത്രീ തമാശരൂപത്തിൽ പറഞ്ഞു തുടങ്ങി.

"മഹാറാണിമാർക്കിടയിലാണ് ഈ രോഗം സാധാരണ കണ്ടുവരുന്നത്."

മഹാറാണിക്ക് ദേഷ്യം വന്നു.

"തട്ടിപ്പുമായി വന്നതാണെങ്കിൽ ഈ ക്ഷണം നിങ്ങളെ കൽത്തുറുങ്കിലടയ്ക്കും. സംസാരിക്കുന്നത് ആരോടാണെന്ന് ഓർമവേണം."

"ക്ഷമിക്കണം. സത്യവിരുദ്ധമായി ഞാൻ ഒന്നും പറയാറില്ല. ങാ അതുപോകട്ടെ. മഹാറാണിക്ക് രോഗം തുടങ്ങിയത് എത്രകാലം മുൻപാണ്?" അവർ ചോദിച്ചു.

എന്നാൽ മറുപടിക്ക് കാത്തുനിൽക്കാതെ 1638 സെപ്തംബർ 5ാം തീയതി ലൂയി പതിനാലാമനെ ജന്മം നൽകിയ ദിവസം മുതലുള്ള മഹാറാണിയുടെ രോഗവിവരങ്ങൾ അവർ വള്ളിപുള്ളിവിടാതെ പറയാൻ തുടങ്ങി.

മഹാറാണി അമ്പരന്നുപോയി. ഇരുപത്തിമൂന്നു വർഷങ്ങൾക്കു മുൻപു നടന്ന എല്ലാ സംഭവങ്ങളും തികച്ചും അപരിചിതയായ ഒരാൾ ഇത്ര കൃത്യതയോടെ പറയുന്നതെങ്ങനെ? ആകെ സംഭ്രമമായി. ആ സ്ത്രീയെ അവർ ഇമവെട്ടാതെ നോക്കി. ക്ഷമ നശിച്ചപ്പോൾ അൽപ്പം ശബ്ദമുയർത്തി ഇങ്ങനെ പറഞ്ഞു.

'നിങ്ങൾ ആരാണെന്നു പറയൂ. ദയവുചെയ്ത് ആ മുഖ കവചം അഴിച്ചുകളയൂ."

മഹാറാണിയുടെ ആജ്ഞ അനുസരിക്കാതെ പറ്റില്ലെന്നായപ്പോൾ അവർ തന്റെ മൂടുപടം മെല്ലെ ഉയർത്തിവെച്ചു.

മഹാറാണിക്ക് തന്റെ കണ്ണുകളെ വിശ്വസിക്കാനായില്ല. തന്റെ ആത്മമിത്രമായിരുന്ന ചെവര്യൂസ്!

ദീർഘമായി നിശ്വസിച്ച് അവർ തന്റെ വിറയ്ക്കുന്ന കൈകൾ ചെവര്യൂസിനു നേരെ നീട്ടി.

"എത്രകാലമായി നിന്നെ കണ്ടിട്ട്?"

കിടക്കയുടെ അരികിലേക്കു ചെന്ന് ചെവര്യൂസ് മഹാറാണിയുടെ കരം പിടിച്ചു. കുറേനാളുകളായി യാതൊരു ബന്ധവുമില്ലാതിരുന്ന തന്റെ പഴയ മിത്രത്തെ അപ്രതീക്ഷിതമായി അടുത്തുകണ്ടപ്പോൾ മഹാറാണിയുടെ മുഖം പ്രകാശപൂർണമായി. ഇടക്കാലത്ത് പലകാര്യങ്ങളിലും അവരെ അവഗണിക്കേണ്ടിവന്നതിൽ മഹാറാണിക്ക് തെല്ലു ദുഃഖവും തോന്നി.

"എനിക്കു സന്തോഷമായി ചെവര്യൂസ്. പറയൂ. നിനക്ക് എന്തു സഹായമാണു വേണ്ടത്. എന്തും ചോദിച്ചുകൊള്ളുക." ചെവര്യൂസ് ഒരു

കസേര വലിച്ച് ഇരുന്നു, എന്തോ ചിന്തിച്ചശേഷം കണ്ണുകളുയർത്തി മഹാറാണിയെ നോക്കി.

"മഹാറാണിയെ കാണാനായതുതന്നെ മഹാഭാഗ്യം. അവിടുത്തെ സ്നേഹം മാത്രം മതി എനിക്ക്."

മഹാറാണിയുടെ കണ്ണുകൾ നിറഞ്ഞു.

അവരുടെ ദുർബലമായ കൈപ്പത്തികളിൽ മുറുക്കിപ്പിടിച്ചുകൊണ്ട് ചെവറ്യൂസ് തുടർന്നു:

"എനിക്ക് ഒരപേക്ഷയുണ്ട്. മഹാറാണി ഉടൻതന്നെ എന്റെ കോളനി സന്ദർശിക്കണം. ഒന്നു രണ്ടു ദിവസം വിശിഷ്ടാതിഥിയായി എന്നോടൊപ്പം ചെലവിടുകയും വേണം. എന്റെ ചിരകാലസ്വപ്നമാണ്..."

മഹാറാണിയുടെ മുഖത്ത് സന്തോഷം നിറഞ്ഞു.

"തീർച്ചയായും സമ്മതിച്ചിരിക്കുന്നു. അതിനുവേണ്ട ഒരുക്കങ്ങൾ വേഗം ചെയ്തുകൊള്ളുക."

"പക്ഷേ ഒരു പ്രശ്നമുണ്ട്." ചെവറ്യൂസ് പറഞ്ഞു.

"എനിക്ക് രണ്ടാഴ്ചത്തെ സാവകാശം വേണം. ഞങ്ങളുടെ കോളനി ഇപ്പോൾ വളരെ ദയനീയമായ അവസ്ഥയിലാണ്. വർഷങ്ങളായി അവിടെ അറ്റകുറ്റപ്പണികൾ നടക്കാറില്ല. വൃത്തിയും വെടിപ്പുമില്ലാതെ ആകെ അലങ്കോലപ്പെട്ടു കിടക്കുകയാണ്. മഹാറാണി വരുന്നതിന് മുൻപായി അറ്റകുറ്റപ്പണികൾ നടത്തണം, മോടിപിടിപ്പിക്കണം.. കുറഞ്ഞത് മൂന്നുലക്ഷം ലിവറെങ്കിലും വേണ്ടിവരുമെന്നാണ് തോന്നുന്നത്. എന്റെ അവസ്ഥയും വളരെ മോശമാണ്. എങ്കിലും മഹാറാണിയെ സംബന്ധിക്കുന്ന കാര്യമായതുകൊണ്ട് അതൊക്കെ ഞാൻ എങ്ങനെയെങ്കിലും നടത്തിക്കൊള്ളാം. സാരമില്ല. ഒരു നല്ലകാര്യത്തിനല്ലേ?"

ചെവറ്യൂസ് പറഞ്ഞുതീരും മുൻപേ മഹാറാണി ഇടയ്ക്കുകയറി.

"നീ വിഷമിക്കണ്ട ചെവറ്യൂസ് ഇതിനുള്ള എല്ലാ ചെലവുകളും ഞാൻ തന്നു സഹായിച്ചുകൊള്ളാം. ഈ അവസരത്തിൽ നിന്നെ ബുദ്ധിമുട്ടിക്കുന്നത് ശരിയല്ല."

മഹാറാണി മണിമുഴക്കി. പാറാവുകാരെ വിളിപ്പിച്ചു. ചെവറ്യൂസ് ആവശ്യപ്പെടുന്ന മുഴുവൻ പണവും നൽകാൻ ഫോക്കറ്റിനെ ചുമതലപ്പെടുത്തിക്കൊണ്ടുള്ള കത്ത് അവരെ ഏൽപ്പിച്ചു.

വിട്ടുപിരിയാൻ ഇരുവർക്കും മനസുവന്നില്ല. പഴയ കഥകൾ പറഞ്ഞ് നേരം പോയതും അറിഞ്ഞില്ല. മഹാറാണിയുടെ കൈപിടിച്ചു നെഞ്ചോടു ചേർത്ത് അവർ ഒടുവിൽ യാത്ര ചോദിച്ചു. ഇരുവരുടെയും മുഖം വിഷാദപൂർണമായി.

കണ്ണുതുടച്ചു തേങ്ങിക്കരഞ്ഞുകൊണ്ടു ചെവറ്യൂസ് പെട്ടെന്ന് പുറത്തേക്കു നടന്നു.

ഫോക്കറ്റിന്റെ പക്കൽ നിന്നും പണവും വാങ്ങി. മടങ്ങിപ്പോകുമ്പോൾ ചെവറ്യൂസിന്റെ ചുണ്ടിലും കണ്ണിലും ഒരു വന്യമായ പുഞ്ചിരി തെളിഞ്ഞു — കാപട്യത്തിൽ കുപ്രസിദ്ധി നേടിയ അവർ തന്റെ ദൈനംദിനാവശ്യങ്ങൾക്കുള്ള പണം കണ്ടെത്തുന്നത് ഇത്തരം വളഞ്ഞവഴികളിലൂടെയാണെന്ന് പാവം അമ്മ മഹാറാണിയുണ്ടോ അറിയുന്നു?

രണ്ട്

മൂന്നു പോരാളികളിൽ പ്രമുഖനായ അത്തോസിന്റെ മകൻ റായൂളിന് തന്റെ യാത്ര പാതിവഴിക്കു നിർത്തി സ്വദേശത്തേക്കു മടങ്ങേണ്ടിവന്നു. അയാളുടെ സുഹൃത്തായ സിഗുശ്ചി കൊടുത്തുവിട്ട ഒരു കുറിപ്പായിരുന്നു അതിനു കാരണം. എന്തൊക്കെയോ അപായസൂചനകൾ അടങ്ങിയ ആ കുറിപ്പ് കിട്ടിയ ഉടൻതന്നെ റായൂൾ ലണ്ടൻയാത്ര മതിയാക്കി മടങ്ങുകയായിരുന്നു.

ഫ്രാൻസിൽ തിരിച്ചെത്തിയ അയാളെ കാത്തിരുന്നത് തീർത്തും അശുഭകരമായ വാർത്തകളാണ്. മഹാരാജാവിന്റെ സുരക്ഷാ സൈനികരുടെ കൂട്ടത്തിൽനിന്നും തന്നെ പുറത്താക്കിയ വിവരമായിരുന്നു അതിൽ പ്രധാനം. കൊട്ടാരത്തിലെത്തി ഉത്തരവു കൈപ്പറ്റിയശേഷം സമനില തെറ്റിയവനെപ്പോലെയാണ് അയാൾ പുറത്തേക്കുവന്നത്. കൊട്ടാരത്തിലെ ആൾക്കാരിൽ പലരും അതിനോടകം വിവരങ്ങൾ അറിഞ്ഞിരുന്നു. ആരോടും ഒരക്ഷരം ഉരിയാടാതെ, ആർക്കും മുഖം കൊടുക്കാതെ ദുഃഖം ഉള്ളിലൊതുക്കി അയാൾ എങ്ങോട്ടെന്നില്ലാതെ നടന്നകന്നു.

രാജാവായ ലൂയി പതിനാലാമന് തന്നോടുണ്ടായ നീരസത്തിന്റെ കാരണം എത്ര ആലോചിച്ചിട്ടും റായൂളിന് പിടികിട്ടിയില്ല. ഒടുവിൽ തനിക്കു കുറിപ്പു കൊടുത്തയച്ച സുഗുശ്ചിയെ കണ്ടു ചോദിക്കാൻ അയാൾ തീരുമാനിച്ചു.

എന്നാൽ ഈ കാര്യങ്ങളെപ്പറ്റി തികച്ചും അവ്യക്തമായ ചിത്രമാണ് സിഗുശ്ചി റായൂളിന് നൽകിയത്. അയാൾ ആരെയൊക്കെയോ ഭയപ്പെടുന്നതുപോലെ – പലതും വളരെ തന്ത്രപൂർവം മറച്ചുപിടിച്ചു.

“എനിക്കറിയാവുന്ന കാര്യങ്ങളെല്ലാം ഞാൻ നിന്നോടു പറഞ്ഞുകഴിഞ്ഞു. ഇതിൽ കൂടുതലൊന്നും പ്രതീക്ഷിക്കരുത്. സുഹൃത്ത് എന്ന

നിലയിൽ ഒരു മുന്നറിയിപ്പു മാത്രമാണു ഞാൻ തരുന്നത്. യഥാർഥ വിവരങ്ങൾ മറ്റാരോടെങ്കിലും ചോദിച്ചറിയുകയാവും നല്ലത്." എന്നാണ് ഗുശ്ചി പറഞ്ഞത്.

വലിയ പ്രതീക്ഷകളുമായി വന്ന റായൂൾ ഇതുകേട്ട് തലയ്ക്കു കൈവെച്ചിരുന്നുപോയി. തൊട്ടടുത്ത നിമിഷം റായൂൾ പൊട്ടിത്തെറിച്ചു.

"നീയല്ലാതെ വേറെ ആരോടാണു ഞാൻ ഇതൊക്കെ ചോദിക്കേണ്ടത്. നീ എന്നോടു ഇങ്ങനെ പറയുമെന്നു ഞാൻ ഒട്ടും പ്രതീക്ഷിച്ചില്ല."

റായൂളിനു ഭ്രാന്തു പിടിച്ചതായി ഗുശ്ചിക്കു തോന്നി. അയാൾ അടുത്തുചെന്ന് അനുനയരൂപത്തിൽ പറഞ്ഞു.

"അർട്ടഗ്നനുമായി തനിക്കു നല്ല അടുപ്പമുണ്ടല്ലോ. അങ്ങേരോടു ചോദിക്ക്."

റായൂൾ പെട്ടെന്നു ചാടി എണീറ്റു. എന്തൊക്കെയോ തീരുമാനിച്ചുറച്ച് വളരെ വേഗം പുറത്തേക്കു നടന്നു.

റായൂളിന്റെ പിതാവ് അത്തോസിന്റെ ആത്മസുഹൃത്തായിരുന്നു അർട്ടഗ്നൻ. മൂന്നു പോരാളികളുടെ ക്യാപ്റ്റനായി അറിയപ്പെട്ട അദ്ദേഹം റായോളിനെ സ്വന്തം മകനെപ്പോലെയാണ് കണക്കാക്കിയിരുന്നത്. റായൂൾ കടന്നു ചെല്ലുമ്പോൾ ക്യാപ്റ്റൻ അർട്ടഗ്നൻ തന്റെ ആഫീസു മുറിയിലെ മേശപ്പുറത്ത് കടലാസു കൂമ്പാരത്തിനിടയിൽ എന്തോ തിരഞ്ഞുകൊണ്ടിരിക്കുകയായിരുന്നു. കാൽമുട്ടുകൾക്കു മുകളിൽ തന്റെ സന്തതസഹചാരിയായ വാൾ കുറുകേ വെച്ചുകൊണ്ടാണ് മൂപ്പരുടെ ഇരുപ്പ്.

കാൽപ്പെരുമാറ്റം കേട്ട് എന്തോ പുലമ്പിക്കൊണ്ട് അദ്ദേഹം ക്രുദ്ധനായി തലയുയർത്തിനോക്കി. കൊമ്പൻമീശ ഒരിക്കൽക്കൂടി പിരിച്ചുകയറ്റി. റായൂളിനെ കണ്ടപ്പോൾ പെട്ടെന്ന്, ആ മുഖത്ത് വാത്സല്യം കലർന്ന പുഞ്ചിരി വിടർന്നു.

"വരൂ മകനേ റായൂൾ." സൗമ്യമായ ശബ്ദത്തിൽ അദ്ദേഹം റായൂളിനെ ക്ഷണിച്ചു. "രാജാവു നിന്നെ പുറത്താക്കിയെന്നു കേട്ടു എന്താണു കാരണം?"

അർട്ടഗ്നൻ വിവരങ്ങളെല്ലാം അറിഞ്ഞിരിക്കുന്നു. "എനിക്കൊന്നുമറിയില്ല." റായൂളിന്റെ കണ്ഠമിടറി. അർട്ടഗ്നൻ അയാളുടെ മുഖത്തേക്കു സൂക്ഷിച്ചു നോക്കി.

"നീ ഏതോ കുഴപ്പം പിടിച്ച ബന്ധങ്ങളിൽ ചെന്നു പെട്ടെന്നു കേട്ടു." റായൂൾ വികാരാധീനനായി.

"അധികാര കേന്ദ്രങ്ങളിൽ യാതൊരു പിടിപാടുമില്ലാത്ത എന്നെപോലുള്ള ഒരു പാവത്തിനെ രക്ഷിക്കാൻ ഇനി അങ്ങേക്കു മാത്രമേ കഴിയൂ. ഈ ലോകത്തിലെ ഏറ്റവും ശപിക്കപ്പെട്ട ഒരാളാണ് ഞാൻ."

"ആരാണു നിന്നെ കുഴപ്പിച്ചത്?" അർട്ടഗ്നൻ ചോദിച്ചു.

"വല്ലിയർ. അവൾ എന്നെ വഞ്ചിക്കുകയായിരുന്നു." റായൂൾ കരച്ചിലിന്റെ വക്കോളമെത്തി.

"വഞ്ചിച്ചുവെന്ന് ഉറപ്പാണോ?"

"എനിക്കങ്ങനെ തോന്നുന്നു."

അർട്ടഗ്നൻ ചിരിച്ചു. "അങ്ങനെയെങ്കിൽ ഇതിൽ എന്തെങ്കിലും കഴമ്പ് ഉണ്ടാകാതിരിക്കില്ല. തീയില്ലാതെ പുകയുണ്ടാകില്ല."

ഇത്രയുമായപ്പോൾ റായൂളിനു സങ്കടം നിയന്ത്രിക്കാനാവാതെയായി. ഒരു കൊച്ചുകുട്ടിയെപ്പോലെ തേങ്ങിക്കരയാൻ തുടങ്ങി.

റായൂൾ എത്ര നിഷ്ക്കളങ്കനാണെന്ന് അർട്ടഗ്നനു തോന്നി. അദ്ദേഹം എണീറ്റു ചെന്ന് അയാളുടെ തോളിൽ തട്ടി സമാശ്വസിപ്പിച്ചുകൊണ്ടു പറഞ്ഞു.

"ഇതുമായി ബന്ധപ്പെട്ട ഏതാനും ചില സൂചനകൾ മാത്രം ഞാൻ തരാം. ആശാരിയും ചിത്രകാരനും കോണിപ്പടിയും ഈ സംഭവത്തിൽ പ്രധാന പങ്കുവഹിച്ചിട്ടുണ്ട്. ബാക്കിയെല്ലാം നീ തന്നെ അന്വേഷിച്ചു കണ്ടെത്തിക്കൊള്ളുക."

"ആശാരിയോ" റായൂളിന് ആകാംക്ഷയേറി.

"അതെ. കൊട്ടാരവളപ്പിലെ ഒരു മുറിയിൽ നിന്നും മറ്റൊരു മുറിയിലേക്കു കടക്കാൻ ഒരു രഹസ്യക്കോണി ഉണ്ടാക്കിയെന്നും അതിനായി രാജാവ് ഒരു ആശാരിയെ നിയോഗിച്ചെന്നും ആരോ എന്നോടുപറഞ്ഞതായി ഓർക്കുന്നു."

"ആ കോണി നിർമിച്ചത് വല്ലിയറിന്റെ മുറിയിലേക്കാണോ?"

"അതിനെപ്പറ്റി യാതൊന്നും എനിക്കറിയില്ല."

"ചിത്രകാരനെപ്പറ്റി പറഞ്ഞതോ?"

"കൊട്ടാരത്തിലെ സുന്ദരിയായ ഒരു സ്ത്രീയുടെ ചിത്രം വരയ്ക്കാൻ രാജാവ് വിഖ്യാതനായ ഒരു ചിത്രകാരനെ വിളിച്ചുവരുത്തിയതായി പറഞ്ഞുകേട്ടു."

"ആ ചിത്രം വല്ലിയറിന്റേതായിരുന്നോ?"

'ശുംഭൻ തനിക്ക് ആ പൊട്ടിപ്പെണ്ണിനെപ്പറ്റി പറയാനേ നേരമുള്ളൂ അല്ലേ?" അർട്ടഗ്നനു ദേഷ്യം പിടിച്ചു.

പെട്ടെന്ന് മണിയൊച്ച കേട്ടു. ഒരു പടയാളി അവിടേക്കു കടന്നുവന്നു. ആർട്ടഗ്നനെ കാണുന്നതിനായി മാഡം മൊണ്ടലായിസ് പുറത്തു കാത്തുനിൽക്കുന്നതായി അറിയിച്ചു.

അർട്ടഗ്നൻ ഊറിച്ചിരിച്ചുകൊണ്ടു പറഞ്ഞു:

"എന്നെ കാണണമെന്നോ? ഏതായാലും അകത്തു വരാൻപറയൂ."

മോണ്ടലായിസ് അകത്തു പ്രവേശിച്ചപ്പോൾ റായൂൾ തിടുക്കത്തിൽ രണ്ടു ചുവടു പിന്നോക്കം മാറി. മറഞ്ഞുനിന്നു.

"ക്ഷമിക്കണം ഞാൻ റായൂളിനെ തേടിയാണു വന്നത്."

അവളുടെ മുഖത്തെ പരിഭ്രമം നിഴലിച്ചു. അർട്ടഗ്നൻ ഉടൻ തന്നെ പിന്നിൽ മറഞ്ഞുനിന്ന റായൂളിന്റെ കൈപിടിച്ച് മുന്നിലേക്കു നീക്കി നിർത്തി. മൊണ്ടിലായീസിനോടു പറഞ്ഞു:

"നീ ഇവനെ തേടിയല്ലേ വന്നത്? ഇവന്റെ അവസ്ഥ മഹാകഷ്ടമാണ്. ഇനിയെങ്കിലും നിങ്ങൾ ഇവനോടിത്തിരി മനുഷ്യത്വം കാണിക്ക്.

കാമുകീകാമുകന്മാരെ അവരുടെ സ്വന്തം വഴിക്കു വിട്ടേക്കൂ. അവർ പറന്നുല്ലസിച്ചു നടക്കട്ടെ. ആർക്കാണു ചേതം?"

"അതുപറയാൻ തന്നെയാണു ഞാൻ വന്നത്. മാഡം ഹെൻറൈറ്റ റായൂളിനെ കൂട്ടിക്കൊണ്ടു ചെല്ലാൻ എന്നെ ചുമതലപ്പെടുത്തിയിരിക്കയാണ്."

"ശരി കാര്യങ്ങൾ ഭംഗിയായി നടക്കട്ടെ." ഒരു ദീർഘനിശ്വാസത്തോടെ അർട്ടഗ്നൻ തുടർന്നു. "ഒരുമണിക്കൂർ കഴിഞ്ഞിരുന്നെങ്കിൽ ഈ മരമണ്ടൻ ഹൃദയംപൊട്ടി മരിച്ചുവീണേനെ."

അർട്ടഗ്നൻ വീണ്ടും തന്റെ ആപ്പീസ് ജോലികളിൽ വ്യാപൃതനായി.

ഫ്രാൻസിലെ രാജാവ് ലൂയി പതിനാലാമന്റെ സഹോദരന്റെ ഭാര്യയാണ് ഹെൻറൈറ്റ. ഇംഗ്ലണ്ടിലെ ഭരണാധികാരി ചാൾസ് രണ്ടാമന്റെ സഹോദരിയാണിവർ.

ലൂയി പതിനാലാമനും ഹെൻറൈറ്റയുമായി അൽപ്പസ്വൽപ്പം രഹസ്യബന്ധങ്ങളൊക്കെ ഉണ്ടായിരുന്നു. ഇത് ലൂയിയുടെ ഭാര്യക്ക് നന്നായി അറിയാം. ഇതേകാരണത്താൽ ലൂയിയുടെ ഭാര്യയുടെ ഒന്നാം നമ്പർ ശത്രു ഹെൻറൈറ്റയായിരുന്നു.

കൊട്ടാരത്തിലെ മുഖ്യപരിചാരികയും സഭാംഗവും സർവോപരി സ്വർവലോകസുന്ദരിയുമായ വല്ലിയറും ലൂയിയുടെ രഹസ്യകാമുകിമാരിൽ ഒരാളാണ്. ഹെൻറൈറ്റയും വല്ലിയറും തമ്മിലുള്ള ശത്രുതയ്ക്ക് കാരണവും ഇതാണ്. വെല്ലിയറെ വെട്ടിൽ വീഴ്ത്താൻ കിട്ടുന്ന അവസരങ്ങളൊന്നും ഹെൻറൈറ്റ പാഴാക്കാറില്ല. രാജാവിന്റെ സേനാംഗങ്ങളിൽ പ്രമുഖനായ റായൂളും വല്ലിയറുമായുള്ള സ്നേഹബന്ധത്തെപ്പറ്റി വളരെ വൈകിയാണ് ഹെൻറൈറ്റ അറിയുന്നത്. റായൂളിന്റെ ലണ്ടൻ യാത്ര മുടക്കിയതും, അയാളെ മടക്കി അയയ്ക്കാൻ കരുക്കൾ നീക്കിയതും ഹെൻറൈറ്റ തന്നെ.

റായൂൾ കടന്നു ചെല്ലുമ്പോൾ മാസം ഹെൻറൈറ്റ രാജകീയ വേഷവിധാനങ്ങളോടെ തന്റെ സ്വകാര്യമുറിയിലെ ചാരുകസേരയിൽ എന്തോ ചിന്തിച്ചിരിക്കുകയായിരുന്നു. കാറ്റത്ത് ഇളകിപ്പറക്കുന്ന ഇടതൂർന്ന തലമുടിയും വശ്യതയാർന്ന ആ തുടുതുടുത്ത മുഖവും അയാൾ ഒരു നിമിഷം നോക്കിനിന്നു. അവൾ പതിവിലും സുന്ദരിയായിരുന്നു എന്ന് റായൂളിനും തോന്നി.

കിന്നരിപിടിപ്പിച്ച് ആകർഷകമായ പട്ടുതലയിണയിൽ തന്റെ മിനുത്ത കാൽപ്പാദങ്ങൾ ഉയർത്തിവെച്ചിരിക്കയായിരുന്നു അവൾ. നിറയെ രോമങ്ങളുള്ള ഒരു വെളുത്ത പൂച്ച അവളുടെ നീണ്ട കൂർത്ത കൈവിരലുകളെ ചുംബിക്കുകയും ഉടുപ്പിൽ തുന്നിച്ചേർത്ത് പൂക്കളെ കടിച്ചു വലിച്ചു രസിക്കുകയുമായിരുന്നു. എന്നാൽ മറ്റേതോ ലോകത്തായിരുന്നതിനാൽ അവൾ ഇതൊന്നും ശ്രദ്ധിക്കുന്നുണ്ടായിരുന്നില്ല.

കാൽപ്പെരുമാറ്റം കേട്ട് അവൾ ചിന്തയിൽ നിന്നും ഞെട്ടി ഉണർന്ന് റായൂളിനെ നോക്കി വളരെ സാവകാശം എണീറ്റു ചെന്ന് സൗമ്യമായ ശബ്ദത്തിൽ ചോദിച്ചു.

"ഗുശ്ചിയെ കണ്ടു അല്ലേ?"

"കണ്ടു. പക്ഷേ ഒന്നും പറഞ്ഞില്ല."

"ക്യാപ്റ്റൻ അർട്ടഗ്നൻ?"

ഇല്ല എന്നയർഥത്തിൽ അയാൾ തലയാട്ടി.

"ആത്മാർഥസുഹൃത്തുക്കൾ പോലും ചെയ്യാൻ മടിക്കുന്ന കാര്യങ്ങളാണ് ഞാൻ നിങ്ങൾക്കുവേണ്ടി ചെയ്യാൻ പോകുന്നത്." ഹെൻറൈറ്റയുടെ ശബ്ദത്തിൽ സഹതാപം നിഴലിച്ചു.

"വല്ലിയറുമായി നീ കടുത്ത പ്രേമത്തിലാണെന്നു കേൾക്കുന്നു. ശരിയാണോ?"

റായൂൾ എന്തു ചെയ്യണമെന്നറിയാതെ നിശ്ശബ്ദനായി നിന്നു. അൽപ്പം ഇടർച്ചയോടെ പറഞ്ഞു.

"അതെ മാഡം."

മറുപടി കേട്ട് ഹെൻറൈറ്റയുടെ മുഖം കറുത്തു. റായൂളിന്റെ കണ്ണുകളിലേക്ക് ഉറ്റുനോക്കി അൽപ്പം ഉച്ചത്തിൽ പറഞ്ഞു.

"ഇത് ഒരു മുന്നറിയിപ്പാണെന്നു കരുതിക്കൊള്ളുക. അധികം താമസിയാതെ കൊട്ടാരത്തിൽ നിന്നും ഞാൻ അവളെ ചവുട്ടിപ്പുറത്താക്കും. ഇവിടുത്തെ എല്ലാ സ്വസ്ഥതകളും അവളാണു നശിപ്പിക്കുന്നത്."

ഹെൻറൈറ്റ തുടർന്നു. "നിങ്ങൾ തമ്മിലുള്ള ബന്ധം തുടരുന്നതിൽ എനിക്കു യാതൊരു പരിഭവവുമില്ല. പക്ഷേ, നിന്റെ പ്രതിശ്രുതവധു രാജാവിന്റെ രഹസ്യകാമുകിയാണെന്നു പറഞ്ഞാൽ നീ വിശ്വസിക്കുമോ?"

ഇടിയേറ്റവനെപ്പോലെ റായൂൾ നടുങ്ങി.

"ഇല്ല മാഡം. അവൾ എന്നെ വഞ്ചിക്കുകയില്ല. നിങ്ങൾ അവളെ തെറ്റിദ്ധരിച്ചിരിക്കുകയാണ്. അവൾ എനിക്കു വാക്കുതന്നിട്ടുണ്ട്. അതു പാലിക്കപ്പെടുമെന്നു തന്നെയാണ് എന്റെ വിശ്വാസം." റായൂളിന്റെ കണ്ഠം ഇടറി.

"എങ്കിൽ എന്റെ കൂടെ വരൂ. അവളുടെ തനിനിറം ഞാൻ ബോധ്യപ്പെടുത്തിത്തരാം."

കൊട്ടാരത്തിന്റെ പിൻഭാഗത്തുള്ള വല്ലിയറിന്റെ വാസസ്ഥലം ലക്ഷ്യമാക്കി ഹെൻറൈറ്റ തിടുക്കത്തിൽ നടന്നു. തന്നോടൊപ്പം വരാൻ റായൂളിനോട് ആംഗ്യം കാണിച്ചു. സ്വബോധം നഷ്ടപ്പെട്ടവനെപ്പോലെ റായൂൾ അവളെ പിൻതുടർന്നു. പാറാവുകാരുടെ കണ്ണിൽ പെടാത്തവിധം രഹസ്യമാർഗങ്ങളിലൂടെയാണ് ഹെൻറൈറ്റ റായൂളിനെ അകത്തേക്കു കൊണ്ടുപോയത്.

ലൂയി പതിനാലാമനും, സഭാംഗങ്ങളായ സ്ത്രീജനങ്ങളും പരിചാരകരും ഉൾപ്പെടെയുള്ള സംഘം സെയ്ന്റ്-ജർമെനിൽ ആഘോഷപരിപാടികളിൽ പങ്കെടുക്കാൻ പോയതിനാൽ, അന്ന് കൊട്ടാരവും പരിസരവും ഏറെക്കുറെ വിജനമായിരുന്നു. ശാരീരികാസ്വാസ്ഥ്യമാണെന്ന് കളവ് പറഞ്ഞാണ് ഹെൻറൈറ്റ യാത്രയിൽ നിന്നും തന്ത്രപൂർവം ഒഴിഞ്ഞു മാറിയത്.

തന്റെ പ്രിയ കാമുകിയുടെ വാസഗൃഹം വളരെ ദൂരെനിന്നും കണ്ട പ്പോൾ തന്നെ റായൂളിന്റെ ഹൃദയം മിടിക്കാൻ തുടങ്ങി. ആ വീടും പരിസരപ്രദേശങ്ങളും അയാൾക്ക് ഏറെക്കുറെ സുപരിചിതമായിരുന്നു. വല്ലിയറുമായി സല്ലപിച്ചുകൊണ്ട് എത്രയോ ദിനരാത്രങ്ങൾ അവിടെ ചെലവിട്ടിരിക്കുന്നു. തങ്ങളുടെ രഹസ്യസമാഗമങ്ങൾക്ക് സാക്ഷ്യം വഹിച്ചിരുന്ന കോണിപ്പടികളും ഇടനാഴികളും കടന്ന് മുന്നോട്ടുപോകുമ്പോൾ ഒട്ടേറെ മധുരസ്മരണകൾ അയാളുടെ മനസിൽ ഒന്നിനു പിറകേ ഒന്നായി മിന്നിമറഞ്ഞു.

വെല്ലിയറിന്റെ വീട് വലിയ താഴിട്ടു പൂട്ടിയ നിലയിലായിരുന്നു. ഹെൻറൈറ്റ തന്റെ കൈവശം കരുതിയിരുന്ന കള്ളത്താക്കോലുകൊണ്ട് വാതിൽ നിഷ്പ്രയാസം തുറന്ന് അകത്തു കടന്നു. ഇതെല്ലാം അമ്പരപ്പോടെ നോക്കിക്കൊണ്ട് പിന്നിൽ നിന്ന റായൂളിനോട് അവൾ പറഞ്ഞു.

"ഒരുപാടു തെളിവുകൾ ഇവിടെയുണ്ട്. അതുകണ്ട് നീ ഞെട്ടരുത്. നിനക്കു താൽപ്പര്യമില്ലെങ്കിൽ തിരിച്ചുപോകുകയുമാവാം."

"ഇല്ല മാഡം. താൻ പിൻവാങ്ങുന്നില്ല." റായൂൾ ദൃഢമായ ശബ്ദത്തിൽ പറഞ്ഞു.

ഹെൻറൈറ്റ തങ്ങൾ കയറിയ വാതിലിനുനേരെ വിരൽചൂണ്ടി അത് ഭദ്രമായി അടയ്ക്കുവാൻ റായൂളിനോട് ആംഗ്യം കാണിച്ചു.

"ഇപ്പോൾ നാം എവിടെയാണെന്ന് എന്നേക്കാൾ കൂടുതൽ നിനക്കറിയാം."

ഹെൻറൈറ്റ അർഥംവെച്ചു ചിരിച്ചു.

"ഇതാണ് അവളുടെ സ്വകാര്യമുറി."

വളരെ ഭംഗിയായി സജ്ജീകരിച്ച ആ മുറിയുടെ ഒരു കോണിലുണ്ടായിരുന്ന കിടക്ക അവൾ മറുഭാഗത്തേക്കു തള്ളിനീക്കി. കിടക്കയുടെ അടിയിൽ വിരിച്ചിട്ട പരവതാനി മെല്ലെ ഉയർത്തി. അപ്പോൾ താഴേക്കു തുറക്കുന്ന ഒരു ചെറിയ കതക് കാണപ്പെട്ടു.

അത്ഭുതംകൊണ്ടു വിടർന്ന കണ്ണുകളുമായി റായൂൾ നോക്കിനിൽക്കേ തറയിൽ ഉറപ്പിച്ചിരുന്ന ഒരു കൊളുത്ത് അവൾ ഇളക്കി മാറ്റി. കുറ്റി ഒരുവശത്തേക്കു തിരിച്ചുവെച്ചു. 'ടപ്പ്' എന്ന ശബ്ദത്തോടെ സ്പ്രിങ് ഘടിപ്പിച്ച രഹസ്യവാതിൽ മലക്കെ തുറന്നു. അവിടെനിന്നും താഴേക്ക് കുറേ കോണിപ്പടികൾ...

വളരെ ശ്രദ്ധിച്ച് കൈവരികളിൽ ബലമായി പിടിച്ച് ഇരുവരും ഇരുട്ടു മൂടിക്കിടന്ന കോണിയിലൂടെ താഴേക്കിറങ്ങി. ലൂയി പതിനാലാമന്റെ വിശ്വസ്തനും രാജസഭയിലെ പ്രമുഖനുമായ എയ്ഗന്റെ കിടപ്പുമുറിയിലാണ് പടികൾ അവസാനിക്കുന്നത്.

രാജപ്രൗഢിയിൽ തന്നെ സജ്ജീകരിച്ചിരുന്ന ആ മുറിയിൽ കാലുകുത്തിയ നിമിഷം റായൂളിന്റെ മുഖം മങ്ങി. തന്റെ കാമുകി ഏറെ ഇഷ്ടപ്പെട്ടിരുന്ന സുഗന്ധലേപനങ്ങളുടെ മദിപ്പിക്കുന്ന ഗന്ധം അവിടെ ഓരോ അണുവിലും തങ്ങിനിൽക്കുന്നുണ്ടായിരുന്നു. അവൾ സ്ഥിരമായി വായി

ക്കുന്ന പുസ്തകങ്ങളുടെ വൻശേഖരം ഒരുഭാഗത്ത്, അവളുടെ പുതിയതും പഴയതുമായ വസ്ത്രങ്ങൾ, ജനലിലും കതകിലും തൂക്കിയിരുന്ന തിരശ്ശീലകൾക്കുപോലും അവളുടെ ഇഷ്ടനിറങ്ങൾ.

പ്രധാന ചുവരിൽ തൂക്കിയിരുന്ന വല്ലിയറിന്റെ അതി മനോഹരമായ എണ്ണച്ഛായ ചിത്രം കണ്ടതോടെ റായൂളിന്റെ മുഖം വിളറി വെളുത്തു. കണ്ടകാഴ്ചകൾ വിശ്വസിക്കാനാവാതെ അയാൾ വിറങ്ങലിച്ചു നിന്നു. മറ്റൊരാളുടെ സ്വകാര്യമുറിയിൽ താൻ ജീവനുതുല്യം സ്നേഹിക്കുന്ന കാമുകിയുടെ ചിത്രം. അവളുടെ അഭിരുചിക്കനുസരിച്ചുള്ള സജ്ജീകരണങ്ങൾ, വസ്ത്രങ്ങൾ, പുസ്തകങ്ങൾ..

ഹെൻറൈറ്റ അയാളെ അടിമുടി നിരീക്ഷിച്ചുകൊണ്ടിരിക്കുകയായിരുന്നു. അൽപ്പംകഴിഞ്ഞ് വിറയാർന്ന ശബ്ദത്തിൽ റായൂൾ പറഞ്ഞു.

“ഇതെല്ലാം കാണിച്ചു തന്നതിൽ അതിയായ നന്ദിയുണ്ട് മാഡം. അവൾ സന്തോഷവതിയായിരിക്കണം. അത്രമാത്രം മതി എനിക്ക്. പക്ഷേ എന്റെ സ്വകാര്യസ്വത്ത് മറ്റൊരാൾ അപഹരിച്ചു എന്നറിയുമ്പോൾ ദുഃഖം തോന്നുന്നു.”

റായൂളിന്റെ മുഖഭാവം പെട്ടെന്നു മാറി. അയാൾ അലറി വിളിച്ചു. “ഇല്ല ഈ ചതി ഞാൻ അംഗീകരിച്ചു കൊടുക്കില്ല. ഇത് എനിക്കു സഹിക്കാനാവില്ല.”

അയാളുടെ മുഖത്തെ പേശികൾ വലിഞ്ഞു മുറുകുന്നത് ഹെൻറൈറ്റ കണ്ടു.

തൊട്ടടുത്ത നിമിഷം, തറ ചവുട്ടിമെതിച്ചുകൊണ്ട് ഒരു കൊടുങ്കാറ്റുപോലെ അയാൾ പുറത്തേക്കു നടന്നു.

റായൂളിന്റെ ഭാവമാറ്റം കണ്ട് ഹെൻറൈറ്റ അമ്പരന്നുനിന്നു. താൻ കാരണം എന്തൊക്കെയോ സംഭവിക്കാൻ പോകുന്നു എന്ന തോന്നൽ അവളെ അലട്ടി.

“ഇതൊന്നും അയാളോട് പറയേണ്ടിയിരുന്നില്ല.” അവൾ പിറുപിറുത്തു.

മൂന്ന്

റായൂൾ ദൂരെനിന്നും വരുന്നതുകണ്ടപ്പോൾ തന്നെ പോർത്തോസ് പൂമുഖത്തേക്ക് ഇറങ്ങിവന്നു. വളരെ സന്തോഷത്തോടെ അയാളെ അഭിവാദ്യം ചെയ്തു. കൈപിടിച്ച് ഉള്ളിലേക്കാനയിച്ചു.

പതിവിനു വിപരീതമായുള്ള റായൂളിന്റെ വിളറിവെളുത്ത മുഖവും മുഷിഞ്ഞ വേഷവും പാറിപ്പറന്ന മുടിയുമൊക്കെ കണ്ടപ്പോൾ പോർത്തോവിന് എന്തോ പന്തികേടു തോന്നി.

അതേസമയം എങ്ങനെ പറഞ്ഞു തുടങ്ങണം എന്നറിയാതെ പരുങ്ങുകയായിരുന്നു റായൂൾ. അൽപ്പം കഴിഞ്ഞ് മൃദുവായ ശബ്ദത്തിൽ അയാൾ പറഞ്ഞു തുടങ്ങി:

"അങ്ങയുടെ ഒരു ചെറിയ സഹായം വേണം." പോർത്തോസ് വെറുതെ ചിരിച്ചു.

"ഇന്നുരാവിലെ എട്ടുലക്ഷം ലിവർ എനിക്കു കളഞ്ഞുകിട്ടിയത് നീ അറിഞ്ഞു അല്ലേ? അതിന്റെ വിഹിതം ചോദിച്ചാണോ നീ വന്നിരിക്കുന്നത്?"

വാക്കുകളിൽ അൽപ്പം നർമം കലർത്തിക്കൊണ്ട് പോർത്തോസ്, റായൂളിന്റെ മുഖത്തേക്കു നോക്കി ചോദിച്ചു.

"പണം എനിക്കു പ്രശ്നമേയല്ല." റായൂളിന്റെ ശബ്ദം കനത്തിരുന്നു.

സംഗതി, താൻ കരുതിയതുപോലെ അത്ര നിസാരമല്ലെന്നു പോർത്തോസിനു തോന്നി. കുറച്ചുനേരം അവർ അങ്ങോട്ടുമിങ്ങോട്ടും നോക്കിയിരുന്നു. അവസാനം റായൂൾ പറഞ്ഞു.

"എയ്ഗൺ ആണ് എന്റെ പ്രശ്നം." പോർത്തോസ് കസേരയിൽ നിന്നും എഴുന്നേറ്റുവന്നു. "അയാൾ നല്ല മനുഷ്യനാണല്ലോ. മാന്യനും മര്യാദക്കാരനുമാണ്. നിനക്ക് അയാളോട് ഇത്ര നീരസമുണ്ടാകാൻ എന്താണു കാരണം? എനിക്കു പിടികിട്ടുന്നില്ല"

“അയാൾ താമസസ്ഥലം മാറ്റിയത് എന്തിനാണെന്ന് എനിക്കറിയണം.”

“അതാണോ കാര്യം?” പോർത്തോസിന് ചിരിയടക്കാനായില്ല.

“പുതിയ താമസസ്ഥലത്ത് അയാൾ ഒരു രഹസ്യവാതിൽ ഉണ്ടാക്കിയിരിക്കുന്നു.”

പല്ലുകടിച്ചുകൊണ്ട് റായൂൾ തുടർന്നു.

“എന്റെ കാമുകിയുടെ ചിത്രം അയാൾ തന്റെ കിടപ്പുമുറിയിൽ വെച്ചിരിക്കുന്നു.”

അയാൾ വിതുമ്പിക്കൊണ്ട് തലകുനിച്ചിരുന്നു. പോർത്തോസ് അയാളുടെ അടുത്തേക്കു ചെന്നു. മെല്ലെ പുറത്തു തട്ടി സമാധാനിപ്പിച്ചു.

റായൂളിന്റെ അവസ്ഥ പോർത്തോസിനെ ആകെ വിഷമത്തിലാക്കി. അയാൾ പറഞ്ഞതു മുഴുവൻ അദ്ദേഹം സശ്രദ്ധം കേട്ടുകൊണ്ടിരുന്നു. റായൂൾ പിന്നീടൊന്നും മിണ്ടിയില്ല. തലകുനിച്ച് എന്തൊക്കെയോ ആലോചിച്ചിരുന്നു.

അൽപ്പം കഴിഞ്ഞ് മിനിമസിന്റെ സമീപത്തുള്ള ഹൻസ് സെസ് എന്ന സ്ഥലത്തുവെച്ച് വീണ്ടും തമ്മിൽ കാണാമെന്ന് റായൂളിനോട് പറഞ്ഞ ശേഷം പോർത്തോസ് ധൃതിയിൽ എണീറ്റ് പുറത്തേക്കിറങ്ങിനടന്നു.

പോർത്തോസ് നേരെ പോയത് എയ്ഗന്റെ വസതിയിലേക്കാണ്. ലൂയി പതിനാലാമനോടൊപ്പമുള്ള യാത്രകൾക്കു ശേഷം അദ്ദേഹം തിരിച്ചെത്തിയിട്ട് അധികനേരമായിരുന്നില്ല.

ലൂയി പതിനാലാമന്റെ വിശ്വസ്ത സഹചാരികളിൽ പ്രധാനിയായിരുന്നു എയ്ഗൺ. ഒരു സാധാരണ ഉദ്യോഗസ്ഥനായിരുന്നു എങ്കിലും, പല കാര്യങ്ങളിലും മറ്റുള്ളവരേക്കാൾ സ്വാതന്ത്ര്യവും അധികാരവും രാജാവ് അദ്ദേഹത്തിനു കൽപ്പിച്ചു നൽകിയിരുന്നു.

നിമിഷനേരം കൊണ്ട് കവിതകൾ എഴുതിയുണ്ടാക്കാനും അത് അതിമനോഹരമായി ആലപിക്കാനും എയ്ഗണ് പ്രത്യേക വാസനയുണ്ടായിരുന്നു. പര്യടനങ്ങൾക്കിടയിൽ അദ്ദേഹം ലൂയി പതിനാലാമനെയും പ്രേമഭാജനമായ വല്ലിയറെയും വർണിച്ചും പ്രകീർത്തിച്ചും കൊണ്ട് ധാരാളം കവിതകൾ എഴുതുകയും അത് അവരെ പാടിക്കേൾപ്പിക്കുകയും ചെയ്യുമായിരുന്നു. ദീർഘയാത്രകളുടെ വിരസത ഒഴിവാക്കാൻ രാജാവ് മിക്കപ്പോഴും എയ്ഗണെ കൂടെ കൂട്ടാറുണ്ട്.

മേൽവസ്ത്രങ്ങൾ ഊരിമാറ്റിയശേഷം അൽപ്പം വിശ്രമിക്കാനുള്ള തയാറെടുപ്പിലായിരുന്നു എയ്ഗൺ. അപ്പോഴാണ് പോർത്തോസ് അദ്ദേഹത്തെ കാണാൻ കാത്തുനിൽക്കുന്ന വിവരം പരിചാരകർ അറിയിച്ചത്. പോർത്തോസിനെ ഉള്ളിലേക്കു കൂട്ടിക്കൊണ്ടുവരാൻ അദ്ദേഹം നിർദേശം നൽകി.

പോർത്തോസിനെ എയ്ഗൺ വിനയപൂർവം വണങ്ങി. പക്ഷേ അദ്ദേഹത്തിന്റെ മുഖത്ത് ഗൗരവം നിറഞ്ഞുനിൽക്കുന്നതായി എയ്ഗൺ കണ്ടു.

"പറയൂ ഞാൻ എന്തു സഹായമാണ് അങ്ങേക്കു ചെയ്തു തരേണ്ടത്?" കരംഗ്രഹിച്ചുകൊണ്ട് എയ്ഗൺ ചോദിച്ചു.

"താങ്കൾ എന്റെ സുഹൃത്തിനെ ചതിച്ചു." തീരെ അപ്രതീക്ഷിതമായ ഈ വാക്കുകൾ കേട്ട് എയ്ഗൺ സ്തബ്ധനായി നിന്നു.

"ഏതു സുഹൃത്ത്?" എയ്ഗന്റെ കണ്ഠമിടറി.

'റായൂൾ" പോർത്തോസ് പറഞ്ഞു.

എയ്ഗൺ ആകെ അസ്വസ്ഥനായി.

'റായൂളിനെ എനിക്കറിയാം. പക്ഷേ അയാളുമായി വളരെ ചെറിയ ബന്ധമേ എനിക്കുള്ളൂ. ഒരുപക്ഷേ നിങ്ങൾക്ക് ആളുതെറ്റിയതാവും."

പോർത്തോസ് എയ്ഗന്റെ കണ്ണുകളിലേക്കു തുറിച്ചുനോക്കിക്കൊണ്ടു പറഞ്ഞു.

"അവൻ കള്ളം പറയില്ല. നിങ്ങൾ തീർച്ചയായും അവനെ നോവിച്ചിട്ടുണ്ട്."

"എന്നെ വിശ്വസിക്കണം. ഞാനൊന്നും ചെയ്തിട്ടില്ല." എയ്ഗൺ വലിയ ആശയക്കുഴപ്പത്തിലായി.

"അവൻ ഒരുകുറിപ്പ് എഴുതി നിങ്ങൾക്കു തന്നതായി എന്നോടു പറഞ്ഞു. ആ കുറിപ്പിൽ എല്ലാ കാര്യങ്ങളും വിശദമായി എഴുതിയിട്ടുണ്ട്.

"നിങ്ങൾ പറയുന്നതെല്ലാം പച്ചക്കള്ളമാണ്. ഞാൻ അവനെ കണ്ടിട്ടില്ല. കുറിപ്പ് എനിക്കു കിട്ടിയിട്ടുമില്ല."

"ഇതിൽ എന്തോ കുഴപ്പമുണ്ട്."

എയ്ഗൺ പറയുന്നതു വിശ്വസിക്കാനാവാതെ പോർത്തോസ് അയാളെത്തന്നെ കണ്ണെടുക്കാതെ നോക്കിനിന്നു.

എയ്ഗൺ മണി അടിച്ച് തന്റെ ഭൃത്യന്മാരെ വിളിച്ചു വരുത്തി. റായൂൾ തന്നു എന്നു പറയപ്പെടുന്ന കുറിപ്പിനായി മേശവലിപ്പിലും അലമാരയിലുമുള്ള കടലാസു കൂമ്പാരങ്ങൾക്കിടയിലും തിരച്ചിൽ തുടങ്ങി. ഏറെനേരം പരതിയിട്ടും ഒന്നും കിട്ടാതെ വന്നപ്പോൾ ഭൃത്യന്മാർ മുറിവിട്ടുപോയി.

എന്നാൽ കതക് അടയ്ക്കുന്നതിനായി എയ്ഗൺ തുനിഞ്ഞപ്പോൾ ഒരു കഷണം കടലാസ് അദ്ദേഹത്തിന്റെ കണ്ണിൽപ്പെട്ടു. കതകിന്റെ അകത്തെ താക്കോൽ ദ്വാരത്തിൽ തിരുകിവെച്ചിരിക്കയായിരുന്നു ആ കടലാസ് തുണ്ട്. റായൂൾ എഴുതിയ കത്ത്.

എയ്ഗന്റെ നെറ്റി ചുളിഞ്ഞു.

"ഞാൻ പുറത്തുപോകുമ്പോഴൊക്കെ ഈ മുറി ഭദ്രമായി പൂട്ടാറുള്ളതാണ്. പക്ഷേ, ഈ കത്ത് മുറിക്കുള്ളിൽ എങ്ങനെ വന്നു? എയ്ഗന്റെ മനസിൽ ഭയാശങ്കകൾ നിറഞ്ഞു. "ആരോ രഹസ്യമായി ഇതിനുള്ളിൽ കടന്നിട്ടുണ്ട്. തീർച്ച."

തനിക്ക് ഇതിനെപ്പറ്റി ഒന്നുമറിയില്ല എന്ന മട്ടിലായിരുന്നു പോർത്തോസിന്റെ നിൽപ്പ്.

അതിനിടെ എയ്ഗൺ കത്തിന്മേൽ കണ്ണോടിച്ചു. അദ്ദേഹത്തിന്റെ കണ്ണുകൾ തുറിച്ചു. "ഇതിലെന്തൊക്കെയോ പന്തികേടുണ്ട്. എന്നെ തന്ത്ര

പൂർവം കുടുക്കാനുള്ള ശ്രമത്തിന്റെ ഭാഗമാണിത്. ഈ കുറിപ്പ് ഇതിനകത്തുകൊണ്ടുവെച്ചത് മറ്റാരുമല്ല. അവൻ തന്നെ. റായുൾ. ഇവിടെനിന്നും അവൻ മറ്റെന്തെങ്കിലും മോഷ്ടിച്ചുകൊണ്ടു പോയിട്ടുണ്ടോ എന്നുകൂടി അന്വേഷിക്കണം."

അദ്ദേഹം പെട്ടെന്ന് പോർത്തോസിനു നേരെ തിരിഞ്ഞു അരിശത്തോടെ പിറുപിറുത്തു.

"എന്റെ സ്വകാര്യമുറിയിൽ അതിക്രമിച്ചു കയറിയിട്ട് അയാൾ പറയുന്നു ഞാൻ അയാളെ അധിക്ഷേപിച്ചു എന്ന്. എവിടുത്തെ ന്യായമാണിത്?"

പോർത്തോസ് വിട്ടുകൊടുത്തില്ല. "നിങ്ങൾ ഇപ്പോൾ ഇവിടെയല്ലല്ലോ താമസം. വീടു മാറിയില്ലേ? ഇടയ്ക്കിടെ ഇങ്ങനെ മാറിമാറിത്താമസിക്കുന്നതിന്റെ കാരണം അറിഞ്ഞാൽ കൊള്ളാം."

എയ്ഗൺ അലസമായി പറഞ്ഞു. "അതൊക്കെ എന്റെ വ്യക്തിപരമായ കാര്യങ്ങളാണ്. നിങ്ങൾ അറിയേണ്ടവയല്ല."

"ഈ മുറിക്കുള്ളിൽ അടുത്തകാലത്ത് ഒരുകോണിയും രഹസ്യവാതിലും പുതുതായി പണിതുവെച്ചെന്നു കേൾക്കുന്നു. ശരിയാണോ?"

എന്തു മറുപടി പറയണമെന്നറിയാതെ എയ്ഗൺ പകച്ചുനിന്നു. അടുത്ത നിമിഷം,

"എല്ലാ രഹസ്യങ്ങളും പുറത്തായിരിക്കുന്നു." എന്നു വിളിച്ചു പറഞ്ഞുകൊണ്ട് അദ്ദേഹം ബഹളം വയ്ക്കാൻ തുടങ്ങി.

"നിങ്ങളുടെ മുറിക്കുള്ളിൽ തൂക്കിയിട്ടിരിക്കുന്ന എണ്ണഛായ ചിത്രത്തെപ്പറ്റി ഒന്നും പറയാനില്ലേ?" എയ്ഗൺ അരിശം കൊണ്ടു വിയർത്തു കുളിച്ചു. പെട്ടെന്ന് പോർത്തോസിനെ തീക്ഷ്ണമായി നോക്കിക്കൊണ്ടു ചോദിച്ചു.

"ഓഹോ നിങ്ങൾ പറയുന്ന ആ പയ്യൻ, വല്ലിയറിന്റെ പിന്നാലെ കൂടിയിരിക്കയാണ് അല്ലേ?"

"നിങ്ങളെപ്പറ്റി ഒരുപാടു പരാതികൾ എനിക്കു കിട്ടുന്നുണ്ട്. അവയിൽ ചിലതു മാത്രമാണ് ഇപ്പോൾ പറഞ്ഞത്. അവയ്ക്കുള്ള സമാധാനം ഇപ്പോൾ കിട്ടണം."

പോർത്തോസ് തീർത്തുപറഞ്ഞു. എയ്ഗൺ തല കുനിച്ചു നിന്നു. ഇടറിയ ശബ്ദത്തിൽ ഇങ്ങനെ പറഞ്ഞു.

"അധികാരക്കസേരയിൽ ഇരിക്കുന്നവരുടെ താൽപ്പര്യമനുസരിച്ച് എനിക്ക് ഒരുപാടുകാര്യങ്ങൾ ചെയ്യേണ്ടിവരും." പോർത്തോസ് എന്തോ പറയാൻ ഒരുങ്ങിയപ്പോഴേക്കും എയ്ഗൺ ഇടയ്ക്കു കയറി.

"നിങ്ങൾ പറഞ്ഞതെല്ലാം യാഥാർഥ്യം തന്നെ. പക്ഷേ, അതൊന്നും എനിക്കു വേണ്ടിയായിരുന്നില്ല."

എയ്ഗൺ ഉരുണ്ടുകളിക്കുന്നു എന്നു തോന്നിയതുകൊണ്ട് പോർത്തോസിന്റെ വെറുപ്പും അരിശവും ഇരട്ടിച്ചു. എയ്ഗൺ അയാളുടെ മുഖത്തേക്ക് സൂക്ഷിച്ചു നോക്കി. "തന്റെ കാമുകിയുടെ ചിത്രം മറ്റൊരാളുടെ

കിടപ്പുമുറിയിൽ കാണേണ്ടിവരുമ്പോൾ ഒരു കാമുകനുണ്ടാകുന്ന സങ്കടം നിങ്ങൾക്കു മനസിലാവില്ല." പോർത്തോസിന്റെ മട്ടു മാറി. അദ്ദേഹം എയ്ഗണു നേരേ തട്ടിക്കയറി.

"താഴെ എന്റെ കുതിരകൾ കാത്തുനിൽക്കുന്നുണ്ട്. റായൂൾ നിങ്ങളെ ദ്വന്ദ്വയുദ്ധത്തിനു വെല്ലുവിളിച്ചിരിക്കയാണെന്നറിയാമല്ലോ. നിങ്ങളെ അതിനായി മിനിമസിലേക്കു കൂട്ടിക്കൊണ്ടു ചെല്ലാമെന്ന് വാക്കുകൊടുത്തിട്ടാണു താൻ വന്നത്. ഏതായാലും ഈ പ്രശ്നങ്ങൾക്ക് ഉടൻ പരിഹാരമുണ്ടായേ പറ്റൂ."

എയ്ഗൺ ഒന്നുമറിയാത്തതുപോലെ ചോദിച്ചു. "നിങ്ങളോടൊപ്പം ഞാൻ വരാനോ? ഒരിക്കലും നടക്കില്ല."

പോർത്തോസ് പൊട്ടിത്തെറിച്ചു. തന്റെ വാൾ ഉറയിൽ നിന്നും വലിച്ചൂരി എയ്ഗന്റെ നെഞ്ചിനു നേരേ ചൂണ്ടിക്കൊണ്ട് കാതടപ്പിക്കുന്ന ശബ്ദത്തിൽ പറഞ്ഞു. "റായൂളിന്റെ വാളിന് ഇതിനേക്കാൾ മൂർച്ചയും നീളവുമുണ്ട് സൂക്ഷിച്ചോ!"

പോർത്തോസിന്റെ ക്രോധം ഒന്നു താണപ്പോൾ എയ്ഗൺ ആത്മഗതമെന്നോണം പറഞ്ഞു: "ഇയാൾക്കു ഭ്രാന്താണ്." അൽപ്പംകഴിഞ്ഞ്, പോർത്തോസിനുനേരെ നോക്കിക്കൊണ്ട് എയ്ഗൺ ചോദിച്ചു.

"ഞാൻ വന്നില്ലെങ്കിൽ നിങ്ങൾ എന്തുചെയ്യും?"

"നിങ്ങളെ പിടിച്ചുകെട്ടി കൊണ്ടുപോകും" പോർത്തോസിന്റെ മറുപടി പെട്ടെന്നായിരുന്നു.

തൊട്ടടുത്ത നിമിഷം ഒരു പരിചാരകൻ അകത്തേക്കു വന്നു. ഭവ്യതയോടെ എയ്ഗണെ വണങ്ങി.

"രാജാവ് അങ്ങയെ അന്വേഷിക്കുന്നു." ഇതുകേട്ടുനിന്ന പോർത്തോസ് അൽപ്പം അമർഷത്തോടെ പറഞ്ഞു.

"ആദ്യം രാജ്യകാര്യങ്ങൾ നടക്കട്ടെ. ഇന്നു വൈകുന്നേരം നിങ്ങളെ പ്രതീക്ഷിച്ച് ഞങ്ങൾ മിനിമസിലുണ്ടാകും നിങ്ങൾ വരാതിരിക്കരുത്." എയ്ഗണെ തറപ്പിച്ചു നോക്കിയശേഷം പോത്തോസ് പുറത്തേക്കിറങ്ങി.

എയ്ഗൺ വളരെവേഗം തന്റെ തൊപ്പിയും കോട്ടും മറ്റ് ഔദ്യോഗിക ചിഹ്നങ്ങളും ധരിച്ചു. ലൂയി പതിനാലാമന്റെ മുറിയിലേക്കു നടക്കുമ്പോൾ അദ്ദേഹം ആത്മഗതമെന്നോണം ഇങ്ങനെ പറഞ്ഞു:

"മിനിമസിൽ ചെല്ലണമത്രേ. അയാൾ എന്നെ വെല്ലുവിളിച്ചിരിക്കയാണ്. ഇതു രാജാവ് അറിഞ്ഞാൽ പിന്നെ എന്റെ തല കാണില്ല. പക്ഷേ, ഇതെല്ലാം രാജാവുതന്നെ ഉണ്ടാക്കിവെച്ച പൊല്ലാപ്പുകളാണല്ലോ. ഒടുവിൽ തല്ലുകൊള്ളാൻ ഈ പാവം ഞാനും."

ഫോക്കറ്റ് എത്തുമ്പോൾ രാജാവിനോടൊപ്പം കോൾബർട്ടുമുണ്ടായിരുന്നു. തന്റെ എതിർചേരിയിൽ പെട്ട കോൾബർട്ടിനെ കണ്ട മാത്രയിൽ തന്നെ ഫോക്കറ്റിന്റെ മുഖം മങ്ങി.

'വ്യാക്സിൻ' താൻ പണികഴിപ്പിച്ച സ്വപ്ന മന്ദിരത്തിന്റെ പ്രവേശനചടങ്ങുകളുമായി ബന്ധപ്പെട്ട കാര്യങ്ങളാണ് ഫോക്കറ്റ് രാജാവുമായി

സംസാരിച്ചത്. മന്ദിരത്തിന്റെ ഉദ്ഘാടന ദിവസം അരങ്ങേറുന്ന മഹോത്സവത്തിൽ രാജാവിന്റെ സജീവസാന്നിധ്യം ഉറപ്പിക്കുക കൂടിയായിരുന്നു ഫോക്കറ്റിന്റെ സന്ദർശനോദ്ദേശ്യം.

ഫോക്കറ്റ് രാജാവുമായി സംസാരിക്കുന്നതിനിടെ കോൾബർട്ട് ഇടയ്ക്കു കയറി.

"നമ്മുടെ രാജാവിനെ ക്ഷണിക്കുന്നതിനും വളരെ മുൻപ് അന്യനാടുകളിലെ ഭരണാധികാരികളെ ക്ഷണിച്ചു കഴിഞ്ഞു എന്നു കേൾക്കുന്നു. ശരിയാണോ?"

കോൾബർട്ടിന്റെ മുനവെച്ച ചോദ്യങ്ങൾക്കു മുന്നിൽ ഫോക്കറ്റ് പതറിനിൽക്കുമ്പോൾ രാജാവു പറഞ്ഞു:

"ഏതായാലും കാര്യങ്ങളെല്ലാം ഭംഗിയായി നടക്കട്ടെ. എന്റെ സർവവിധ അനുഗ്രഹങ്ങളുമുണ്ടാകും. അന്നേദിവസം തീർച്ചയായും ഞാൻ അവിടെ എത്തുന്നതാണ്. ക്ഷണിച്ചതിനു നന്ദി."

രാജാവിനെ അത്യാദരവോടെ വണങ്ങിയശേഷം ഫോക്കറ്റ് തിരിച്ചുപോകാനൊരുങ്ങി. പെട്ടെന്ന് എന്തോ സംശയിച്ചുനിന്നു. രാജാവിന്റെ അരികിലേക്കു ചേർന്നുനിന്ന് പതിഞ്ഞ ശബ്ദത്തിൽ പറഞ്ഞു:

"എന്നോടു ക്ഷമിക്കണം. അങ്ങയുടെ അറിവോ സമ്മതോ ഇല്ലാതെ ഞാൻ ഒരു അവിവേകം ചെയ്തുപോയി."

രാജാവ് നിശ്ശബ്ദം അദ്ദേഹത്തിന്റെ മുഖത്തേക്കു നോക്കി.

ഫോക്കറ്റു പറഞ്ഞു: "ഇന്നു രാവിലെ എന്റെ പ്രധാനമന്ത്രി സ്ഥാനം ഞാൻ മറ്റൊരാൾക്കു വിറ്റു."

തമാശകേട്ടതുപോലെ രാജാവു പൊട്ടിച്ചിരിച്ചു.

"മന്ത്രിസ്ഥാനം വിറ്റുവെന്നോ? അതെങ്ങനെ? ചന്തയിൽ വാങ്ങാൻ കിട്ടുന്ന സാധനമാണോ അത്?"

ഫോക്കറ്റിന്റെ മുഖം ഭാവരഹിതമായിരുന്നു. മറുപടി പറയാനാവുന്നില്ല.

"ആർക്ക്? ആർക്കാണു നിങ്ങൾ ഈ കച്ചവടം നടത്തിയത്?" ഫോക്കറ്റിനുനേരെ അദ്ദേഹം തട്ടിക്കയറി.

"കൗൺസിലർ വാനേൽ. കോൾബർട്ടിന്റെ സുഹൃത്ത് വാനേൽ."

"അയാളെ എനിക്കറിയാം." രാജാവ് എന്തോ ചിന്തിച്ച് ഒരു നിമിഷമിരുന്നു. ഫോക്കറ്റിനോട് ഹാളിനു പുറത്തുപോകാൻ ആംഗ്യം കാണിച്ചു. ഫോക്കറ്റ് തലതാഴ്ത്തി പതുക്കെ പുറത്തേക്കു നടന്നു.

"ഇയാൾ പറയുന്നതു ശരിയാണോ?"

തന്റെ സമീപത്തുനിന്ന കോൾബർട്ടിനോടു രാജാവു തിരക്കി.

കോൾബർട്ട് തലയുയർത്തി.

"അയാൾക്കു ഭ്രാന്തുപിടിച്ചെന്നു തോന്നുന്നു." പല്ലുകടിച്ചുകൊണ്ടു രാജാവു പറഞ്ഞു.

ഫോക്കറ്റിനെ ഇടിച്ചു താക്കാൻ കോൾബർട്ടിനു കിട്ടിയ അസുലഭ സന്ദർഭങ്ങളിലൊന്നായിരുന്നു അത്. ആ സന്ദർഭം അദ്ദേഹം പരമാവധി പ്രയോജനപ്പെടുത്തുകയും ചെയ്തു.

എയ്ഗൺ വരുന്നുണ്ടെന്ന് അറിയിപ്പു കിട്ടിയതോടെ കോൾബർട്ട് അവിടെനിന്നും തൽക്കാലം പിൻവാങ്ങി.

ലൂയി പതിനാലാമന്റെ സന്നിധിയിൽ നിന്നും എയ്ഗൺ പോയിട്ട് കഷ്ടിച്ച് രണ്ടു മണിക്കൂർപോലും ആയിട്ടുണ്ടായിരുന്നില്ല. രാജാവ് അദ്ദേഹത്തെ വീണ്ടും ആളയച്ചു വരുത്തി. വല്ലിയറും താനുമായുള്ള രഹസ്യബന്ധത്തിന്റെ പ്രധാന ഇടനിലക്കാരൻ എന്ന നിലയിൽ എയ്ഗന്റെ സാന്നിധ്യം അദ്ദേഹത്തിന് അനിവാര്യമായിരുന്നു.

എയ്ഗന്റെ മുഖം വല്ലാതിരിക്കുന്നതുകണ്ട് രാജാവ് കാര്യം അന്വേഷിച്ചു.

എയ്ഗൺ പറഞ്ഞു: "ഒരാൾ എന്നെ ദ്വന്ദ്വയുദ്ധത്തിനു വെല്ലുവിളിച്ചിരിക്കുന്നു. ഇപ്പോൾ അയാൾ മിനിമസിൽ എന്നെ കാത്തുനിൽക്കുന്നുണ്ട്."

"നിന്നോട് മല്ലിടാൻ ഇവിടെ ആർക്കാണു ധൈര്യം?"രാജാവിന്റെ മുഖം ചുവന്നു.

"അവൻ തന്നെ റായൂൾ."

"റായൂൾ" രാജാവിനു വിശ്വസിക്കാനാവുന്നില്ല.

"അതെ. അവൻ തന്നെ."

"അവനെ ഞാൻ ലണ്ടനിലേക്കു വിട്ടിരിക്കയാണല്ലോ."

"അതെ. പക്ഷേ അവനിപ്പോൾ മിനിമസിലുണ്ട്."

എയ്ഗൺ തന്റെ കുപ്പായത്തിന്റെ പോക്കറ്റിൽ നിന്നും റായൂൾ തനിക്കെഴുതിയ കത്തെടുത്ത് രാജാവിനു നൽകി.

കത്തിലൂടെ കണ്ണോടിച്ചശേഷം രാജാവ് ഒന്നും പറയാതെ മിഴിച്ചിരുന്നു.

"ഈ കത്ത് അയാൾ എപ്പോൾ നിനക്കു തന്നു?"

"എന്റെ മുറിയിലെ താക്കോൽ ദ്വാരത്തിൽ അയാൾ വെച്ചിട്ടുപോയതാണ്."

"മുറി പുറത്തുനിന്നും പൂട്ടിയിട്ടാണല്ലോ നാം പോയത്?" രാജാവിന്റെ മുഖത്തു സംഭ്രമം നിഴലിച്ചു.

"അയാൾ എങ്ങനെയോ ഉള്ളിൽ കടന്നിരിക്കുന്നു. നമ്മുടെ എല്ലാ രഹസ്യങ്ങളും ഇപ്പോൾ അയാൾക്കറിയാം. മുറിയുടെ കള്ളത്താക്കോൽ അയാളുടെ കൈവശമുണ്ട്. മുറിക്കുള്ളിൽ കടക്കാതെ ഈ കുറിപ്പ് താക്കോൽ ദ്വാരത്തിൽ വയ്ക്കാനാവില്ല."

"അവനെ സഹായിച്ചത് അവൾ തന്നെയാണ്. ഹെൻറൈറ്റ."

"എനിക്കും അങ്ങനെതന്നെ തോന്നുന്നു. ഹെൻറൈറ്റ പതിവായി ഉപയോഗിക്കുന്ന സുഗന്ധദ്രവ്യങ്ങളുടെ ഗന്ധം ആ മുറിക്കുള്ളിൽ ഇപ്പോഴും തങ്ങിനിൽക്കുന്നുണ്ട്. ആ സ്ത്രീ അയാളോടൊപ്പം അവിടെ ചെന്നിരുന്നു എന്നത് ഉറപ്പാണ്."

എയ്ഗൺ പറയുന്നതുകേട്ട് രാജാവ് അൽപ്പം പരിഭ്രമത്തോടെ ചോദിച്ചു: "പക്ഷേ അവൾക്ക് എന്നോടിത്ര വൈരാഗ്യം തോന്നാൻ എന്താണു കാരണം?"

ഇത്തരം ചോദ്യങ്ങൾക്ക് എയ്ഗന്റെ പക്കൽ തക്ക മറുപടി ഉണ്ടാകുമെന്ന് രാജാവിനറിയാം.

"സ്ത്രീസഹജമായ അസൂയ അല്ലാതെന്താ?" എയ്ഗൺ പറഞ്ഞു. "മറ്റൊന്നുകൂടി അങ്ങയോടു പറയാം. റായൂളിന്റെ ആത്മസുഹൃത്ത് ഗുഷ്ചി, മാഡത്തിന്റെ സ്വന്തം ആളാണ്. സംഗതി നടന്നത് അയാളുടെ അറിവോടെയാണ്."

എയ്ഗന്റെ ബുദ്ധിശക്തിയിൽ ലൂയി പതിനാലാമന് വലിയ മതിപ്പു തോന്നി.

ഏതായാലും വളരെ സൂക്ഷിക്കണമെന്ന മുന്നറിയിപ്പോടെയാണ് രാജാവ് അദ്ദേഹത്തെ യാത്രയാക്കിയത്. ഇത്തരം സംഭവങ്ങൾ അപ്പോൾ തന്നെ വല്ലിയറെ അറിയിക്കണമെന്നും രാജാവു നിർദേശിച്ചു. രാജാവിനെ കാണാനെത്തിയ അത്തോസിന് അധികം കാത്തുനിൽക്കേണ്ടിവന്നില്ല. ഔദ്യോഗിക വേഷം ധരിച്ചെത്തിയ അദ്ദേഹം വളരെ വിനയത്തോടെ ഒരു പാറാവുകാരൻ വന്ന് ഉള്ളിലേക്ക് കൂട്ടിക്കൊണ്ടുപോയി.

അത്തോസ് ചെന്നപാടേ രാജാവിനെ വണങ്ങി.

"വളരെ അപൂർവമായി മാത്രമേ നിങ്ങൾ ഇവിടെ വരാറുള്ളൂ. പറയൂ എന്തു സഹായമാണ് ഞാൻ നിങ്ങൾക്കു ചെയ്യേണ്ടത്?" അത്തോസിനെ സ്വീകരിച്ചിരുത്തിയശേഷം രാജാവു ചോദിച്ചു.

"എന്റെ മകൻ റായൂളിന്റെയും അവന്റെ കാമുകി വല്ലിയറിന്റെയും കാര്യം പറയാനാണു ഞാൻ വന്നത്."

അത്തോസ് പറഞ്ഞു തുടങ്ങിയപ്പോൾ തന്നെ രാജാവിന്റെ മുഖം ഇരുണ്ടു.

"അവർ അന്യോന്യം ഇഷ്ടപ്പെട്ടവരാണ്. അങ്ങ് അവരുടെ വിവാഹത്തിന് തടസ്സം നിൽക്കരുത്. ബഹുമാനപുരസ്സരം ഞാൻപറയട്ടെ, ഈ വിവാഹം നടന്നില്ലെങ്കിൽ അവൻ ആകെ തകർന്നുപോകും."

അത്തോസിന്റെ വാക്കുകൾ കേട്ട് രാജാവ് അസ്വസ്ഥനായി. രണ്ടു കയ്യും കൂട്ടിത്തിരുമ്മി.

"അവർ തമ്മിലുള്ള വിവാഹം നടക്കില്ല."

"എന്താണു കാരണം?"

"നിങ്ങൾ അതിരു കടക്കുന്നു. ഇത് രാജകൊട്ടാരമാണെന്നും നിങ്ങൾ നിൽക്കുന്നത് രാജാവിന്റെ മുന്നിലാണെന്നും ഓർമ വേണം." രാജാവിന്റെ മുഖം രൗദ്രഭാവത്തിലാകുന്നത് അത്തോസ് ശ്രദ്ധിച്ചു.

"അങ്ങു വല്ലിയറുമായി സ്നേഹബന്ധത്തിലാണെന്നു നാട്ടുകാർ പറയുന്നു."

വളരെ പതിഞ്ഞ ശബ്ദത്തിൽ അത്തോസ് പറഞ്ഞു.

രാജാവിന്റെ കോപം ഇരട്ടിച്ചു. തന്റെ കയ്യുറകൾ ഊരി പുറത്തേക്കു വലിച്ചെറിഞ്ഞും കൊണ്ട് രാജാവ് അലറിവിളിച്ചു:

"വല്ലിയറിന് റായൂളിനെ ഇഷ്ടമല്ലെങ്കിലോ?"

"അങ്ങേക്ക് ഉറപ്പുണ്ടോ?"

"തീർച്ചയായും."

അത്തോസ് നിശ്ശബ്ദനായി നിന്നു.

അൽപ്പംകഴിഞ്ഞപ്പോൾ അദ്ദേഹത്തിന്റെ ഭാവം മാറി. "പ്രത്യേക കാരണങ്ങളില്ലാതെ അങ്ങ് റായൂളിനെ ലണ്ടനിലേക്ക് അയച്ചത് എന്തിനാണ്?"

അതിന് മറുപടി പറയാതെ രാജാവ് ഗൗരവം നടിച്ചുനിന്നു. അത്തോസിനു ദേഷ്യവും സങ്കടവും ഒന്നിച്ചുവന്നു. അദ്ദേഹം ശബ്ദം ഉയർത്തി പറഞ്ഞു.

"എനിക്ക് പ്രായം ഒരുപാടായി. ഈ രാജപരമ്പരയിലെ ഒട്ടേറെ പ്രഗത്ഭന്മാരുമായി അടുത്തിടപഴകാനും സേവനം ചെയ്യാനുമുള്ള ഭാഗ്യം എനിക്കു കിട്ടിയിട്ടുണ്ട്. അങ്ങയുടെ പിതാമഹനുവേണ്ടിയും അങ്ങേക്കുവേണ്ടിയുമൊക്കെ ധാരാളം രക്തം ചൊരിയുകയും പീഡനങ്ങൾ അനുഭവിക്കുകയും ചെയ്ത ഒരു പോരാളിയാണു ഞാൻ. എന്നാൽ ഇന്നേവരെ സൗജന്യങ്ങൾക്കും ഔദാര്യങ്ങൾക്കുമായി അങ്ങയുടെ സന്നിധിയിൽ വന്നു ഞാൻ കൈനീട്ടി നിന്നിട്ടില്ല. എന്റെ നാവിൽ നിന്നും അനാവശ്യമായി ഒരു വാക്കുപോലും ഉച്ചരിക്കപ്പെട്ടിട്ടില്ല. അങ്ങയുടെ ഒരു സേവകന്റെ കാര്യം പറയാനാണു ഞാൻ വന്നത്. എന്റെ വാക്കുകൾ അങ്ങയെ അലോസരപ്പെടുത്തിയെന്ന് എനിക്കറിയാം. എന്റെ മകനെ സംബന്ധിക്കുന്ന കാര്യമായതുകൊണ്ട് മാത്രമാണ് എനിക്കു വരേണ്ടിവന്നത്. ഇത് ഒരു അപരാധമായിപ്പോയി എങ്കിൽ അങ്ങു കൽപ്പിക്കുന്ന ഏതു ശിക്ഷയും സസന്തോഷം ഏറ്റുവാങ്ങാൻ ഞാൻ തയാറാണ്. ദൈവം അങ്ങയെ കാത്തുരക്ഷിക്കട്ടെ."

അത്തോസിനു നേരെ വിരൽചൂണ്ടിക്കൊണ്ട് രാജാവ് ചാടി എണീറ്റു.

"അത്തോസ്, ഞാൻ മറ്റു രാജാക്കന്മാരെപ്പോലെ ആയിരുന്നെങ്കിൽ നിങ്ങൾ ഇതിനോടകം കൽത്തുറുങ്കിൽ അടയ്ക്കപ്പെട്ടേനെ. പഴയ കാര്യങ്ങൾ ഓർത്താണ് ഞാൻ ഒന്നിനും മുതിരാതിരിക്കുന്നത്. പക്ഷേ, നിങ്ങൾ അതിരു കടക്കുന്നതായി എനിക്കു തോന്നുന്നു."

അത്തോസിന്റെ നെറ്റിചുളിഞ്ഞു. അദ്ദേഹത്തിന്റെ ക്ഷമ നശിച്ചു.

"അങ്ങ് രണ്ടുപേരുടെ ജീവിതം കൊണ്ടാണ് തമാശ കളിക്കുന്നത്. ഓർമ വേണം."

രാജാവ് മറുപടിയൊന്നുംപറഞ്ഞില്ല. അത്തോസ് കുറേശ്ശെ വിറയ്ക്കുന്നുണ്ടായിരുന്നു. രാജാവിന്റെ കണ്ണുകളിലേക്കു തുറിച്ചുനോക്കിക്കൊണ്ട് അദ്ദേഹം തുടർന്നു.

"ലൂയി പതിമൂന്നാമന്റെ മകനായ അങ്ങയെ ഇന്നു മുതൽ ഞാൻ രാജാവായി അംഗീകരിക്കുന്നില്ല. അങ്ങ് എന്റെ ശത്രുവാണ്..."

ഇത്രയും പറഞ്ഞശേഷം അത്തോസ് തന്റെ ഉറയിൽ നിന്നും വാൾ വലിച്ചൂരിയെടുത്ത് സ്വന്തം കാൽച്ചുവട്ടിൽവെച്ച് അത് രണ്ടായി ഒടിച്ചു. രാജാവിനെ അപമാനിക്കുന്നതിനു തുല്യമായ പ്രവർത്തിയാണിത്. രണ്ടു

കഷണങ്ങളും അരിശത്തോടെ ദൂരേക്കു വലിച്ചെറിഞ്ഞശേഷം അദ്ദേഹം തിടുക്കത്തിൽ തിരിഞ്ഞ് ഇറങ്ങി നടന്നു.

ലൂയി പതിനാലാമന്റെ മുഖം വിളറിവെളുത്തു. എന്തു ചെയ്യണമെന്നറിയാതെ അദ്ദേഹം വിഷമിച്ചു.

പെട്ടെന്ന് മണിയടിച്ചു. ഒരു പാറാവുകാരൻ ഹാളിനുള്ളിലേക്കു കടന്നുവന്നു.

"വേഗം അർട്ടഗ്നനെ വിളിക്കൂ" സർവശക്തിയുമെടുത്ത് രാജാവു വിളിച്ചു പറഞ്ഞു.

പോർത്തോസ് വരുന്നതും കാത്ത് റായൂൾ മിനിമസിൽ അക്ഷമനായി നിൽക്കുകയായിരുന്നു. അങ്ങു ദൂരെ കുളമ്പടി ശബ്ദംകേട്ടതോടെ അയാളുടെ മുഖം പ്രകാശപൂർണമായി.

കുതിരപ്പുറത്തു വന്നിറങ്ങിയ പോർത്തോസിന്റെ മുഖം ഭാവരഹിതമായിരുന്നു. പഴയ ഉത്സാഹമോ പ്രസരിപ്പോ കണ്ടില്ല. റായൂളിനും നിരാശ തോന്നി.

എയ്ഗണെ കണ്ടു സംസാരിച്ചതും അയാളെ മിനിമസിലേക്കു കൂട്ടിക്കൊണ്ടുവരാനുള്ള ശ്രമം വിഫലമായതുമൊക്കെ പോർത്തോസ് റായൂളിനെ അറിയിച്ചു. അയാളുമായി ദ്വന്ദ്വയുദ്ധം നടത്താനുള്ള തന്റെ വെല്ലുവിളി നിരാകരിക്കപ്പെട്ടു എന്നറിഞ്ഞതോടെ റായൂളിന്റെ അരിശം പതിന്മടങ്ങു വർധിച്ചു.

റായൂളിന്റെ പിതാവ് അത്തോസ് രണ്ടു മൂന്നു ദിവസമായി പാരീസിലുണ്ട്. എല്ലാക്കാര്യങ്ങളും സുഹൃത്തായ അർട്ടഗ്നൻ അദ്ദേഹത്തെ രഹസ്യദൂതൻ വഴി അറിയിക്കുന്നുണ്ടായിരുന്നു.

പ്രാകൃത വേഷത്തിലെത്തിയ റായൂളിനെക്കണ്ട് അത്തോസ് അൽപ്പനേരം സ്തംഭിച്ചുനിന്നു. മകനെ ഗാഢമായി പുണർന്നു. തൊട്ടടുത്തു പിടിച്ചിരുത്തി. അയാളുടെ കൈകൾ സ്വന്തം കൈയിലെടുത്ത് സമാശ്വസിപ്പിച്ചുകൊണ്ടു ചോദിച്ചു.

"ഒരു കൂട്ടുകാരനോടെന്നപോലെ എല്ലാം നീ എന്നോടു തുറന്നു പറയണം. പറയൂ. എന്താണുണ്ടായത്?"

റായൂൾ ഏറെനേരം തലകുമ്പിട്ടിരുന്നു. എന്തൊക്കെയോ പറയാനൊരുങ്ങി. പക്ഷേ തൊണ്ടയിൽ എന്തോ തടയുന്നതുപോലെ. അൽപ്പം കഴിഞ്ഞ് ശബ്ദം നേരെയാക്കി.

നടന്ന കാര്യങ്ങൾ വിവരിച്ചു. അത്തോസ് എല്ലാം സശ്രദ്ധം കേട്ടിരുന്നു. ഒടുവിൽ സ്നേഹവും വാത്സല്യവും തുളുമ്പുന്ന ശബ്ദത്തിൽ അദ്ദേഹം പറഞ്ഞു തുടങ്ങി;

"കാര്യങ്ങളുടെ നിജസ്ഥിതി മനസിലാക്കാതെ നീ അവിവേകം കാട്ടരുത്. നീ പറയുന്ന കാര്യങ്ങളിൽ പകുതിപോലും എനിക്കു വിശ്വസിക്കാനാവുന്നില്ല. ഈ സംഭവത്തിൽ ഉൾപ്പെട്ടിട്ടുള്ള പലരുമായും ഞാൻ ഇതിനോടകം സംസാരിച്ചു കഴിഞ്ഞിട്ടുണ്ട്. ഈ നിസ്സാര കാര്യത്തിൽ രാജാവ് ഇത്രയേറെ താൽപ്പര്യം കാണിക്കുമെന്നും എനിക്കു തോന്നുന്നില്ല. ഏതാ

യാലും സത്യാവസ്ഥ പുറത്തുകൊണ്ടുവന്നേ പറ്റൂ. അതിനുശേഷമാണ് അത്തോസ് ലൂയി പതിനാലാമനെ കാണാൻ കൊട്ടാരത്തിലേക്കു പോയത്. ആ കാര്യങ്ങൾ കഴിഞ്ഞ അധ്യായത്തിൽ വിവരിച്ചുകഴിഞ്ഞു.

രാജാവിനെ കണ്ട് അത്തോസ് തിരിച്ചു വരുമ്പോഴും റായൂൾ ചിന്താമഗ്നനായി തളർന്നിരിക്കുകയായിരുന്നു.

പിതാവിന്റെ കാൽപ്പെരുമാറ്റം കേട്ട് അയാൾ സാവകാശം തലയുയർത്തി. അദ്ദേഹത്തിന്റെ മുഖഭാവം കണ്ടപ്പോൾ റായൂളിന് എല്ലാം മനസിലായി. പിതാവിന്റെ ശുഭാപ്തി വിശ്വാസം നഷ്ടമായിരിക്കുന്നു.

"അങ്ങേക്ക് ഇപ്പോൾ എല്ലാം ബോധ്യമായോ?" റായൂൾ ചോദിച്ചു.

"നീ പറഞ്ഞതാണു സത്യം. ലൂയി പതിനാലാമൻ വല്ലിയറെ സ്നേഹിക്കുന്നു." ഹൃദയം പൊട്ടുന്ന വേദനയോടെയാണ് അത്തോസ് അത്രയും പറഞ്ഞത്. പിതാവിന്റെ കണ്ണുകളിലേക്ക് ഉറ്റുനോക്കി റായൂൾ ചോദിച്ചു.

"രാജാവാണോ ഇതു പറഞ്ഞത്?"

"അതെ."

"അപ്പോൾ വല്ലിയർ?"

"വല്ലിയറെ ഞാൻ നേരിട്ടു കണ്ടില്ല. പക്ഷേ രാജാവ് ഉറപ്പിച്ചു പറയുന്നു അദ്ദേഹം അവളെ സ്നേഹിക്കുന്നു എന്ന്."

റായൂൾ കരച്ചിലിന്റെ വക്കിലെത്തി. അത്തോസിന് അത്യധികമായ ദുഃഖം തോന്നി. അദ്ദേഹം മകന്റെ കരം ഗ്രഹിച്ചുകൊണ്ടു പറഞ്ഞു.

"ശരി കഴിഞ്ഞതൊക്കെ നീ മറക്കാൻ ശ്രമിക്കുക ഇനിമേൽ രാജാവുമായി നമുക്ക് ഒരു ബന്ധവും വേണ്ട. നാം അദ്ദേഹത്തിന്റെ സേവകരല്ല."

അത്തോസ് രണ്ടു കൈ കൊണ്ടും മകനെ നെഞ്ചോടു ചേർത്തു പിടിച്ചു. നിറുകയിൽ പലവട്ടം ചുംബിച്ചു.

പെട്ടെന്ന് ഒരു പരിചാരകൻ കടന്നുവന്നു. അർട്ടഗ്നൻ കാണാൻ വന്നിരിക്കുന്നതായി അറിയിച്ചു.

റായൂലും അത്തോസും ചേർന്ന് അർട്ടഗ്നനെ ബഹുമാനപുരസരം സ്വീകരിച്ചു. എന്നാൽ അർട്ടഗ്നന്റെ മുഖത്തു നിഴലിച്ചു നിന്ന ചില ഗൂഢലക്ഷണങ്ങൾ അത്തോസിന്റെ ശ്രദ്ധയിൽപ്പെട്ടു.

"അത്തോസ് താങ്കൾ മകനെ സമാശ്വസിപ്പിക്കയായിരുന്നു എന്നു തോന്നുന്നു." ആർട്ടഗ്നൻ ചോദിച്ചു.

"താങ്കളും അതിനുതന്നെയാണോ വന്നത്?" അത്തോസിന്റെ മറു ചോദ്യം കേട്ട് അർട്ടഗ്നൻ ചിരിച്ചു. മീശ പിരിച്ചുകയറ്റിക്കൊണ്ട് ആർട്ടഗ്നൻ പറഞ്ഞു. "അതെ ചില കാര്യങ്ങൾ ഉപദേശിച്ചു തരാനുണ്ട്."

റാക്കൂലും അത്തോസും ആകാംക്ഷയോടെ നോക്കിനിൽക്കേ അർട്ടഗ്നൻ റായൂളിന്റെ നേർക്കു തിരിഞ്ഞു.

"വിശ്രമമില്ലാതെ ഇങ്ങനെ കറങ്ങിനടന്നാൽ നിനക്കു ഭ്രാന്തുപിടിക്കും. നീ ലണ്ടനിലായിരുന്നുവല്ലോ. തിരിച്ചുവന്ന ഉടൻ ഗുഷ്വിയെ

കാണാൻ പോയി. പിന്നെ മാഡത്തിനെ കണ്ടു. മിനിമസിലേക്കു ദീർഘ യാത്ര നടത്തി. ഇനിയെങ്കിലും അൽപ്പം വിശ്രമിക്ക്. നാലഞ്ചു മണിക്കൂർ കിടന്നുറങ്ങിയാൽ അൽപ്പം ആശ്വാസം കിട്ടും. വൈകുന്നേരം ചങ്ങാതിമാരുമൊത്ത് ഇവിടെയൊക്കെ ഒന്നും ചുറ്റിയടിച്ച് അടിച്ചുപൊളിക്ക്." റായൂൾ തുടർന്നു സംസാരിക്കാനുള്ള മാനസികാവസ്ഥയായിരുന്നില്ല.

അൽപ്പം കഴിഞ്ഞ്, യാത്ര പോലും ചോദിക്കാതെ അയാൾ വാതിൽക്കലേക്കു നടന്നു.

അർട്ടഗ്നൻ ചോദിച്ചു. "നീ ഇപ്പോൾ എവിടെ പോകുന്നു?"

"എന്റെ മുറിയിലേക്ക്." വളരെ പതിഞ്ഞ ശബ്ദത്തിലായിരുന്നു റായൂളിന്റെ മറുപടി. പെട്ടെന്നുതന്നെ, അയാൾ മുഖം താഴ്ത്തി വെളിയിലേക്കിറങ്ങി.

കുറ്റിരോമങ്ങൾ വളർന്ന മുഖവും പാറിപ്പറന്നമുടിയും മുഷിഞ്ഞു നാറിയ വേഷങ്ങളും വഴിയാത്രക്കാർ ശ്രദ്ധിക്കാതിരിക്കാൻ അയാൾ, മൂടുപടംകൊണ്ട് തന്റെ ശരീരമാസകലം മറച്ചുപിടിച്ചു.

അത്തോസും അർട്ടഗ്നനും അയാൾ കണ്ണിൽ നിന്നും മറയുംവരെ നോക്കിനിന്നു.

"പാവം റായൂൾ" വേദന കടിച്ചമർത്തിക്കൊണ്ട് അത്തോസ് പിറുപിറുത്തു. അർട്ടഗ്നൻ അദ്ദേഹത്തിന്റെ പുറത്തു തലോടി സമാധാനിപ്പിച്ചു.

നാല്

വീടിനു മുന്നിലെത്തിയതൊന്നും റായൂൾ അറിഞ്ഞതേയില്ല. ഏതു വഴിയാണ് വന്നതെന്നും ഓർമിക്കാനാവുന്നില്ല.

കതക് ബലമായി തള്ളിത്തുറന്ന് അയാൾ ഉള്ളിലേക്കു കടന്നു. ആയാസപ്പെട്ടു പടികൾ ചവുട്ടി ഒന്നാം നിലയിലുള്ള കിടപ്പുമുറിയിലേക്കു കയറി. കിടക്കയിലേക്കുവീണു.

അങ്ങനെ കിടക്കുമ്പോൾ, ഭിത്തിയിൽ തൂക്കിയിരുന്ന വല്ലിയറിന്റെ ചിത്രം അയാളുടെ കണ്ണിൽപ്പെട്ടു. ഒരിക്കൽ വല്ലിയർ സ്വന്തമായി വരച്ച് റായൂളിനു സമ്മാനിച്ചതായിരുന്നു ആ എണ്ണഛായ ചിത്രം.

റായൂളിന്റെ നെറ്റിചുളിഞ്ഞു. കണ്ണുകൾ ചുവന്നു. അയാൾ എന്തൊക്കെയോ പുലമ്പിക്കൊണ്ട് തന്റെ തലമുടി വലിച്ചുപറിച്ചു. ഓവർകോട്ടും മൂടുപടവും ദൂരേക്കു വലിച്ചെറിഞ്ഞു. തറയിൽ കിടന്നുരുണ്ടു കൊച്ചുകുട്ടിയെപ്പോലെ ഉറക്കെക്കരഞ്ഞു.

ആരോ തന്നെ വിളിക്കുന്നതായി അയാൾക്കു തോന്നി. മെല്ലെ കണ്ണു തുറന്നു. അയാൾ ഞെട്ടിപ്പോയി – വല്ലിയർ. കണ്ണുതിരുമ്മിക്കൊണ്ട് അയാൾ എണീറ്റിരുന്നു. വീണ്ടും വീണ്ടും നോക്കി. അയാളുടെ ഹൃദയം ശക്തിയായി മിടിക്കാൻ തുടങ്ങി. ഒന്നും വിശ്വസിക്കാനാവുന്നില്ല.

പുഞ്ചിരിക്കാൻ ശ്രമിച്ചുകൊണ്ട് വല്ലിയർ മെല്ലെ റായൂളിന്റെ അരികിലേക്കു വന്നു.

"എന്നോടു ക്ഷമിക്കൂ റായൂൾ." അവളുടെ ശബ്ദത്തിൽ ദൈന്യത നിറഞ്ഞു നിന്നു.

റായൂൾ ഒന്നും മിണ്ടിയില്ല. മുഖം കുനിച്ചിരുന്ന് വിതുമ്പി.

സൗമ്യമായ ശബ്ദത്തിൽ വല്ലിയർ പറഞ്ഞു. "ഒരുപാടുകാര്യങ്ങൾ അങ്ങയോടു പറയാനുണ്ട്. വളരെ സാഹസപ്പെട്ടാണ് അങ്ങയെ കാണാ

നായി ഞാനിവിടെ ഒറ്റയ്ക്കു വന്നത്. ഞാൻ പറയുന്നതെല്ലാം ശ്രദ്ധയോടെ കേൾക്കണം.''

ഇത്രയും പറഞ്ഞശേഷം അയാൾ തേങ്ങിക്കരയാൻ തുടങ്ങി. തൂവാലകൊണ്ട് മൂക്കുപിഴിഞ്ഞും കണ്ണുതുടച്ചുംകൊണ്ടു തുടർന്നു.

"രാജാവ് നിർദേശിച്ചതിനനുസരിച്ച് എയ്ഗൺ എന്നെ കാണാൻ വന്നിരുന്നു." രാജാവ് എന്ന വാക്കുകേട്ടപ്പോൾ തന്നെ റായൂൾ ഈർഷ്യയോടെ മുഖം വെട്ടിച്ചു. തറയിൽ ആഞ്ഞു ചവുട്ടി.

അവിടെ, അങ്ങനെതന്നെ നിന്നുകൊണ്ട് അവൾ ശബ്ദം താഴ്ത്തി പറഞ്ഞു.

''അങ്ങ് എല്ലാം അറിഞ്ഞു എന്ന് എയ്ഗൺ പറഞ്ഞു. അങ്ങ് ഇപ്പോഴും എന്നെ ഗാഢമായി സ്നേഹിക്കുന്നു എന്നും ഞാൻ മനസിലാക്കുന്നു." റായൂൾ നിശബ്ദനായി നിന്നു.

വല്ലിയർ തുടർന്നു. "അങ്ങു നല്ലവനാണ്. നിഷ്കളങ്കൻ, ഹൃദയനന്മയുള്ളവൻ. വഞ്ചകിയായ ഈ എന്നോടുപോലും എത്ര സ്നേഹത്തോടെയാണ് അങ്ങു പെരുമാറുന്നത്. കഴിഞ്ഞതെല്ലാം മറന്നേക്കുക. ഇനി മുതൽ ജ്യേഷ്ഠസഹോദരൻ എന്ന നിലയ്ക്കാണ് അങ്ങേക്ക് എന്റെ ഹൃദയത്തിൽ സ്ഥാനം. നമ്മൾ തമ്മിലുള്ള ഈ ബന്ധം എക്കാലവും നിലനിൽക്കുമെന്നാണെന്റെ വിശ്വാസം."

റായൂൾ അവളുടെ മുഖത്തേക്കു തുറിച്ചുനോക്കി. പെട്ടെന്ന് അവളുടെ നേരെചെന്ന് അലറി. "നീ എന്റെ കാമുകിയാണ്. നിന്നെ എന്റെ സഹോദരിയായി ഒരിക്കലും എനിക്കു സങ്കൽപ്പിക്കാനാവില്ല." റായൂളിന്റെ ഭാവമാറ്റം വല്ലിയറെ അമ്പരപ്പിച്ചു. അവൾ മുഖം താഴ്ത്തി നിന്നു.

റായൂളിന്റെ ശബ്ദം ഉയർന്നുവന്നു.

"സാഹോദരനാണത്രേ. സഹോദരൻ. നിനക്കു ലജ്ജയില്ലേ ഇതു പറയാൻ? ഞാൻ നിന്നെ എത്രമാത്രം സ്നേഹിച്ചിരുന്നു എന്ന് നിനക്കറിയാമോ? നിനക്കുവേണ്ടി ജീവൻ വെടിയാൻ പോലും ഞാൻ തയാറായിരുന്നു. പക്ഷേ നീ എന്നെ വഞ്ചിക്കുകയായിരുന്നു. എനിക്കിപ്പോൾ ആരോടും ആത്മാർഥതയോ വിശ്വാസമോ ഇല്ല.

ആരോടും സംസാരിക്കുകയും വേണ്ട. ആരേയും കാണണ്ട. എന്റെ കണ്ണും ചെവികളും പൊട്ടിപ്പോകട്ടെ. ഇത്രയും നാൾ കണ്ടതും കേട്ടതുമൊക്കെ ധാരാളം."

"എന്നോടു പൊറുക്കൂ റായൂൾ."

വല്ലിയർ അയാളുടെ കാലിൽ വീണു പൊട്ടിക്കരഞ്ഞു. റായൂൾ അൽപ്പനേരം തരിച്ചുനിന്നു. പെട്ടെന്ന് പുറത്തേക്കു വിരൽ ചൂണ്ടി ദേഷ്യവും വെറുപ്പും കലർന്ന ശബ്ദത്തിൽ വിളിച്ചു പറഞ്ഞു.

"പോകൂ എന്റെ മുന്നിൽനിന്ന്. സ്വാർഥയാണു നീ. കാപട്യക്കാരി."

"എന്നോടു ക്ഷമിക്കൂ റായൂൾ."

നിറഞ്ഞ കണ്ണുകളോടെ ഇടറിയ ശബ്ദത്തിൽ വല്ലിയർ പറഞ്ഞുകൊണ്ടിരുന്നു.

പെട്ടെന്ന്, അവളുടെ കണ്ണുകൾ നിശ്ചലമായി. കാലുകൾ നിലത്തുറയ്ക്കാത്തതുപോലെ അവൾ ബോധരഹിതയായി തളർന്നുവീണു. റായൂൾ നിശ്ശബ്ദം അവളുടെ മുഖത്തേക്കുനോക്കി അമ്പരന്നുനിന്നു. അയാൾ പൊടുന്നനെ കോണിപ്പടികൾ ഓടിയിറങ്ങി ഒരു ഭൃത്യനെ വിളിച്ചുകൊണ്ടുവന്നു. രണ്ടുപേരും കൂടി അവളെ കുതിരവണ്ടിയിൽ കൊണ്ടുകിടത്തി.

ബോധമറ്റുകിടക്കുന്ന വല്ലിയറിന്റെ ഓമനത്വം തുളുമ്പുന്ന മുഖത്തേക്കുനോക്കി റായൂൾ പരിസരം മറന്നു നിന്നു. അയാളുടെ മനസിലൂടെ പഴയ കഥകൾ കടന്നുപോയി. ഒരുകൈ മെല്ലെ അവളുടെ മനോഹരമായ കൈത്തണ്ടയിൽ വെച്ചു. അവളെ ഒന്നു ചുംബിക്കാൻ മുന്നോട്ടാഞ്ഞു. പക്ഷേ, തിടുക്കത്തിൽ പിന്നോക്കം മാറി.

"വേണ്ട അവൾ എന്റേതല്ല. ലൂയി പതിനാലാമനെപ്പോലെ ഞാൻ അത്ര നീചനല്ല."

അയാൾ പിറുപിറുത്തു. വണ്ടി പുറപ്പെടുന്നതു കാത്തുനിൽക്കാതെ അയാൾ തിരിഞ്ഞു നടന്നു. കുതിരവണ്ടിയുടെ കുടമണി ശബ്ദം അകന്നകന്നുപോയി.

"എന്തൊക്കെയുണ്ട് വിശേഷങ്ങൾ?"

അർട്ടഗ്നന്റെ ശബ്ദം അത്തോസിനെ ചിന്തയിൽ നിന്നുണർത്തി.

"എന്തെങ്കിലും കാരണമില്ലാതെ താങ്കൾ ഇതുവഴി വരില്ല എന്നെനിക്കറിയാം. പറയൂ. ഏതെങ്കിലും ഗുരുതരമായ പ്രശ്നങ്ങൾ വല്ലതും?" അർട്ടഗ്നന്റെ കരംഗ്രഹിച്ചുകൊണ്ടു അദ്ദേഹം ചോദിച്ചു.

"ലൂയി പതിനാലാമൻ ആകെ ക്ഷുഭിതനായിരിക്കുകയാണ്." അൽപ്പം ഗൗരവത്തോടെയാണ് അർട്ടഗ്നൻ ഇതു പറഞ്ഞത്.

അത്തോസിന്റെ ചുണ്ടുകളിൽ ചിരി പടർന്നു.

"ഓഹോ, അദ്ദേഹത്തിന്റെ കൽപ്പനപ്രകാരം താങ്കൾ എന്നെ അറസ്റ്റു ചെയ്യാൻ വന്നതാണോ?"

അത്തോസിന്റെ ചോദ്യംകേട്ട് അർട്ടഗ്നൻ അതിശയിച്ചുപോയി. എത്ര കൃത്യമായി അദ്ദേഹം കാര്യങ്ങൾ ഗ്രഹിച്ചിരിക്കുന്നു.

അത്തോസിന്റെ മുഖത്ത് യാതൊരു പരിഭ്രമവും കണ്ടില്ല.

"ഞാൻ പ്രതീക്ഷിച്ചിരിക്കയായിരുന്നു. എന്നെ അറസ്റ്റു ചെയ്തുകൊള്ളുക. ഇപ്പോൾ തന്നെ."

തന്റെ കൈകൾ രണ്ടും അർട്ടഗ്നനു നേരേ നീട്ടിക്കൊണ്ട് അത്തോസ് പറഞ്ഞു.

"ധൃതി വയ്ക്കണ്ട. സാവധാനം മതി."

"എങ്കിൽ അങ്ങനെയാവട്ടെ."

ഇരുവരും മെല്ലെ എണീറ്റ് പുറത്തേക്കു നടന്നു. അത്തോസിന്റെ മുഖം പ്രശാന്തമായിരുന്നു.

"അന്നൊരു ദിവസം, ദേഷ്യം സഹിക്കാനാവാതെ വന്നപ്പോൾ രാജാവിന്റെ മുന്നിൽവെച്ച് എന്റെ വാൾ രണ്ടു കഷണമാക്കി ഒടിച്ചു. അദ്ദേ

ഹത്തെ വിമർശിച്ചു സംസാരിച്ചു. താങ്കളെ ഇങ്ങോട്ട് അയച്ചത് അക്കാരണത്തിലാകാം.

"പക്ഷേ ഒരു പ്രശ്നമുണ്ട്." അത്തോസ് ഒരുനിമിഷം നിശ്ശബ്ദനായി നിന്നു. അർട്ടഗ്നൻ ആകാംക്ഷയോടെ അത്തോസിന്റെ മുഖത്തേക്കു നോക്കി. അത്തോസ് തുടർന്നു. "താങ്കളുടെ പിന്നാലെ ഞാൻ വരണോ അതോ എന്റെ പിന്നാലെ താങ്കൾ വരുമോ?"

"നമുക്ക് കൈകൾ കൂട്ടിപ്പിടിച്ച് ഒരുമിച്ച് നടക്കാം. അതാണ് നല്ലത്."

താഴെ കുതിരവണ്ടി കാത്തുകിടക്കുന്നുണ്ടായിരുന്നു. പടയാളികളോടോ, വണ്ടിക്കാരനോടോ ഒരക്ഷരം ഉരിയാടാതെ അവർ രണ്ടുപേരും അതിൽ കയറി ഇരിപ്പുറപ്പിച്ചു. വണ്ടി പുറപ്പെടുംവരെ ആരും ഒന്നും സംസാരിച്ചില്ല. വെറുതേ പുറത്തേക്കു നോക്കിയിരുന്നു.

"താങ്കൾ എന്നെ എവിടേക്കാണ് കൊണ്ടുപോകുന്നത്? ബാസ്റ്റില്ലയിലെ ജയിലിലേക്കാണോ?" മൗനത്തിനു വിരാമമിട്ടുകൊണ്ട് അത്തോസ് ചോദിച്ചു.

"എങ്ങോട്ടു പോകണമെന്നു തീരുമാനിക്കാനുള്ള സ്വാതന്ത്ര്യം അങ്ങേക്കുണ്ട്."

വളരെ ചെറിയ ശബ്ദത്തിൽ അർട്ടഗ്നൻ പറഞ്ഞു.

''അത്തോസ് താങ്കൾക്ക് സമ്മതമെങ്കിൽ, ഈ വണ്ടിയിൽ നിങ്ങൾക്കു കോൾസ് ലാറെയിൽ വരെപോകാം. അവിടെ ഒരുകുതിര താങ്കളെ കാത്തുനിൽക്കും. അവിടെനിന്നും എവിടേക്കെങ്കിലും ഓടി രക്ഷപ്പെട്ടുകൊള്ളുക. താങ്കളെ കണ്ടുകിട്ടിയില്ലെന്നും ഒളിവിലാണെന്നും ഞാൻ ലൂയി പതിനാലാമനോട് കള്ളം പറഞ്ഞുകൊള്ളാം. ഹൗറേ എന്ന സ്ഥലത്ത് ചാൾസ് രാജകുമാരന്റെ അതിഥിയായി എത്രവർഷം വേണമെങ്കിലും താങ്കൾക്ക് കഴിഞ്ഞുകൂടാം."

പട്ടണത്തിനു പുറത്തുള്ള വിജനമായ ഏതോ സ്ഥലത്ത് വണ്ടി നിന്നു. പെട്ടെന്ന്, അത്തോസ് അർട്ടഗ്നന്റെ കൈ ഗ്രസിച്ചു പറഞ്ഞു.

"വേണ്ട അർട്ടഗ്നൻ. എനിക്കു രക്ഷപ്പെടണമെന്നില്ല. എന്നെ ജയിലിലേക്കു കൊണ്ടുപോകൂ. താങ്കൾ എന്നോടു കാണിക്കുന്ന സ്നേഹാദരങ്ങൾക്കു നന്ദിയുണ്ട്."

"അങ്ങ് നന്നായി ആലോചിച്ചിട്ടു തന്നെയാണോ ഈ പറയുന്നത്? എങ്കിൽ അങ്ങയുടെ നിർബന്ധബുദ്ധി ഞാൻ അംഗീകരിക്കുന്നു."

അത്തോസ് ഉറച്ച ശബ്ദത്തിൽ പറഞ്ഞു

"എന്നെ അറസ്റ്റു ചെയ്തു ജയിലിലടയ്ക്കണമെന്നു തന്നെയാണ് എന്റെ ആഗ്രഹം. നിങ്ങൾ എന്നെ രക്ഷപ്പെടാൻ അനുവദിച്ചാലും, ഞാൻ തിരിച്ചുവന്ന് സ്വയം അറസ്റ്റുവരിക്കും. കാരാഗൃഹവാസമോ പീഡനങ്ങളോ എനിക്കു വിഷയമല്ല. പക്ഷേ, ലൂയി പതിനാലാമനെ ദൈവം വെറുതേ വിടുമെന്ന് എനിക്കു തോന്നുന്നില്ല. അദ്ദേഹം മതിയായ ശിക്ഷ അനുഭവിച്ചേ പറ്റൂ."

"ശരി. ഞാൻ കൂടുതലായി ഒന്നും പറയാൻ ഉദ്ദേശിക്കുന്നില്ല. ജയിലിലേക്കു പോകാൻ തീരുമാനിച്ചെങ്കിൽ അങ്ങനെ നടക്കട്ടെ." അർട്ടഗ്നന് കൂടുതലായൊന്നും പറയാനുണ്ടായിരുന്നില്ല.

"ശരി. ബാസ്റ്റില്ലയിലേക്ക്." അർട്ടഗ്നൻ വണ്ടിക്കാരനോട് ഉച്ചത്തിൽ ആജ്ഞാപിച്ചു. വിജനമായ വഴിയിലൂടെ പൊടിയുയർത്തിക്കൊണ്ട് ആ കുതിരവണ്ടി ബാസ്റ്റില്ല ലക്ഷ്യമാക്കി പറന്നു.

അഞ്ച്

അർട്ടഗ്നനും അത്തോസും കയറിയ കുതിരവണ്ടി ബാസ്റ്റില്ല ജയിലിന്റെ കൂറ്റൻ കവാടത്തിനു മുന്നിൽ വന്നുനിന്നു. രാജ്യദ്രോഹികളെയും കടുത്ത കുറ്റവാളികളെയും പാർപ്പിക്കുന്ന ഫ്രാൻസിലെ ഏറെ കുപ്രസിദ്ധിനേടിയ കാരാഗൃഹമാണ് ബാസ്റ്റില്ല. ഇതിന്റെ തണുത്തു മരവിച്ച ചുമരുകൾ സാക്ഷ്യം വഹിച്ചിട്ടുള്ളത്ര ക്രൂരതകൾ മനുഷ്യചരിത്രത്തിൽ അപൂർവമായേ ഉണ്ടായിട്ടുള്ളൂ.

കവാടത്തിൽ നിന്ന ആയുധധാരികളായ പടയാളികൾ വണ്ടി തടഞ്ഞുനിർത്തി. പക്ഷേ, അർട്ടഗ്നന്റെ മുഖം കണ്ടതോടെ അവർ നിശ്ശബ്ദം പിന്നോക്കം മാറി. ജയിൽ ഗവർണറുടെ ആപ്പീസ് മുറി ലക്ഷ്യമാക്കി വണ്ടി പിന്നെയും മുന്നോട്ടുനീങ്ങി.

എന്നാൽ തീരെ അപ്രതീക്ഷിതമായി അരാമിസും അവിടെയെത്തിയിരുന്നു. തങ്ങളുടെ പഴയ സുഹൃത്തിനെ കണ്ട് അത്തോസും അർട്ടഗ്നനും സന്തോഷിച്ചു. ജയിൽവാർഡൻ ബെയ്സ് മാക്സിന്റെ ആതിഥ്യം സ്വീകരിച്ചെത്തിയതായിരുന്നു അരാമിസ്. വിശ്വവിഖ്യാതരായ പഴയ മൂന്നു പോരാളികളെ – അത്തോസ്, അരാമിസ്, അർട്ടഗ്നൻ – വർഷങ്ങൾക്കു ശേഷം വീണ്ടും ഒരുമിച്ചു കാണാൻ സാധിച്ചതിൽ ബേയ്സ് മാക്സിനും അനൽപ്പമായ സന്തോഷം തോന്നി.

നാലുപേരും ഒരു മിച്ചിരുന്ന് ഓരോ കാര്യങ്ങൾ പറഞ്ഞുകൊണ്ടിരുന്നു.

ഇടയ്ക്ക് ബേയ്സ് മാക്സ് പറഞ്ഞു:

“തിടുക്കമില്ലെങ്കിൽ അത്തോസിനും അർട്ടഗ്നനും ഇന്നുരാത്രി ഇവിടെ ഞങ്ങൾക്കൊപ്പം കൂടാം.”

“ഞാൻ മാത്രമേ ഇപ്പോൾ മടങ്ങിപ്പോകുന്നുള്ളൂ. അത്തോസിനെ തൽക്കാലം ഇവിടെ നിർത്തിയിട്ടു പോകാനാണുദ്ദേശിക്കുന്നത്. അർട്ട

ഗ്നൻ പറഞ്ഞു. ഇരുട്ടായി തുടങ്ങിയിരുന്നു. അർട്ടഗ്നൻ പുറപ്പെടാനൊരുങ്ങി തൊപ്പി ധരിച്ചു. എല്ലാവരോടും യാത്രചോദിച്ചു.

പുറത്തെ വാതിൽക്കൽ വരെ ബേയ്സ് മാക്സും സുഹൃത്തുക്കളും അദ്ദേഹത്തെ പിൻതുടർന്നു. വണ്ടിയിലേക്കു കാലെടുത്തുവെച്ചും കൊണ്ട് അദ്ദേഹം അത്തോസിനെ നോക്കി വികാരഭരിതമായ ശബ്ദത്തിൽ പറഞ്ഞു.

"അങ്ങ് യാതൊന്നിനെപ്പറ്റിയും വേവലാതിപ്പെടേണ്ടകാര്യമില്ല. ജയിൽവാർഡൻ ബേയ്സ് മാക്സ് എല്ലാ കാര്യങ്ങളും ശ്രദ്ധിച്ചു കൊള്ളും ഞാൻ ഉടനേ തന്നെ മടങ്ങിവരും."

കുതിരവണ്ടി കൊട്ടാരം ലക്ഷ്യമാക്കി മുന്നോട്ടു കുതിച്ചു.

ആറ്

ലൂയി പതിനാലാമൻ ജനലഴിയിൽ പിടിച്ചുകൊണ്ട് പുറത്തേക്കു നോക്കി സ്വപ്നത്തിൽ മുഴുകി നിൽക്കുകായിരുന്നു. ഇയ്യിടെയായി അദ്ദേഹത്തിന്റെ മനസിൽ വല്ലിയറെപ്പറ്റിയുള്ള ചിന്തകൾ മാത്രമാണുള്ളത് – ആ മുഖം എപ്പോഴും കണ്ടുകൊണ്ടിരിക്കണം, ആ ശബ്ദം കേട്ടുകൊണ്ടിരിക്കണം.

വാതിലിൽ ആരോ മുട്ടുന്ന ശബ്ദം കേട്ട് രാജാവ് ചിന്തയിൽ നിന്നുണർന്നു. വല്ലിയറിന്റെ കുറിപ്പുമായി അവളുടെ ദൂതന്മാർ ആരെങ്കിലും വന്നുകാണുമെന്നാണ് ആദ്യം ധരിച്ചത്. ആകാംക്ഷയോടെ നോക്കുമ്പോൾ അതാ അർട്ടഗ്നൻ മുന്നിൽ നിൽക്കുന്നു. തീരെ അപ്രതീക്ഷിതമായി അദ്ദേഹത്തെ കണ്ടപ്പോൾ രാജാവ് അൽപ്പം പരിഭ്രമിച്ചുപോയി. എങ്കിലും അസ്വസ്ഥത പുറത്തുകാണിച്ചില്ല.

"കാര്യങ്ങൾ ഭംഗിയായി നടന്നു. അല്ലേ?"

"ഉവ്വ്. അദ്ദേഹം അറസ്റ്റ് പ്രതീക്ഷിച്ചിരിക്കുകയായിരുന്നു." പെട്ടെന്ന് രാജാവിന്റെ ശബ്ദം കനത്തു. അർട്ടഗ്നനെ രൂക്ഷമായി നോക്കിക്കൊണ്ട് ശബ്ദമുയർത്തി ചോദിച്ചു.

"ഞാൻ മഠയനാണെന്നാണോ നിങ്ങൾ ധരിച്ചത്? എന്റെ ഉത്തരവിനെ ധിക്കരിച്ച് അയാളെ രക്ഷപ്പെടുത്താൻ ഒരു വിഫലശ്രമം നിങ്ങൾ നടത്തിനോക്കി അല്ലേ?"

ആർട്ടഗ്നൻ ഒന്നു പതറിയെങ്കിലും സധൈര്യം മറുപടി പറഞ്ഞു.

"അതെ. ഹാവ്റേയിലേക്കും അതുവഴി ഇംഗ്ലണ്ടിലേക്കും പോയി രക്ഷപ്പെട്ടു കൊള്ളാൻ ഞാൻ അദ്ദേഹത്തെ ഉപദേശിച്ചു. അങ്ങ് അറിഞ്ഞതെല്ലാം വാസ്തവം തന്നെയാണ്."

'എന്തു തോന്ന്യാസമാണു നിങ്ങൾ കാണിച്ചത്? രാജകൽപ്പന ധിക്കരിക്കുന്നവർക്ക് മരണശിക്ഷ ഉറപ്പാണെന്നോർമ്മ വേണം."

രാജാവ് കോപംകൊണ്ടു ജ്വലിച്ചു. അർട്ടഗ്നന്റെ മുഖത്ത് ഭാവമാറ്റമൊന്നുമുണ്ടായില്ല. രാജാവിന്റെ ക്രോധം അൽപ്പം തണുത്തപ്പോൾ അദ്ദേഹം പറഞ്ഞു. “എന്നെക്കൂടി അങ്ങ് ബാസ്റ്റില്ല ജയിലിലടയ്ക്കാൻ സന്മനസുകാണിക്കണം. എന്റെ സുഹൃത്ത് അത്തോസ് ഒറ്റയ്ക്കു അവിടെക്കിടന്ന് മുഷിയുന്നുണ്ടാകും.” ലൂയി പതിനാലാമന്റെ മുഖം കോപംകൊണ്ടു ചുവന്നു തുടുത്തു. പെട്ടെന്ന്, അദ്ദേഹം ഒരു കടലാസും പേനയും തപ്പിയെടുത്തു.

“ജയിലിൽ കിടക്കാൻ കൊതിയാണല്ലേ. അതിനു മാർഗമുണ്ട്.”

അദ്ദേഹം എന്തൊക്കെയോ കടലാസിൽ കുത്തിക്കുറിച്ചു. തൊട്ടടുത്ത നിമിഷം അതു പല കഷണങ്ങളായി കീറിയെറിഞ്ഞു.

അർട്ടഗ്നന്റെ നേരേ നോക്കി അലറി.

“ആദ്യം നിങ്ങൾ രാജിവെക്കുക ബാക്കി കാര്യങ്ങൾ ഞാൻ പിന്നീടറിയിക്കും.”

“നിസ്സാരമായ ഒരു ഉത്തരവ് എഴുതിയുണ്ടാക്കാൻ അങ്ങ് ഇത്ര ആയാസപ്പെടുന്നതെന്തിനാണ്?”

രാജാവിന്റെ കോപം ഗൗനിക്കാത്തമട്ടിൽ ആർട്ടഗ്നൻ ചോദിച്ചു. “ഈവക വിഷയങ്ങളിൽ നിങ്ങൾ ഇടപെടേണ്ടതില്ല.”

രാജാവിന്റെ മുന്നിലേക്കു നീങ്ങിനിന്ന് ആർട്ടഗ്നൻ ഉറച്ച ശബ്ദത്തിൽ ഇങ്ങനെ പറഞ്ഞു. “ഒരു നിമിഷം എന്റെ ഈ ഒന്നു രണ്ടു വാക്കുകൾ ശ്രദ്ധിക്കുവാൻ അങ്ങു സന്മനസുകാണിക്കുക. അങ്ങ് സ്തുതിപാഠകരുടെയും പ്രച്ഛന്നവേഷം ധരിച്ചു നടക്കുന്ന സൂത്രശാലികളുടെയും കയ്യിലെ കളിപ്പാട്ടമാണിന്ന്. വിശ്വസ്തരെന്നു പറഞ്ഞു നടക്കുന്ന അവർക്കിടയിൽ ഭൂരിഭാഗവും കള്ളന്മാരും കൊള്ളക്കാരുമാണെന്ന് അങ്ങ് അറിയുന്നില്ല. സത്യസന്ധനും നീതിനിഷ്ഠനുമായ അത്തോസിനെപ്പോലുള്ളവരോട് അങ്ങുകാണിക്കുന്ന ഹീനകൃത്യങ്ങൾ ഒരിക്കലും മാപ്പർഹിക്കുന്നവയല്ല. സ്തുതിവചനങ്ങളിൽ മയങ്ങിപ്പോകുന്ന അങ്ങ് പലപ്പോഴും ഭരണാധികാരി എന്ന നിലയിലുള്ള ഉത്തരവാദിത്വം മറക്കുന്നു. ഇങ്ങനെപോയാൽ ഒട്ടും വൈകാതെ തന്നെ ജനഹൃദയങ്ങളിൽ അങ്ങേക്കു യാതൊരു സ്ഥാനവും ഇല്ലാതെയാകും.”

രാജാവ് സ്തബ്ധനായി മിഴിച്ചുനിന്നു. അർട്ടഗ്നൻ തന്റെ അരപ്പട്ടയിൽ നിന്നും വാൾ വലിച്ചൂരിയെടുത്തു. രാജാവിന്റെ മുന്നിലുള്ള മേശയുടെ പുറത്തുവെച്ചശേഷം വളരെ ഭവ്യതയോടെ വണങ്ങി പിന്നോക്കം മാറി നിന്നു.

തൊട്ടടുത്ത നിമിഷം, രാജാവ് വാൾ തട്ടി ദൂരേക്കു തെറിപ്പിച്ചു. ഒരു വലിയ ശബ്ദത്തോടെ അത് താഴെ തെറിച്ചുവീണു. ഒരു പടയാളിയെ അവഹേളിക്കുന്നതിനു തുല്യമായ പ്രവർത്തിയാണത്.

എന്തുചെയ്യണമെന്നറിയാതെ അർട്ടഗ്നൻ സ്തംഭിച്ചുനിന്നു. രാജാവിന്റെ മുഖത്തേക്കു രൂക്ഷമായി നോക്കി. അടുത്തേക്കു നീങ്ങി ഗൗരവഭാവത്തിൽ ശബ്ദമുയർത്തി പറഞ്ഞു: “ഒരു പടയാളിയെ അങ്ങേക്കു നാടു

കടത്താം. തൂക്കിക്കൊല്ലാം. പക്ഷേ അവന്റെ ആയുധത്തെ അപമാനിക്കാനുള്ള അധികാരവും അവകാശവും അങ്ങേക്കില്ല. അൽപ്പം രക്തം വീഴ്ത്തി ആ പാപക്കറ ഞാൻ സ്വയം കഴുകിക്കളയുകയാണ്." അർട്ടഗ്നന്റെ പെരുമാറ്റവും സംഭാഷണരീതികളും കണ്ടപ്പോൾ അദ്ദേഹത്തിന് സമനില തെറ്റിപ്പോയെന്നു രാജാവിനു തോന്നി.

അർട്ടഗ്നനെ തുറിച്ചുനോക്കിക്കൊണ്ട് അദ്ദേഹം നിന്നു. അർട്ടഗ്നൻ പെട്ടെന്ന് തന്റെ ഉറയിൽ നിന്നും കത്തി വലിച്ചെടുത്തു. അതു തറയിൽ ലംബമായി കുത്തിനിർത്തി. മൂർച്ചയുള്ള ഭാഗം നെഞ്ചിലുറപ്പിച്ചുവെച്ച് അതിനുമുകളിൽ കയറിക്കിടന്നു. കത്തി നെഞ്ചു തുളച്ച് കയറുവാൻ ഏതാനും നിമിഷങ്ങൾ മാത്രം...

എന്നാൽ മിന്നൽ വേഗത്തിൽ രാജാവ് തന്റെ സർവശക്തിയുമെടുത്ത് അർട്ടഗ്നനെ തള്ളി താഴെയിട്ടു. എന്താണു സംഭവിക്കുന്നതെന്ന് മനസിലാകും മുൻപ് കത്തി ദൂരേക്കു വലിച്ചെറിഞ്ഞു. അദ്ദേഹത്തെ പിടിച്ചെഴുന്നേൽപ്പിച്ചു.

കുറച്ചുനേരം രണ്ടുപേരും നിശ്ശബ്ദരായി നിന്നു. അൽപ്പം കഴിഞ്ഞ് രാജാവ് ഒരു തുണ്ടു കടലാസെടുത്തു. അതിൽ ഇങ്ങനെയെഴുതി:

"അത്തോസിനെ ഉടനടി മോചിപ്പിക്കുക."

അർട്ടഗ്നന്റെ ചുണ്ടിൽ ചിരി പടർന്നു. രാജാവിന്റെ നേരെ ആദരവോടെ നോക്കി. തന്റെ കോട്ടിന്റെ പോക്കറ്റിൽ ആ കടലാസു തിരുകിവെച്ച് നിറഞ്ഞ മനസുമായി മുറിവിട്ടിറങ്ങി.

രാജാവ് ദീർഘമായി നിശ്വസിച്ചു. അവ്യക്തമായ ശബ്ദത്തിൽ ആരോടെന്നില്ലാതെ പിറുപിറുത്തു.

"ഞാൻ ഇപ്പോഴും ഒരു കൊച്ചുകുട്ടിയാണ്. നിഷ്കളങ്കനായ കൊച്ചുകുട്ടി."

അർട്ടഗ്നൻ വാക്കുപാലിച്ചു. വിരുന്നിന്റെ അവസാനഘട്ടമെത്തിയപ്പോഴേക്കും അദ്ദേഹം മടങ്ങിയെത്തി. സുഹൃത്തുക്കളോടൊപ്പം ചേർന്നു. അത്തോസും അരാമിസും ബേയ്സ് മാക്സിനോടൊപ്പം പഴയ കാര്യങ്ങൾ അയവിറക്കി വളരെ സന്തോഷത്തോടെ ഇരിക്കുമ്പോഴാണ് അർട്ടഗ്നൻ കടന്നുവന്നത്. വന്നപാടേ ഒരുവലിയ ഗ്ലാസിൽ വൈൻ നിറച്ച് അവർ അദ്ദേഹത്തിന്റെ നേർക്കു നീട്ടി. കൗതുകം പൂണ്ട് ചുറ്റും വന്നുനിന്നു. ആർട്ടഗ്നൻ ഗ്ലാസു വാങ്ങിയെങ്കിലും, അദ്ദേഹത്തിന്റെ വിളറിയ മുഖം അവർക്ക് അസാധാരണമായി തോന്നി.

അത്തോസ് ചോദിച്ചു "നിങ്ങൾക്കെന്തുപറ്റി. വല്ല കുഴപ്പവുമുണ്ടായോ?"

അർട്ടഗ്നൻ മദ്യം ഒന്നു നുണഞ്ഞു. തൂവാലയെടുത്ത് വിയർപ്പ് തുടച്ചശേഷം പറഞ്ഞു. "ആദ്യം അൽപ്പം പ്രശ്നമൊക്കെ ഉണ്ടായെങ്കിലും, ഒടുവിൽ ഞാൻ ഒരു തരത്തിൽ ഒപ്പിച്ചെടുത്തു."

അദ്ദേഹം ഗ്ലാസ് ഒറ്റവലിക്കു കാലിയാക്കി. വിശേഷങ്ങളറിയാൻ കാത്തുനിന്ന സുഹൃത്തുക്കൾക്ക് വലിയ നിരാശ തോന്നി. അർട്ടഗ്നൻ തലതാഴ്ത്തി വീണ്ടും മിണ്ടാതെയിരുന്നു.

അത്തോസിന്റെ ക്ഷമ നശിച്ചു. അദ്ദേഹം മുന്നോട്ടു ചെന്ന് അദ്ദേഹത്തിന്റെ ചുമലിൽ പതുക്കെ കൈ വെച്ചു. എന്നിട്ട് എല്ലാവരോടുമായി ഉറക്കെ പറഞ്ഞു.

"ഒരു സത്യം ഞാൻ പറയാം. നിങ്ങൾ ഇന്നു ഭക്ഷണം കഴിച്ചത് ഒരു തടവുപുള്ളിയുടെ കൂടെയാണ്."

സംഗതി പിടികിട്ടാതെ ബേയ്സ് മാക്സും അരാമിസും അന്യോന്യം നോക്കി.

അത്തോസ് ചിരിച്ചുകൊണ്ടു തുടർന്നു.

"അതായത് ഞാൻ ഒരു തടവുപുള്ളിയാണെന്ന് മനസിലായോ?" അത്തോസ് തുടർന്നു.

"എന്നെ കൽത്തുറുങ്കിലടയ്ക്കാൻ രാജാവു കൽപ്പിച്ചിരിക്കയാണ്. അർട്ടഗ്നൻ എന്നെ ഇവിടെ കൊണ്ടുവന്നതും അതിനാണ് ജയിൽ വാർഡനായ നമ്മുടെ സുഹൃത്ത് ബേയ്സ് മാക്സ്, രാജകൽപ്പന അക്ഷരം പ്രതി അനുസരിക്കാൻ ബാധ്യസ്ഥനാണ്. അദ്ദേഹം ഉടൻ തന്നെ ശിക്ഷ നടപ്പാക്കുമെന്ന് പ്രതീക്ഷിക്കുന്നു."

കുനിഞ്ഞിരുന്ന അർട്ടഗ്നൻ പെട്ടെന്ന് തന്റെ കീശയിൽ തപ്പി രാജാവ് എഴുതിയ കുറിപ്പ് പുറത്തെടുത്ത് ബേയ്സ് മാക്സിന്റെ കൈയിൽ വെച്ചുകൊടുത്തു. കുറിപ്പിലൂടെ കണ്ണോടിക്കുമ്പോൾ ബേയ്സ് മാക്സിന്റെ മുഖം വിളറിവെളുക്കുന്നുണ്ടായിരുന്നു.

"അങ്ങനെയെങ്കിൽ, ഒരു മാസത്തിനകം ഇദ്ദേഹത്തെ ഇവിടെനിന്നും ഞാൻ മോചിപ്പിച്ചു കൊണ്ടുപോകും. തീർച്ച." അമർഷത്തോടെ പല്ലുകടിച്ച് അരാമിസ് പറഞ്ഞു.

തൊട്ടടുത്ത നിമിഷം, അർട്ടഗ്നൻ തന്റെ കീശയിൽ നിന്നും മറ്റൊരു കടലാസുകൂടി പുറത്തെടുത്തു.

കണ്ണിറുക്കി കാണിച്ചുകൊണ്ട് അതും ബേയ്സ് മാക്സിനെ ഏൽപ്പിച്ചു. അത്തോസിനെ മോചിപ്പിച്ചുകൊണ്ടുള്ള കൽപ്പനയായിരുന്നു അത്.

"ഒരേ സമയം പരസ്പര വിരുദ്ധമായ രണ്ടു കൽപ്പനകളോ."

തമാശ കേട്ടതുപോലെ എല്ലാവരും കുലുങ്ങിക്കുലുങ്ങിച്ചിരിച്ചു.

ഒരു ഗ്ലാസ് വൈൻ കൂടി തിടുക്കത്തിൽ അകത്താക്കിക്കൊണ്ട് അർട്ടഗ്നൻ അലസമായി പറഞ്ഞു.

"ഞാൻ എന്തുപറഞ്ഞാലും ലൂയി പതിനാലാമൻ അത് അക്ഷരം പ്രതി അനുസരിക്കും. കാര്യങ്ങളുടെ കിടപ്പ് ഇപ്പോൾ അങ്ങനെയാണ്."

അർട്ടഗ്നന്റെ വാക്കുകൾ കൂട്ടച്ചിരിക്കിടയിൽ മുങ്ങിപ്പോയി."

സന്ധ്യമയങ്ങും വരെ പോർത്തോസ് മിനിമസിൽ എയ്ഗനെ കാത്തുനിന്നു. നിരാശയായിരുന്നു ഫലം. ദീർഘനേരത്തെ ഈ കാത്തിരിപ്പ് അദ്ദേഹത്തിനു വളരെ ദുസ്സഹമായിതോന്നി. വല്ലാത്ത വിശപ്പും ദാഹവും. അൽപ്പംവൈനും ഇറച്ചിയും വാങ്ങിവരാൻ ഒരുപരിചയക്കാരനെ അദ്ദേഹം ചുമതലപ്പെടുത്തി. അതുകഴിച്ചു തീർന്നപ്പോഴേക്കും റായൂളുമെത്തി.

"റായൂൾ എയ്ഗണെ കാണുന്നില്ലല്ലോ. ഇതിനോടകം നീ അവന്റെ കഥ കഴിച്ചോ?" പല്ലു കാട്ടിച്ചിരിച്ചുകൊണ്ട് പോർത്തോസ് ചോദിച്ചു.

ഇല്ല എന്നയർഥത്തിൽ റായൂൾ തലയാട്ടി. റായൂളിന്റെ മുഖം വല്ലാതെയിരിക്കുന്നതുകണ്ട് പോർത്തോസിന് എന്തൊക്കെയോ സംശയം തോന്നി. നിർബന്ധിച്ചപ്പോൾ അയാൾ ഇടറിയ ശബ്ദത്തിൽ പറയാൻ തുടങ്ങി.

"എന്റെ പിതാവിനെ അവർ അറസ്റ്റുചെയ്തുകൊണ്ടു പോയിരിക്കയാണ്. ബാസ്റ്റില്ല ജയിലിൽ അടയ്ക്കാൻ."

"എന്തു ഭ്രാന്താണുനീ പറയുന്നത്? അത്തോസിനെ അറസ്റ്റുചെയ്തെന്നോ? പറയൂ. ആരാണ് ഈ കൊടും ചതി ചെയ്തത്?" പോർത്തോസിന്റെ ഭാവം പെട്ടെന്നു മാറി.

"അർട്ടഗ്നൻ' റായൂൾ പറഞ്ഞു.

"ശുദ്ധ അസംബന്ധം അങ്ങനെ ഒരിക്കലും സംഭവിക്കില്ല."

"അദ്ദേഹത്തെ ബന്ധിയാക്കി ബാസ്റ്റില്ലയിലേക്കു കൊണ്ടുപോകുന്നത് കണ്ടവരുണ്ട്."

"നീ എന്തു ചെയ്യാൻ പോകുന്നു?" ദുഃഖവും കോപവും കടിച്ചമർത്തിക്കൊണ്ട് അദ്ദേഹം റായൂളിനോടു ചോദിച്ചു.

"അദ്ദേഹത്തെ എങ്ങനെയെങ്കിലും രക്ഷപ്പെടുത്തണം. അത്രതന്നെ." കണ്ണുതുടച്ചുകൊണ്ട് റായൂൾ തുടർന്നു.

"രാജാവിന്റെ ആജ്ഞ അനുസരിച്ചായിരിക്കും ആർട്ടഗ്നൻ അദ്ദേഹത്തെ അറസ്റ്റുചെയ്തത്. രാജകൽപ്പന അനുസരിക്കേണ്ട കടമ അർട്ടഗ്നനുണ്ടല്ലോ?"

എന്തു ചെയ്യണമെന്നറിയാതെ ഇരുവരും പതറി നിന്നു. അൽപ്പം കഴിഞ്ഞ് റായൂൾ പറഞ്ഞു: "അർട്ടഗ്നനെപ്പോലുള്ള തന്ത്രശാലികളോട് ഏറ്റുമുട്ടുന്നത് വളരെ കരുതലോടെ വേണം. അദ്ദേഹവും എന്റെ പിതാവും ഉൾപ്പെട്ട പോരാളി സംഘത്തിന്റെ സാഹസികതയെപ്പറ്റിയും കർത്തവ്യബോധത്തെപ്പറ്റിയും ആർക്കാണ് അറിഞ്ഞുകൂടാത്തത്. ജരാനരകൾ ബാധിച്ചിട്ടും യുവത്വത്തിന്റെ ചുറുചുറുക്ക് ഇപ്പോഴും അവർക്കുണ്ട്."

"എനിക്കൊരു ബുദ്ധി തോന്നുന്നു." ശബ്ദം മൃദുവാക്കി റായൂളിളിന്റെ മുഖത്തുനോക്കി പോർത്തോസ് പറഞ്ഞു.

"അത്തോസിനെ തടവറയിൽ എത്തിച്ച ശേഷം അർട്ടഗ്നൻ തിരിച്ച് കൊട്ടാരത്തിൽ മടങ്ങിയെത്തിയിട്ടുണ്ടാകും. നമുക്ക് അദ്ദേഹത്തെ തേടിപ്പിടിക്കാം. വിവരങ്ങൾ ചോദിച്ചറിയാം."

രാത്രികാലത്ത് കോട്ടയ്ക്കുള്ളിലും കൊട്ടാരത്തിനകത്തും പ്രവേശിക്കുക അത്ര എളുപ്പമുള്ള കാര്യമല്ല. പ്രത്യേകിച്ചും റായൂളിന്റെ ഇപ്പോഴത്തെ അവസ്ഥയിൽ. കാവൽക്കാർ എല്ലായിടവും അതീവ ജാഗ്രതയോടെ നിലയുറപ്പിച്ചിട്ടുണ്ട്. അവരുടെ കണ്ണിൽ പെട്ടാൽ ബാക്കിയുണ്ടാവില്ല.

കോട്ടവാതിൽക്കലുള്ള ഇരുട്ടുമൂടിയ വഴിയിൽ അവർ മറഞ്ഞുനിന്നു.

സമയം കടന്നുപൊയ്ക്കൊണ്ടിരുന്നു. പെട്ടെന്ന്, പുറത്ത് എന്തോ ശബ്ദം കേട്ടു. പ്രധാന കവാടത്തിനു മുന്നിൽ ഒരു കുതിരവണ്ടി വന്നുനിന്നു. പടയാളികൾ ഓടിയടുത്തു. കോട്ടയെ ചുറ്റിയുള്ള കിടങ്ങിനു മുകളിൽ ഒരു തടിപ്പാലം സ്ഥാപിക്കപ്പെട്ടു. വണ്ടി ആ പാലത്തിൽ കൂടി അതിവേഗം കോട്ടയ്ക്കുള്ളിലേക്കു കടന്നു. അതിനിടെ വണ്ടിക്കുള്ളിൽ കൊളുത്തിവെച്ച വിളക്കിന്റെ മങ്ങിയ വെട്ടത്തിൽ ഒരു കാഴ്ച കണ്ട് റായൂളും പോർത്തോസും അമ്പരന്നുനിന്നു. അർട്ടഗനനും അത്തോസും.

അവർ നിശ്ശബ്ദം മുഖാമുഖം നോക്കി നിൽക്കുമ്പോൾ ആ കുതിരവണ്ടി അതേ വേഗതയിൽ തിരിച്ചെത്തി.

"അത്തോസിനെ ഏതോ രഹസ്യ സങ്കേതത്തിലേക്കു കൊണ്ടുപോകുകയാവും." ഇരുളിൽ മറഞ്ഞുനിന്ന് പോർത്തോസ് ആത്മഗതമെന്നോണം പറഞ്ഞു.

"ഇനി ഒട്ടും സമയം കളയാനില്ല. നമുക്ക് അവരെ പിൻതുടരാം. അത്തോസിനെ രക്ഷപ്പെടുത്താം. വേഗമാവട്ടെ." റായൂൾ ആവേശത്തോടെ പറഞ്ഞു. മിന്നൽപോലെ പാഞ്ഞുപോകുന്ന കുതിരവണ്ടിയെ അവർ തങ്ങളുടെ കുതിരകളുടെ പുറത്ത് പിൻതുടർന്നു.

ഇരുൾ മൂടിക്കിടക്കുന്ന വിജനമായ വളവുകൾ അതിവേഗം തിരിഞ്ഞ് കുതിരവണ്ടി മുന്നോട്ടു പായുമ്പോൾ ആരോ തങ്ങളുടെ പിന്നാലെ വരുന്നതായി അർട്ടഗനന്റെ സൂക്ഷ്മദൃഷ്ടിയിൽപ്പെട്ടു. ആദ്യം അസാധാരണമായി ഒന്നും തോന്നിയില്ലെങ്കിലും അൽപ്പം കഴിഞ്ഞ് അദ്ദേഹത്തിന് എന്തൊക്കെയോ സംശയങ്ങൾ തോന്നി. ഈ അസമയത്ത് ആരാണു തങ്ങളെ പിൻതുടരുക? അദ്ദേഹം കുതിരവണ്ടിയുടെ വേഗത പരമാവധി വർധിപ്പിച്ചു.

അതിശയകരമായ വേഗത്തിലാണ് റായൂളും പോർത്തോസും കുതിരവണ്ടി മറികടന്ന് അവരുടെ മുന്നിലെത്തിയത്. വണ്ടിക്കാരന്റെ മുഖത്തേക്കു കൈത്തോക്കുചൂണ്ടി വണ്ടി നിർത്താൻ റായൂൾ ആജ്ഞാപിച്ചു. വിസമ്മതിച്ചപ്പോൾ അയാളെ ചവുട്ടി താഴെയിട്ടു. വണ്ടിയുടെ നിയന്ത്രണം റായൂൾ ഏറ്റെടുത്തു. വണ്ടിക്കുള്ളിൽ കയറിപ്പറ്റിയിരുന്നു. പെട്ടെന്ന് അതിഭയങ്കരമായ ശബ്ദത്തോടെ വണ്ടി ഒരു പാറക്കെട്ടിൽ ഇടിച്ചുനിന്നു.

ഇരുട്ടിൽ എന്തൊക്കെയാണു സംഭവിക്കുന്നതെന്നറിയാതെ പരിഭ്രമിച്ചിരിക്കുകയായിരുന്നു അത്തോസ്. റായൂളിനെ കണ്ട് അദ്ദേഹം അത്ഭുതപ്പെട്ടു. 'റായൂൾ' എന്ന് ഉറക്കെ വിളിച്ചുകൊണ്ട് അദ്ദേഹം തലകീഴായി മറിഞ്ഞുകിടന്ന വണ്ടിയിൽനിന്നും ആയാസപ്പെട്ടു പുറത്തുവന്നു. മകനെ കെട്ടിപ്പിടിച്ചു പൊട്ടിക്കരഞ്ഞു.

ഈ രംഗം കണ്ടുകൊണ്ട് അൽപ്പം ദൂരെ മാറിനിന്ന അർട്ടഗനൻ പക്ഷേ, ചിരിയടക്കാനായില്ല. അതിസാഹസികമായി തങ്ങളെ പിൻതുടർന്ന് കീഴ്പ്പെടുത്തിയ റായൂളിനെയും പോർത്തോസിനെയും അദ്ദേഹം മുക്തകണ്ഠം പ്രശംസിച്ചു.

“ചുണയന്മാർ. നിങ്ങളുടെ ധൈര്യവും ചങ്കൂറ്റവും അംഗീകരിച്ചു തന്നിരിക്കുന്നു. നിങ്ങളെക്കുറിച്ച് വലിയ അഭിമാനം തോന്നുന്നു.” റായൂളിനെയും പോർത്തോസിനെയും മാറി മാറി പുണർന്നുകൊണ്ട് അർട്ടഗ്നൻ പറഞ്ഞു.

“എന്റെ പിതാവിനെ ഏതോ രഹസ്യസങ്കേതത്തിലേക്കു കൊണ്ടുപോകുന്നതായാണു ഞങ്ങൾക്കു തോന്നിയത്. അദ്ദേഹത്തെ മോചിപ്പിക്കുക മാത്രമായിരുന്നു ഞങ്ങളുടെ ലക്ഷ്യം.” അൽപ്പം ജാള്യതയോടെ റായൂൾ നടന്ന സംഭവങ്ങൾ വിവരിച്ചു. അർട്ടഗ്നനും അത്തോസും കുലുങ്ങിച്ചിരിച്ചു.

‘ഞാനും അർട്ടഗ്നനും വെറുതേ ഒരു ഉല്ലാസ സവാരിക്കിറങ്ങിയതാണ്. നിങ്ങൾ ധരിച്ചതുപോലെയല്ല കാര്യങ്ങൾ.”

ബാസ്റ്റില്ല ജയിലിലെ കോട്ടയ്ക്കുള്ളിൽ വെച്ച് ജയിൽ വാർഡൻ ബേയ്സ് മാക്സ്, പഴയ സുഹൃത്ത് അരാമിസ് എന്നിവരെ കണ്ടുമുട്ടിയ കാര്യം അത്തോസ് റായൂളിനോടു പറഞ്ഞു. ഏതായാലും എന്നന്നേക്കുമായി നഷ്ടപ്പെട്ടു എന്നു കരുതിയ തന്റെ പിതാവിനെ തിരിച്ചുകിട്ടിയതിൽ റായൂളിനുണ്ടായ സന്തോഷം വർണനാതീതമായിരുന്നു.

അത്തോസ് റായൂളിനോടൊപ്പം പാരീസിലേക്കാണു പോയത്. അർട്ടഗ്നനും പോർത്തോസും അതേ വണ്ടിയിൽ യാത്ര തുടർന്നു.

“ഇന്നു വളരെ നല്ല ദിവസമായിരുന്നു, എങ്കിലും ഇപ്പോൾ വല്ലാത്ത ക്ഷീണം തോന്നുന്നു. അൽപ്പം വിശ്രമിക്കണം. നാളെ വീണ്ടും ചില വിഷയങ്ങൾ കൈകാര്യം ചെയ്യേണ്ടതുണ്ട്. പോർത്തോസ് പിറുപിറുക്കുന്നതുകേട്ട് അർട്ടഗ്നൻ ചോദ്യഭാവത്തിൽ അദ്ദേഹത്തെ നോക്കി.

“റായൂളിന്റെ കാര്യത്തിൽ ഒരാളോടു കണക്കു തീർക്കാനുണ്ട്.”

“ആരാണയാൾ” ആർട്ടഗ്നൻ ചോദിച്ചു.

“അവൻ തന്നെ, എയ്ഗൺ.”

വണ്ടിയിൽ കൊളുത്തിവെച്ച വിളക്കിന്റെ അരണ്ട പ്രകാശത്തിൽ പോർത്തോസിന്റെ മുഖത്തേക്കു രക്തം ഇരച്ചുകയറുന്നതും നെറ്റി വിയർക്കുന്നതും അർട്ടഗ്നൻ ശ്രദ്ധിച്ചു.

പോർത്തോസിന്റെ കരം ഗ്രഹിച്ചുകൊണ്ട് അർട്ടഗ്നൻ പറഞ്ഞു. “നിങ്ങളുടെ സമരം ലൂയി പതിനാലാമനോടായിരിക്കണം. എയ്ഗണോട് അതിനുശേഷമാകാം.” പോർത്തോസ് മൂളി. അർട്ടഗ്നൻ കുറച്ചുനേരം എന്തോ ആലോചിച്ചിരുന്നു. ശബ്ദം വളരെ താഴ്ത്തി പറഞ്ഞു.

“അടുത്തുതന്നെ ഞാൻ ഒരു അത്താഴവിരുന്ന് ഒരുക്കുന്നുണ്ട്. അന്ന് എയ്ഗൺ എന്റെ അതിഥിയായെത്തും. അവിടെവെച്ച് അയാളെ വിശദമായി പരിചയപ്പെടാൻ അവസരമുണ്ടാക്കിത്തരാം. എന്താ പോരേ?”

മതിവന്ന മട്ടിൽ പോർത്തോസ് തലകുലുക്കി. കുതിരവണ്ടി അതിവേഗം മുന്നോട്ടു പൊയ്ക്കൊണ്ടിരുന്നു.

ഏഴ്

അർട്ടഗ്നനും അത്തോസും യാത്രപറഞ്ഞിറങ്ങിയശേഷം ജയിൽ വാർഡനായ ബേയ്സ് മാക്സും അരാമിസും ബാസ്റ്റില്ലെ ജയിലിലെ ഓഫീസ് മുറിയിൽ സംസാരിച്ചുകൊണ്ടിരിക്കയായിരുന്നു. വളരെ നാളുകൾക്കുശേഷം തമ്മിൽ കണ്ടതിന്റെ സന്തോഷത്തിലായിരുന്നു ഇരുവരും. വൈൻ അൽപ്പം അമിതമായിപ്പോയതിനാൽ ബേയ്സ് മാക്സിന്റെ സ്വബോധം ഏറെക്കുറേ നഷ്ടപ്പെട്ടുതുടങ്ങിയിരുന്നു. ഈ സുവർണാവസരം പരമാവധി പ്രയോജനപ്പെടുത്തുക എന്നതായിരുന്നു അരാമിസിന്റെ ഗൂഢലക്ഷ്യം.

“ഇവിടെ തടവറയിൽ അടയ്ക്കപ്പെട്ട കുറ്റവാളിക്ക് കുമ്പസാരിക്കണമെന്നു തോന്നിയാൽ അതിനുള്ള സംവിധാനം താങ്കൾ ഉണ്ടാക്കിക്കൊടുക്കുമോ? അരാമീസ് സംശയം ചോദിച്ചു.

“അങ്ങനെ പതിവില്ല.” മേശപ്പുറത്ത് തലവെച്ചു കിടന്നുകൊണ്ടാണ് ബേയ്സ് മാക്സ് മറുപടി പറഞ്ഞത്. പുറത്തുനിന്നും ആരെയും അകത്തു കയറ്റിവിടാറില്ല. തടവുപുള്ളികളുമായി സംസാരിക്കാൻ ആരെയും അനുവദിക്കാറുമില്ല.”

അരാമിസ് ഉടൻ ഒരു പുസ്തകം പൊടിതട്ടിയെടുത്തു. അത് ജയിൽ നിയമങ്ങളെ സംബന്ധിക്കുന്ന ആധികാരികഗ്രന്ഥമാണെന്നു ബേയ്സ് മാക്സിനെ ധരിപ്പിച്ചു.

പുസ്തകം തുറന്ന് പിടിച്ച് അരാമീസ് ഇങ്ങനെ വായിച്ചു.

“ജയിൽ വാർഡനു സമ്മതമെങ്കിൽ രോഗികളായ തടവുപുള്ളിയുടെ ആവശ്യപ്രകാരം അയാൾക്ക് കുമ്പസാരിക്കാനുള്ള സൗകര്യം ചെയ്തുകൊടുക്കാവുന്നതാണ്. പക്ഷേ രാജാവ് നിയോഗിക്കുന്ന പുരോഹിതന്മാരായിരിക്കും തടവുപുള്ളിയെ കുമ്പസാരിപ്പിക്കുന്നത്.”

മദ്യത്തിന്റെ ആലസ്യത്തിൽ തിളർന്നുകിടന്ന ബേയ്സ് മാക്സ് തല കുലുക്കി. ഈ വകുപ്പിനെപ്പറ്റി അദ്ദേഹത്തിന് അറിവുണ്ടായിരുന്നില്ലെങ്കിലും, നിയമകാര്യങ്ങളിൽ അരാമിസിനുള്ള അവഗാഹം അദ്ദേഹം അംഗീകരിച്ചുകൊടുത്തു. രാജാവ്, തന്നെ ഈ വക കാര്യങ്ങൾക്കായുള്ള പ്രത്യേക പുരോഹിതനായി നിയമിച്ചിരിക്കയാണെന്ന് അരാമിസ്, ബേയ്സ് മാക്സിനെ പറഞ്ഞു വിശ്വസിപ്പിച്ചു.

"പക്ഷേ ഇവിടെ ഇപ്പോൾ രോഗികളായ തടവുപുള്ളികളില്ലല്ലോ." നിർവികാരനായി മുഖം കുനിച്ചിരുന്നുകൊണ്ട് ബേയ്സ് മാക്സ് പറഞ്ഞു.

എന്നാൽ തൊട്ടടുത്ത നിമിഷം കതകിൽ ആരോ മുട്ടുന്ന ശബ്ദം കേട്ടു. ഒരുപടയാളി പ്രത്യക്ഷപ്പെട്ടു.

"പന്ത്രണ്ടാം നമ്പർ തടവുപുള്ളിക്ക് അസുഖം കൂടുതലാണ്. അയാൾ കുമ്പസാരിക്കാൻ ആഗ്രഹിക്കുന്നു." എന്നു ബോധിപ്പിച്ച ശേഷം അയാൾ തൽക്ഷണം പിൻവാങ്ങി.

കാര്യങ്ങൾ മുൻകൂട്ടി കാണാനുള്ള അരാമിസിന്റെ പ്രത്യേക സിദ്ധി ബോധ്യപ്പെട്ടതോടെ, അദ്ദേഹത്തിന് അരാമിസിനോട് എന്തെന്നില്ലാത്ത ബഹുമാനവും ആദരവും തോന്നി. അരാമിസ് അതിരറ്റ ആവേശത്തോടെ ചിരിച്ചുകൊണ്ട് പറഞ്ഞു.

"ഇനി താങ്കളുടെ അനുവാദം മാത്രമേ ഇക്കാര്യത്തിൽ എനിക്കാവശ്യമുള്ളൂ. താങ്കൾക്ക് പൂർണ സമ്മതമാണെങ്കിൽ മാത്രം ഞാൻ ജയിലറയ്ക്കുള്ളിൽ പോകാം. രോഗിയും അവശനുമായ ആ പാവം തടവുകാരനെ കുമ്പസാരിപ്പിക്കാം." അതിൽപിന്നെ, ബേയ്സ് മാക്സിന് ഒരു നിമിഷംപോലും തല പുകയ്ക്കേണ്ടി വന്നില്ല. അദ്ദേഹം വേച്ചുവേച്ചു ചെന്ന് അരാമിസിനെ വണങ്ങി.

"നൂറുശതമാനവും സമ്മതിച്ചിരിക്കുന്നു. താങ്കൾക്ക് എപ്പോൾ വേണമെങ്കിലും അകത്തേക്കു പോകാം."

അരാമിസിന്റെ മുൻപേ നടന്ന് അദ്ദേഹം അകത്തേക്കുള്ള വഴി കാണിച്ചുകൊടുത്തു.

തണുപ്പുകൊണ്ടുമരവിച്ച ഇരുണ്ട ഇടനാഴിയിലൂടെ അരാമിസ് മെല്ലെ ഉള്ളിലേക്കു നടന്നു. കാറ്റും വെളിച്ചവും കടക്കാൻ മടിച്ചുനിൽക്കുന്ന തടവറയ്ക്കുള്ളിലെ മങ്ങിയ ഇരുട്ടിൽ ഒരാൾ തളർന്നു കിടക്കുന്നു. അസ്ഥിമാത്രമായിത്തീർന്ന ഒരു ആൾരൂപം. അഴുക്കു പുരണ്ടതും തുരുമ്പെടുത്തതുമായ പഴയ ഇരുമ്പു പിഞ്ഞാണങ്ങൾ ഉച്ഛിഷ്ടങ്ങളോടൊപ്പം അവിടവിടെയായി ചിതറിക്കിടക്കുന്നു. കട്ടിലിനരികെ അലക്ഷ്യമായി ഇട്ടിരിക്കുന്ന കസേരയും ഒരു ചെറിയ മേശയും.

അരാമിസ് തന്റെ കൈവശം കരുതിയിരുന്ന മെഴുകുതിരി മെല്ലെ കത്തിച്ചു. അയാളുടെ തണുത്തു മരവിച്ച കാൽപ്പാദങ്ങളിൽ പതിയെ സ്പർശിച്ചു. എന്തോ അരുതാത്തതു സംഭവിച്ചതുപോലെ ഒന്നു നടുങ്ങിയശേഷം അയാൾ പെട്ടെന്ന് കട്ടിലിൽ എണീറ്റിരുന്നു.

"ആരാണ് എന്താണു വേണ്ടത്?"

"ഞാനൊരു പുരോഹിതനാണ്. നിങ്ങൾക്കു തീരെ സുഖമില്ലെന്നും കുമ്പസാരിക്കണമെന്നും അറിഞ്ഞു." അരാമിസിന്റെ വാക്കുകളിൽ സ്നേഹവും ആദരവും നിറഞ്ഞുനിന്നു. അയാൾ തുറിച്ചുനോക്കി.

"എനിക്ക് അസുഖമില്ല. കുമ്പസാരിക്കാൻ ഒട്ടും താൽപ്പര്യവുമില്ല. കടന്നുപോകുന്നുണ്ടോ ഇവിടെനിന്ന്?" നിഷേധഭാവത്തിൽ അയാൾ മുഖം തിരിച്ചു.

"മറ്റൊരു പ്രധാന കാര്യമുണ്ട്." അരാമിസ് വളരെ ഭവ്യതയോടെ പറഞ്ഞു. "നിങ്ങൾക്കു രാവിലെ കഴിക്കാൻ കൊണ്ടുവന്ന റൊട്ടിക്കഷണത്തിന്റെ അടിയിൽ ഞാൻ ഒരു തുണ്ടുകടലാസ് ഒളിപ്പിച്ചുവെച്ചിരുന്നു."

അദ്ദേഹത്തിന് വാക്കുകൾ മുഴുമിക്കാൻ കഴിഞ്ഞില്ല.

"ദയവു ചെയ്ത് നിങ്ങൾ ആരാണെന്നു പറയൂ. എന്നിട്ടാവാം മറ്റു കാര്യങ്ങൾ." അയാളുടെ ക്ഷമ നശിച്ചു. അടുത്തുകിടന്ന മേശ അയാൾ അരിശത്തോടു ചവുട്ടി മറിച്ചു.

വളരെ സൗമ്യമായ ശബ്ദത്തിൽ അരാമിസ് പറഞ്ഞുതുടങ്ങി.

"നിങ്ങൾ ജനിച്ചു വളർന്ന നോയ്സിലേസെക് എന്ന ഗ്രാമത്തിൽ പത്തു പതിനഞ്ചു വർഷങ്ങൾക്കു മുൻപ് നടന്ന സംഭവമാണിത്. കറുത്ത വസ്ത്രങ്ങളും മഞ്ഞ നിറത്തിലുള്ള റിബണും പതിവായി ധരിക്കാറുള്ള ഒരു സ്ത്രീ. നിങ്ങളുടെ വീടിനു മുൻപിൽ കൂടി ഒരു പടയാളിക്കൊപ്പം കുതിരപ്പുറത്തു പോകുന്നത് നിങ്ങൾ ഓർമിക്കുന്നുണ്ടോ?"

അൽപ്പനേരം ആലോചിച്ചശേഷം അയാൾ കണ്ണുകളുയർത്തി അരാമിസനെ നോക്കി അവ്യക്തമായ ശബ്ദത്തിൽ പറഞ്ഞു.

"ഉവ്വ് അയാളുടെ പേര് ഹെർബ്ലെ എന്നായിരുന്നു എന്നു തോന്നുന്നു."

അരാമിസ് ചിരിച്ചു.

"ആ പടയാളി പിൽക്കാലത്ത് ബിഷപ്പായി. നിങ്ങളെ കുമ്പസാരിപ്പിക്കാൻ ഈ വന്നുനിൽക്കുന്നതും പഴയ ഹെർബ്ലെ തന്നെയാണ്. ഒന്നുകൂടി സൂക്ഷിച്ചുനോക്കൂ." അയാൾ കണ്ണുകൾ വിടർത്തി അരാമിസിനെ അത്ഭുതത്തോടെ നോക്കിയിരുന്നു.

"നിങ്ങൾ ആ സ്ത്രീയെ ഓർമിക്കുന്നുണ്ടോ?"

"ഉവ്വ് അവർ പലപ്പോഴും എന്നെ കാണാൻ ഇവിടെ വരാറുണ്ട്. കൂട്ടത്തിൽ മറ്റൊരു സ്ത്രീയും ഉണ്ടാകാറുണ്ട്."

"കൂട്ടത്തിലുള്ള മറ്റേസ്ത്രീ ആരാണെന്നറിയാമോ?"

"കോടതിയിൽ നിന്നും വരുന്നു എന്നാണു പറയാറ്. മറ്റൊന്നുമറിയില്ല. ഇവിടുത്തെ പാറാവുകാരൻ, എന്റെ പഴയ ആയ, തയ്യൽക്കാരൻ, ജയിൽവാർഡൻ എന്നിവരൊഴികെ ഈ ലോകത്ത് മറ്റാരെയും എനിക്കറിയില്ല.

മറ്റാരും ഇവിടെ വരാറുമില്ല. ഇതൊരു ജയിലറയാണ്. എല്ലാ കാര്യങ്ങൾക്കും കർശനമായ നിയന്ത്രണങ്ങളുണ്ട്." അയാളുടെ വാക്കുകൾ

മുറിഞ്ഞു. കയ്യുയർത്തി കണ്ണുതുടച്ചു. അയാൾ വിങ്ങിക്കരയുന്നത് അരാമിസ് കണ്ടു.

"ഇവിടുത്തെ സാഹചര്യങ്ങളുമായി ഞാൻ ഇഴുകിച്ചേർന്നു കഴിഞ്ഞു. ജീവിതത്തിന്റെ അവസാന നിമിഷങ്ങളുമെണ്ണിക്കൊണ്ടാണ് ഞാനിവിടെ കഴിഞ്ഞുകൂടുന്നത്."

എന്താണു പറയേണ്ടതെന്നറിയാതെ അരാമിസ് നിന്നു. അൽപ്പം കഴിഞ്ഞ് അദ്ദേഹം ശബ്ദം താഴ്ത്തി പറഞ്ഞു:

"നിങ്ങളുടെ പഴയ ആയയും തയ്യൽക്കാരനും ഇന്നില്ല."

"അവർ എവിടെയാണ്?"

"ശത്രുക്കൾ കൊന്നുകളഞ്ഞു."

അയാൾ ഒരു നിമിഷം നിശ്ശബ്ദനായിനിന്നു. എന്നിട്ട് അരാമിസിന്റെ മുഖത്തേക്ക് ദയനീയമായി നോക്കിക്കൊണ്ടു ചോദിച്ചു.

"ഈ തടവറയ്ക്കുള്ളിൽ ഞാൻ ജീവനോടെയിരിക്കുന്നു എന്നറിയുമ്പോൾ ശത്രുക്കൾ എന്നോടും അതുതന്നെ ചെയ്യും. സത്യമല്ലേ?" ഇതു പറയുമ്പോൾ അയാളുടെ തൊണ്ട വല്ലാതെ ഇടറുന്നുണ്ടായിരുന്നു.

"ഞാൻ ഇവിടെ വന്നതും സംസാരിച്ചതും രാജാവ് അറിഞ്ഞാൽ എന്റെ തലയും പോയതുതന്നെ." അരാമിസ് തന്റെ കൈ അയാളുടെ കൈയിന്മേൽ വെച്ചു. അയാളുടെ സമീപത്ത് തറയിലിരുന്നു.

ഒരു ദീർഘനിശ്വാസത്തോടെ, അദ്ദേഹം പഴയ കഥകൾ പറയാൻ തുടങ്ങി – അയാൾ ജനിച്ചതു മുതൽ തടവറയിലാക്കപ്പെട്ടതുവരെയുള്ള എല്ലാ സംഭവങ്ങളും. ഇരുപത്തിനാലു വർഷത്തെ വിശദമായ ചരിത്രം – ഒരു കൊടുംചതിയുടെ കഥ – അരാമിസിനെ നോക്കി അയാൾ സ്തബ്ധനായിരുന്നു.

അരാമിസ് തുടർന്നു:

"തന്റെ പ്രിയപത്നി ഒരു ആൺകുഞ്ഞിനെ പ്രസവിച്ചതറിഞ്ഞ് ഫ്രാൻസിലെ രാജാവ് സന്തോഷത്താൽ മതിമറന്നു. എന്നാൽ ഏതാനും മണിക്കൂറുകൾക്കുശേഷം അവർ മറ്റൊരു കുഞ്ഞിനുകൂടി ജന്മം നൽകി. അതോടെ അദ്ദേഹം നിരാശനും ദുഃഖിതനുമായി. തന്റെ നാടിന് രണ്ട് അവകാശികളോ? തന്റെ കാലശേഷം അധികാരത്തിനുവേണ്ടി മക്കൾ തമ്മിൽ തല്ലുമെന്നും രാജ്യം രണ്ടു കഷണമാകുമെന്നും അദ്ദേഹം കണക്കുകൂട്ടി. അദ്ദേഹത്തിന്റെ അനുചരന്മാർ ഇങ്ങനെ ഒരു ബുദ്ധി ഉപദേശിച്ചു കൊടുത്തു. ഒരു കുഞ്ഞിനെ രഹസ്യമായി നാടുകടത്തുക. ആ കുഞ്ഞാണു നിങ്ങൾ. ഫ്രാൻസിൽ ഇന്ന് ഈ രഹസ്യം അറിയാവുന്നവർ വിരലിൽ എണ്ണാവുന്നവർ മാത്രം. നാടുഭരിക്കുന്ന ലൂയി പതിനാലാമൻ അമ്മ മഹാറാണി, താങ്കളെ സ്ഥിരമായി കാണാൻ വരാറുള്ള കറുത്ത മേൽവസ്ത്രം ധരിച്ച സ്ത്രീ, പിന്നെ ഈ ഞാനും."

അയാൾ തന്റെ വിറയ്ക്കുന്ന കൈകൾകൊണ്ട് അരാമിസിനെ മുറുകെ പിടിച്ചു. ഒരു മനോരോഗിയെപ്പോലെ വാവിട്ടു നിലവിളിച്ചു.

അൽപ്പനേരം കഴിഞ്ഞ് വികാരത്തെ നിയന്ത്രിച്ചുകൊണ്ട് അയാൾ പറഞ്ഞു തുടങ്ങി.

"തണുത്തു മരവിച്ച ഈ കരിങ്കൽ ഭിത്തികൾക്കിടയിൽ മരണത്തെ കാത്തു കിടക്കുകയായിരുന്നു ഞാൻ. ഇനി ജീവിതമില്ല എന്നായിരുന്നു ഞാൻ കരുതിയത്. പക്ഷേ, നിങ്ങളുടെ വാക്കുകൾ മരവിച്ചു കിടന്ന എന്റെ വിചാരവികാരങ്ങളെ വീണ്ടും തട്ടിയുണർത്തുന്നു." അയാളുടെ മുഖത്ത് ഗൗരവം നിറഞ്ഞു. "എന്നെ ഈ നരകത്തിലേക്കു തള്ളിവിട്ട കൊടും ചതിയന്മാരോട് എനിക്കു പകരം വീട്ടണം."

അരാമിസ് നൽകിയ കണ്ണാടിക്കഷണത്തിലൂടെ അനേകവർഷങ്ങൾക്കുശേഷം അയാൾ തന്റെ യഥാർഥ രൂപംകണ്ടു. അരാമിസിന്റെ പക്കലുണ്ടായിരുന്ന രാജാവിന്റെ ചിത്രത്തിനും കണ്ണാടിയിൽ പ്രതിബിംബിച്ച തന്റെ രൂപത്തിനും തമ്മിലുണ്ടായിരുന്ന അതിശയകരമായ സാദൃശ്യം കണ്ട് അയാൾ അത്ഭുതപ്പെട്ടു.

"ഇനി പറയൂ. യഥാർഥ രാജാവ് ആരാണെന്ന്? കണ്ണാടിയിൽ കണ്ടതോ അതോ ആ ചിത്രത്തിലേതോ?" ചിന്താധീനനായിരുന്ന അയാളോട് അരാമിസ് ചോദിച്ചു.

അയാൾ അദ്ദേഹത്തെ ദൈന്യതയോടെ നോക്കിക്കൊണ്ട് ഇടറുന്ന ശബ്ദത്തിൽ പറഞ്ഞു: "ഞാൻ ഒരു തടവുപുള്ളി മാത്രമാണ്. പണമോ അധികാരമോ ഒന്നുമില്ല."

"അങ്ങു വിഷമിക്കരുത്. അങ്ങയെ സഹായിക്കാൻ ഞങ്ങളുണ്ട്. അയാളെ ഗാഢം പുണർന്നുകൊണ്ട് അരാമിസ് പറഞ്ഞു.

"ഇവിടെ നിന്നും, ആയുധധാരികളായ കാവൽക്കാരുടെ കണ്ണുവെട്ടിച്ച് എങ്ങനെ രക്ഷപ്പെടുമെന്നാണ് അങ്ങു പറയുന്നത്?"

"മനസുവെച്ചാൽ എന്തും നടക്കും." അദ്ദേഹത്തിന്റെ ശബ്ദം ഉറച്ചതായിരുന്നു.

"രാജ്യഭാരമേറ്റാൽ ഞാൻ നിങ്ങൾക്കു സമ്മതനായിരിക്കുമെന്ന് എന്താണുറപ്പ്?"

"അതിന് അങ്ങ് ഇപ്പോൾ പറഞ്ഞ വാക്കുകൾ തന്നെ ധാരാളം. അങ്ങ് സത്യസന്ധനും നീതിനിഷ്ഠനുമായിരിക്കുമെന്ന് എനിക്ക് പൂർണ ബോധ്യമുണ്ട്. താങ്കളെപ്പോലെയുള്ള ഒരു ഭരണാധികാരിയെ ഫ്രാൻസിലെ ജനങ്ങൾ ആകാംക്ഷയോടെ കാത്തിരിക്കുകയാണ്."

"പക്ഷേ, എന്റെ സഹോദരൻ. ഇപ്പോഴത്തെ ഭരണാധികാരിയായ ലൂയി പതിനാലാമൻ..."

"അദ്ദേഹത്തിന്റെ ഭാവി അങ്ങാണ് തീരുമാനിക്കേണ്ടത്. അങ്ങയെ പൂട്ടിയിട്ടിരുന്ന ഈ ഇരുട്ടുമുറി തന്നെയാണ് അദ്ദേഹത്തിനു പറ്റിയ സ്ഥലം. കുറെനാളുകൾക്കുശേഷം മാപ്പു നൽകി വിട്ടയയ്ക്കാം."

അരാമിസ് ശബ്ദം താഴ്ത്തി. "ഈ കാര്യങ്ങൾ ആരോടും പറയരുത്. ഞാൻ പറയാതെ ഈ മുറിവിട്ടു പോകയുമരുത്."

അരാമിസ് പോകാൻ എണീറ്റു. അയാളുടെ സമീപത്തു ചെന്ന് ആലിംഗനം ചെയ്തു. കൈകളിൽ അമർത്തി ചുംബിച്ചു.

ജയിൽ വാർഡൻ ബേയ്സ് മാക്സിന്റെ മുറിയിലേക്കാണ് അരാമിസ് പോയത്. കുമ്പസാരം നടത്തിയതിന്റെ പ്രതിഫലമായ അൻപതിനായിരം ലിവറുമായി അദ്ദേഹം അരാമിസിനെ കാത്തിരിക്കുകയായിരുന്നു.

“പ്രതിഫലം വാങ്ങേണ്ടെന്ന് രാജാവു പ്രത്യേകം പറഞ്ഞിട്ടുണ്ട്.” ബേയ്സ് മാക്സ് നീട്ടിയ പണം വിനയപൂർവം നിരാകരിച്ചുകൊണ്ട് അരാമിസ് പറഞ്ഞു. ആ പണം വാർഡൻ എടുത്തുകൊള്ളാനും അദ്ദേഹം നിർദേശിച്ചു. ഇത്രയും പണം വെറുതേ കിട്ടിയപ്പോൾ ബേയ്സ് മാക്സ് അത്ഭുതത്തോടെ മിഴിച്ചിരുന്നു. അദ്ദേഹത്തിന് അരാമിസിനോടുണ്ടായിരുന്ന സ്നേഹവും ബഹുമാനവും പതിന്മടങ്ങു വർധിക്കാൻ ഈ സംഭവം വഴിവെച്ചു. അത്യധികമായ സന്തോഷത്തോടെയാണ് അദ്ദേഹം അരാമിസിനെ യാത്രയാക്കിയത്. ‘വ്യാക്സ്’ മന്ദിരത്തിന്റെ ഉദ്ഘാടനവുമായി ബന്ധപ്പെട്ട അവസാനവട്ട ഒരുക്കങ്ങൾ ധൃതിയിൽ നടക്കുമ്പോഴാണ് അരാമിസ് അവിടെ എത്തുന്നത്. ഫോക്കറ്റിന്റെ സുഹൃത്തുക്കളും കൊട്ടാരത്തിലെ ഉപദേഷ്ടാക്കളും ഉദ്യോഗസ്ഥ പ്രമുഖരുമുൾപ്പെടെ ഒരുവലിയ സംഘം അവിടെ തമ്പടിച്ചിരുന്നു.

അരാമീസ് എല്ലായിടവും ചുറ്റിനടന്നു കണ്ടു. അതിഥികളുമായി സൗഹൃദം പങ്കിട്ടു.

ഒന്നാം നിലയുടെ ഇടതുഭാഗത്താണ് ഫോക്കറ്റിന്റെ ഓഫീസ് മുറി. അരാമീസ് പതുക്കെ അവിടേക്കു കടന്നുചെന്നു. മേശപ്പുറത്തിരുന്ന കടലാസുകൾ മറിച്ചുനോക്കി എന്തോ എഴുതുകയായിരുന്നു ഫോക്കറ്റ്.

“ഈ നാടിന്റെ ചരിത്രത്തിൽ ഇത്രയും ഗംഭീരമായ ഒരു സംഭവം ഇന്നേവരെ ഉണ്ടായിട്ടില്ല. ഇനി ഉണ്ടാകുകയുമില്ല. എല്ലാ കാര്യങ്ങൾക്കും താങ്കളുടെ മേൽനോട്ടമുണ്ടാകുമ്പോൾ മറ്റൊന്നും പറയേണ്ട കാര്യമില്ലല്ലോ.” അരാമിസിന്റെ വാക്കുകൾ കേട്ട് ഫോക്കറ്റ് അഭിമാനത്തോടെ തലയുയർത്തി നോക്കി. പുഞ്ചിരിച്ചുകൊണ്ട് അദ്ദേഹത്തെ ഉള്ളിലേക്കു ക്ഷണിച്ചു.

“ദൈവത്തിന്റെ കൃപകൊണ്ട് എല്ലാം ഗംഭീരമാകുമെന്നുതന്നെയാണ് എന്റെ പ്രതീക്ഷ. നിങ്ങളെപ്പോലുള്ളവരുടെ ആത്മാർഥമായ സഹായസഹകരണങ്ങൾ എനിക്കുണ്ടാകണം.”

“തീർച്ചയായും തീർച്ചയായും.” ഫോക്കറ്റിന്റെ കൈ പിടിച്ചുകൊണ്ട് അരാമിസ് പറഞ്ഞു.

ഫോക്കറ്റിന്റെ സമീപത്തുള്ള കസേരയിൽ ഇരുന്ന് അരാമീസ് തുടർന്നു.

“ക്ഷമിക്കണം ഒരു പ്രധാന കാര്യം അങ്ങയോട് പറയാൻ കൂടിയാണ് ഞാൻ വന്നത്. ഒരാളുടെ ജീവന്റെ പ്രശ്നമാണ്.”

“വേഗം പറയൂ.” അത്യധികമായ ആകാംക്ഷയോടെ ഫോക്കറ്റ് ചെവിയോർത്തു.

“സെൽസൺ എന്നു പേരുള്ള ഒരു പാവം പയ്യൻ കഴിഞ്ഞ പത്തു വർഷമായി ബാസ്റ്റില്ല ജയിലിലാണ്. രാജാവിനെ വിമർശിച്ചുകൊണ്ട് ആ മഠയൻ ഒരു കവിതയെഴുതിയത്രേ. വളരെ നിസ്സാരമായ കുറ്റം. അവനെ മോചിപ്പിക്കണമെന്ന അപേക്ഷയുമായി അവന്റെ അമ്മ ദിവസേന എന്നെ സമീപിക്കുകയാണ്. അവൻ നിരപരാധിയാണെന്നാണ് അന്വേഷണത്തിൽ അറിയാൻ കഴിഞ്ഞത്.”

ഫോക്കറ്റ് അധികം ആലോചിച്ചില്ല. ഒരു കടലാസെടുത്ത് അതിൽ എന്തൊക്കെയോ കുത്തിക്കുറിച്ചു. കുറിപ്പും ആയിരം ലിവറും അരാമിസിനെ ഏൽപ്പിച്ചശേഷം പറഞ്ഞു;

“ഈ പണം പയ്യന്റെ അമ്മയ്ക്കുള്ളതാണ്. പാവം സ്ത്രീ. ഈ കത്ത് എന്റെ സുഹൃത്ത് ലിയോണിനു കൊടുക്കണം. മറ്റു കാര്യങ്ങൾ അയാൾ നോക്കിക്കൊള്ളും.”

പണവും കത്തും വാങ്ങി ഫോക്കറ്റിനെ വണങ്ങിയശേഷം അരാമിസ് വളരെവേഗം പുറത്തിറങ്ങി.

“അരാമിസ് ബാസ്റ്റില്ല ജയിയിൽ എത്തുമ്പോൾ രാത്രി ഏഴുമണി കഴിഞ്ഞു. ജയിൽ വാർഡൻ ബേയ്സ് മാക്സ് ഗംഭീരമായ അത്താഴ വിരുന്നൊരുക്കി അദ്ദേഹത്തെ കാത്തിരിക്കുകയായിരുന്നു. അരപ്പട്ടയിലെ മിനുങ്ങുന്ന തോലുറയിൽ വാളും ഒരു വശം ചരിഞ്ഞതൊപ്പിയും കഴുത്തുവരെ ബട്ടനുള്ള കറുത്തകോട്ടും ധരിച്ചെത്തിയ അരാമിസിനെ കണ്ടാൽ ഒരു കുതിരപ്പടയാളിയാണെന്നു തോന്നുമായിരുന്നു.

ബേയ്സ് മാക്സ് അദ്ദേഹത്തെ അനൽപ്പമായ സന്തോഷത്തോടെ സ്വീകരിച്ചിരുത്തി.

വൈൻ നിറച്ച ഗ്ലാസ് എടുത്തുനീട്ടി.

“മതിയാവോളം കുടിച്ചോളൂ സുഹൃത്തേ. പണ്ട്, പടയാളികളായിരുന്ന കാലത്ത് കുടിച്ചു മദിച്ചു നടന്നതൊക്കെ മറന്നുപോയോ?”

അരാമിസ് ഗ്ലാസു വാങ്ങി. പതുക്കെ രുചിച്ചുനോക്കി. എന്നാൽ ബേയ്സ് മാക്സ് അതിനോടകം രണ്ടു മൂന്നു ഗ്ലാസെങ്കിലും അകത്താക്കിയിട്ടുണ്ടായിരുന്നു. അരാമിസ് ഒഴിച്ചു കൊടുക്കുന്നതെല്ലാം അമിതമായ ആസക്തിയോടെ അദ്ദേഹം വലിച്ചുകുടിച്ചുകൊണ്ടിരുന്നു. മേശപ്പുറത്ത് നിരത്തിവെച്ചിരുന്ന കുപ്പികൾ മിക്കതും കാലിയായി.

സെൽസനെ മോചിപ്പിച്ചുകൊണ്ടുള്ള ഫോക്കറ്റിന്റെ ഉത്തരവ് ഏതു നിമിഷവും എത്തുമെന്ന് അരാമിസിനറിയാമായിരുന്നു. സന്ദേശവാഹകന്റെ കുതിരയുടെ കുടമണി ശബ്ദം കേൾക്കുന്നുണ്ടോ എന്ന് അക്ഷമനായി കാതോർത്തിരിക്കയായിരുന്നു അദ്ദേഹം. അതിനിടെ മദ്യലഹരിയിൽ എന്തൊക്കെയോ പുലമ്പിക്കൊണ്ട് ബേയ്സ് മാക്സ് കസേരയിലേക്ക് ചരിഞ്ഞുവീണു.

പെട്ടെന്ന്, പുറത്തു മണിയടിശബ്ദം കേട്ടു. ഒരു ഭൃത്യൻ മുറിയിലേക്കു കടന്നുവന്നു. അടിയന്തര സന്ദേശവുമായി ഒരു പടയാളി വന്നിരിക്കുന്നു എന്നറിയിച്ചു. ശബ്ദം കേട്ട് ബേയ്സ് മാക്സ് പിടഞ്ഞെണീറ്റു. അയാളുടെ കണ്ണുകളിലേക്കു തുറിച്ചുനോക്കി ഉറക്കെ വിളിച്ചുകൂവി.

"അയാളോടു നാളെ വരാൻ പറയൂ നാശം. ഇവിടെ ഞാൻ തിരക്കിലാണെന്ന് അയാൾക്കറിഞ്ഞുകൂടേ."

അരാമിസ് ബേയ്സ് മാക്സിനെ പിടിച്ചിരുത്തി. സമാധാനിപ്പിച്ചു കൊണ്ടു പറഞ്ഞു.

"ഇത്തരം കാര്യങ്ങൾ അപ്പപ്പോൾ ചെയ്തുതീർക്കണം മുകളിൽ നിന്നുള്ള നിർദേശങ്ങളാകുമ്പോൾ പ്രത്യേകിച്ചും."

ബേയ്സ് മാക്സ് കണ്ണുതിരുമ്മി തന്റെ സുഹൃത്തിന്റെ മുഖത്തേക്കു നോക്കി. ചെറുതായി ഒന്നു പുഞ്ചിരിച്ചു.

"ശരി അയാളോടു വരാൻ പറയൂ."

ഉത്തരവ് അടങ്ങിയ കടലാസു ചുരുൾ വാങ്ങി ഒന്നു കണ്ണോടിച്ച ശേഷം അത് അലക്ഷ്യഭാവത്തിൽ അദ്ദേഹം അരാമിസിന് എറിഞ്ഞു കൊടുത്തു.

"എവിടെ നിന്നെങ്കിലും ഒരു കാട്ടുകള്ളനെ ഇങ്ങോട്ടു കൊണ്ടുവരുന്നു. അവനെ ഞാൻ ഇവിടെ കഷ്ടപ്പെട്ടു തീറ്റിപ്പോറ്റുന്നു.

ഒരു സുപ്രഭാതത്തിൽ അവനെ തുറന്നുവിടാൻ ഉത്തരവിടുന്നു. എവിടുത്തെ ന്യായമാണിത്? മനുഷ്യന് എങ്ങനെ ഭ്രാന്തുപിടിക്കാതിരിക്കും?"

അരാമിസ് അൽപ്പം ഗൗരവത്തോടെ പറഞ്ഞു.

"ആ പയ്യന്റെ കാര്യം മഹാകഷ്ടമാണ്. വലിയ കാരണങ്ങളൊന്നുമില്ലാതെ നിഷ്കളങ്കനായ അവൻ കുറേനാളായി ഇവിടെക്കിടന്ന് നരകയാതന അനുഭവിക്കുകയാണ്. അവനെ തുറന്നുവിട്ടാൽ ഒരു കോടി പുണ്യം കിട്ടും."

"താങ്കളുടെ ഇഷ്ടംപോലെ." എന്നു പറഞ്ഞ് ബേയ്സ് മാക്സ് മേശപ്പുറത്ത് അടിച്ചു ശബ്ദമുണ്ടാക്കി. ഭൃത്യന്മാരെ കാണാതായപ്പോൾ എണീറ്റ് അകത്തെ ഹാളിലേക്കു വേച്ചുവേച്ചു നടന്നു.

ദൂതൻ കൈമാറിയ കടലാസു ചുരുൾ അപ്പോഴും മേശപ്പുറത്തുതന്നെയുണ്ടായിരുന്നു. ഞൊടിയിടകൊണ്ട് അരാമിസ് അത് കൈക്കലാക്കി. തന്റെ കൈവശം കരുതിയിരുന്ന മറ്റൊരു കടലാസ് ചുരുട്ടി യഥാസ്ഥാനത്തു പകരം വെച്ചു.

ബേയ്സ് മാക്സ് തിരിച്ചുവന്ന് വീണ്ടും കസേരയിലിരുന്നു. മണിയടിച്ച് മേജറെ വിളിപ്പിച്ചു. മൂന്നാം നമ്പർ അറയിലെ സെൻസറെ കൂട്ടിക്കൊണ്ടുവരാൻ നിർദേശിച്ചു.

"സെൽസണോ? അതാരാണ്?" മുമ്പിലിരുന്ന അരാമിസ് ചോദിച്ചു.

"ഫിലിപ്പ് എന്നല്ലേ അയാളുടെ പേര്?"

ബേയ്സ് മാക്സ് അൽപ്പം പരിഹാസത്തോടെ ചിരിച്ചുകൊണ്ടു പറഞ്ഞു.

"സെൽസൺ സെൽസൺ എന്നുതന്നെ."

"നിങ്ങൾക്കു തെറ്റിപ്പോയെന്നു തോന്നുന്നു. തടവുപുള്ളിയുടെ പേര് ഡെൽസൺ എന്നല്ല. ഫിലിപ്പ് എന്നാണ് ആ കടലാസിൽ കുറിച്ചിരിക്കുന്നതും അതുതന്നെയാണ്."

"അല്ല സുഹൃത്തേ, സെൽസൺ എന്നാണ്. നിങ്ങൾക്കാണു തെറ്റിയത്." ബേയ്സ് മാക്സിനു സംശയമില്ല.

"പക്ഷേ ഞാൻ ഫിലിപ്പി എന്ന് വളരെ വ്യക്തമായി കണ്ടതാണ്."

"എന്നെ ഭ്രാന്തുപിടിപ്പിക്കരുത്. ആ ഉത്തരവിലെ മഷിയുടെ നിറം പോലും ഞാനോർക്കുന്നുണ്ട്. അതിൽ സെൽസൺ എന്ന ഐറിഷുകാരൻ എന്നു തന്നെയാണ് എഴുതിയിരിക്കുന്നത്. താങ്കൾ കഴിഞ്ഞ ദിവസം കുമ്പസാരിപ്പിക്കാൻ വന്നയാളിന്റെ പേരാണ് ഫിലിപ്പി. പേരു തമ്മിൽ പിശകിയതാവും സാരമില്ല." ബേയ്സ് മാക്സ് അദ്ദേഹത്തെ സമാധാനിപ്പിച്ചു.

ബേയ്സ് മാക്സ് പെട്ടെന്ന് മേശപ്പുറത്തുകിടന്ന കടലാസു ചുരുൾ കയ്യിലെടുത്തു. അതിലേക്കു സൂക്ഷിച്ചുനോക്കി. ഇടിയേറ്റവനെപ്പോലെ നടുങ്ങി. അദ്ദേഹത്തിന്റെ മുഖത്തുനിന്നും രക്തംവാർന്നുപോയപോലെ അരാമിസിനു തോന്നി.

പെട്ടെന്ന് സ്വബോധം വീണ്ടെടുത്ത് ബേയ്സ് മാക്സ് പറഞ്ഞു.

"നമുക്കു ഒരു കാര്യം ചെയ്യാം. കൊട്ടാരത്തിൽ വിവരമറിയിച്ച് സംശയം മാറ്റാം. അതാണ് നല്ലത്."

അരാമിസ് ചോദിച്ചു. "ന്യായാധിപന്മാർ അടിയിൽ ഒപ്പിട്ടിരിക്കുന്നതു കണ്ടില്ലേ? അവരെ അവിശ്വസിക്കുന്നതു ശരിയാണോ?"

ബേയ്സ് മാക്സ് നിശ്ശബ്ദനായിരുന്നു. "കൊട്ടാരത്തിൽ നിന്നും നിയോഗിക്കപ്പെട്ട ഏറെ ഉത്തരവാദിത്വമുള്ള ഒരു ബിഷപ്പാണു ഞാൻ. ഞാൻ ഒരു ഉത്തരവുവിട്ടാൽ അപ്രകാരം അനുസരിക്കേണ്ട ബാധ്യത നിങ്ങൾക്കുണ്ട്." അരാമിസ് പറയുന്നതുകേട്ട് ബേയ്സ് മാക്സ് വിയർത്തു.

അദ്ദേഹത്തിന്റെ മറുപടിക്കു കാത്തുനിൽക്കാതെ അരാമിസ് പെട്ടെന്ന് ഒരു കടലാസെടുത്തു. അതിൽ ഇപ്രകാരമെഴുതി:

'പരമ കാരുണികനായ ദൈവത്തിനു സ്തുതി. ബാസ്റ്റില്ല തടവറയിലെ വാർഡനായ ബേയ്സ് മാക്സിന്റെ അറിവിലേക്ക് കൊട്ടാരത്തിൽ നിന്നു നൽകിയിട്ടുള്ള നിർദേശങ്ങൾ എത്രയും പെട്ടെന്നു നടപ്പിലാക്കാൻ ഇതിനാൽ കൽപ്പിക്കുന്നു.

ദൈവനാമത്തിൽ
അരാമിസ് (ഒപ്പ്)'

തന്റെ കൈവശം വെച്ചിരുന്ന ഔദ്യോഗിക മുദ്ര പതിപ്പിച്ച കത്ത് ബേയ്സ് മാക്സിനു കൈമാറി.

"ഒരു നിസ്സാര കാര്യത്തിനുവേണ്ടി നാം കലഹിക്കേണ്ടിയിരുന്നില്ല. കഴിഞ്ഞതൊക്കെ മറക്കുക. സാരമില്ല." വിളറിയ മുഖവുമായി ഇരുന്ന ബേയ്സ് മാക്സിന്റെ ചുമലിൽ തട്ടി അരാമിസ് സമാധാനിപ്പിച്ചു.

ബേയ്സ് മാക്സ് ചിരിക്കാൻ ശ്രമിച്ചു. ഉച്ചത്തിൽ മേശപ്പുറത്തടിച്ച് പാറാവുകാരനെ വിളിച്ചു. 12-ാം നമ്പർ തടവറയിൽ കിടക്കുന്ന ഫിലിപ്പിയെ ഉടനെ പുറത്തുകൊണ്ടുവരാൻ ആജ്ഞാപിച്ചു.

അൽപ്പം കഴിഞ്ഞ്, മുഖാവരണമണിഞ്ഞ തടവുപുള്ളി അവരുടെ മുന്നിലെത്തി. ഒരു തടിയൻ പുസ്തകത്തിൽ ശ്രദ്ധിച്ചുകൊണ്ടിരുന്ന ബേയ്സ് മാക്സ് തലയുയർത്തിനോക്കി. അയാളെ മോചിപ്പിച്ചു കൊണ്ടുള്ള ഉത്തരവ് ഉറക്കെ വായിച്ചു.

ഒരു മുന്നറിയിപ്പെന്നോണം ഇങ്ങനെ പറഞ്ഞു.

"ഇവിടുത്തെ കാര്യങ്ങളൊന്നും നീ ഒരിക്കലും പുറത്തുപറയരുത്. അഥവാ പറഞ്ഞാൽ ശിക്ഷ പഴയതിനേക്കാൾ ഭീകരമായിരിക്കും."

അയാൾ സമ്മതഭാവത്തിൽ തലകുലുക്കി. "ഇനി നീ എങ്ങോട്ടാണു പോകുന്നത്?" ഈ ചോദ്യത്തിന് അയാൾക്കു മറുപടിയൊന്നും ഉണ്ടായിരുന്നില്ല.

"വിഷമിക്കണ്ട. ഞാൻ അങ്ങയോടൊപ്പമുണ്ട്." പിന്നിൽ നിന്ന് അരാമിസ് അദ്ദേഹത്തിന്റെ ചെവിയിൽ മന്ത്രിച്ചു.

അധികം വൈകാതെ അരാമിസിനോടൊപ്പം അയാൾ പുറത്തേക്കു നടന്നു.

രണ്ടു കുതിരകളെ പൂട്ടിയ വണ്ടി കോട്ടയുടെ ഇടനാഴിയിൽ കാത്തു കിടക്കുന്നുണ്ടായിരുന്നു. ഇരുവരും വണ്ടിയിൽ കയറി.

അത്ഭുതംകൊണ്ടു വിടർന്ന കണ്ണുകളുമായി രാജകുമാരൻ ചുറ്റും നോക്കിയിരുന്നു. ജീവിതത്തിലാദ്യമായി പുറംലോകം കണ്ട ഒരു കൊച്ചു കുട്ടിയുടെ അന്ധാളിപ്പും കൗതുകവുമായിരുന്നു അപ്പോൾ ആ മുഖത്ത്. അരാമിസ് കുതിരകളെ ആവുന്നത്ര വേഗത്തിലാക്കി. കുടമണി കിലുക്കി കുതിരവണ്ടി ശരവേഗത്തിൽ മുന്നോട്ടുപാഞ്ഞു.

"ഇനി മുതൽ എല്ലാ കാര്യങ്ങളിലും അങ്ങ് ജാഗ്രത പുലർത്തണം. ഞാൻ എപ്പോഴും അങ്ങയുടെ അടുത്തുതന്നെയുണ്ടാകും. ഓരോ വാക്കും ചലനവും ശ്രദ്ധിക്കണം. ഓരോന്നിനും അതിന്റേതായ അർഥങ്ങളുണ്ട്."

അരാമിസ് പറയുന്നത് രാജകുമാരൻ ശ്രദ്ധാപൂർവം കേട്ടുകൊണ്ടിരുന്നു.

"പിറന്നുവീണപ്പോൾ മുതൽ തടവറയുടെ ഇരുളിൽ കഴിയാനായിരുന്നു അങ്ങയുടെ ദുർവിധി. ഇതിനോടകം അനുഭവിക്കേണ്ടിവന്ന യാതനകൾക്കും പീഡനങ്ങൾക്കും കണക്കില്ല. അങ്ങ് നിഷ്കളങ്കനും നീതിബോധവുമുള്ള ഭരണാധികാരിയായിരിക്കും എന്ന കാര്യത്തിൽ സംശയമില്ല. ധാർഷ്ട്യവും അഹങ്കാരവും രാജാക്കന്മാർക്കു ഭൂഷണമല്ല. മനുഷ്യത്വം തൊട്ടുതെറിച്ചിട്ടില്ലാത്തവർ സിംഹാസനത്തിലേറിയാൽ ആരും അംഗീകരിക്കുകയില്ല."

ഇരുട്ടുമൂടിയ വഴികളിലൂടെ കുതിരവണ്ടി മുന്നോട്ടു പായുകയായിരുന്നു. രാജകുമാരന്റെ അരികിലേക്കു കൂടുതൽ ചേർന്നിരുന്നുകൊണ്ട് അരാമിസ് തുടർന്നു.

"അങ്ങ് ലൂയി പതിമൂന്നാം രാജാവിന്റെ മൂത്തമകനാണ്. ഇരട്ടകളിൽ രണ്ടാമതു ജനിക്കുന്ന ആളാണ് ജ്യേഷ്ഠൻ. നിയമമനുസരിച്ച് ഇപ്പോൾ

അങ്ങാണ് നാടുഭരിക്കേണ്ടത്. നാളെയോ മറ്റന്നാളോ അങ്ങ് ഫ്രാൻസിലെ രാജാവായി അധികാരമേൽക്കും."

രാജകുമാരന്റെ കണ്ണുകൾ തിളങ്ങി. അൽപ്പം കഴിഞ്ഞ് എന്തോ ആലോചിച്ചശേഷം അദ്ദേഹം ഇടറിയ ശബ്ദത്തിൽ പറഞ്ഞു.

"സമ്മതിച്ചു. പക്ഷേ എന്റെ സഹോദരന് ഒന്നും സംഭവിക്കരുത്."

"ഇത്രയും നാൾ അങ്ങു കിടന്ന തടവറ ഇനി അദ്ദേഹത്തിനുള്ളതാണ്. സിംഹാസനം അങ്ങേക്കും." അരാമിസ് പൊട്ടിച്ചിരിച്ചു.

"സഹോദരന്റെ സഹധർമിണി?"

"ബന്ധം വിച്ഛേദിച്ച് അവരെ നാടുകടത്തണം." അരാമിസ് പറഞ്ഞു.

"അദ്ദേഹം വഴങ്ങിയില്ലെങ്കിലോ?"

"തടവറയിലെ ഇടുങ്ങിയ ചുവരുകൾക്കുള്ളിൽ കിടന്നുകൊണ്ട് അദ്ദേഹം പ്രതിഷേധിച്ചാൽ ആരു കേൾക്കാനാണ്. ഏതായാലും പട്ടുമെത്തയും മറ്റു സുഖസൗകര്യങ്ങളും ശീലിച്ച അദ്ദേഹത്തിന് തടവറയ്ക്കുള്ളിൽ അധികകാലം പിടിച്ചുനിൽക്കാനുള്ള ശക്തിയുണ്ടാകില്ല."

രാജകുമാരന്റെ ഹൃദയം ഇരുണ്ടുമൂടി.

"അദ്ദേഹത്തെ ഇത്തരം ദുരിതങ്ങളിലേക്കു തള്ളിയിടുന്നത് കൊടും പാപമല്ലേ?"

നിശ്ശബ്ദനായിരുന്ന അരാമിസിന്റെ കണ്ണുകളിലേക്കു നോക്കിക്കൊണ്ട് രാജകുമാരൻ വീണ്ടും ചോദിച്ചു. "അങ്ങേയ്ക്ക് സഹോദരങ്ങളില്ലേ?"

രാജകുമാരന്റെ കരംഗ്രഹിച്ചുകൊണ്ട് അദ്ദേഹം പറഞ്ഞു.

"ഞാൻ ഏകാനാണ്. സ്നേഹിക്കാനും സ്നേഹം പകർന്നുതരാനും ആരുമില്ലാത്ത അനാഥൻ. ഇപ്പോൾ എനിക്കുള്ളത് അങ്ങുമാത്രമാണ്."

അരാമിസ് പറയുന്നത് നിറഞ്ഞ കണ്ണുകളോടെ അദ്ദേഹം കേട്ടുകൊണ്ടിരുന്നു. ആദ്യത്തെ അനുഭവം. ജീവിതത്തിന് ഒരു അർഥം ഉണ്ടായതുപോലെ.

"കറച്ചു കടലാസു കഷണങ്ങൾ റൊട്ടിയുടെ അടിയിൽ രഹസ്യമായിവെച്ച് ഞാൻ കൊടുത്തയച്ചിരുന്നു. അതു കിട്ടിക്കാണുമല്ലോ?"

അരാമിസിന്റെ ചോദ്യം രാജകുമാരനെ ചിന്തയിൽ നിന്നുണർത്തി.

"ഉവ്വ്. രോഗിണിയായ എന്റെ അമ്മ, ജ്യേഷ്ഠസഹോദരൻ, അദ്ദേഹത്തിന്റെ ഭാര്യ ഹെർറിറ്റ, ജ്യേഷ്ഠന്റെ കാമുകി വല്ലിയർ തുടങ്ങി എല്ലാവരുടെയും രേഖാ ചിത്രങ്ങളും മറ്റു വിശദവിവരങ്ങളും അതിലുണ്ടായിരുന്നു. അതിൽ പറഞ്ഞ കാര്യങ്ങളെല്ലാം എനിക്കിപ്പോൾ മനഃപാഠമാണ്. അവരെ നേരിൽക്കാണുമ്പോൾ തിരിച്ചറിയാൻ എനിക്കു ബുദ്ധിമുട്ടുണ്ടാവില്ല."

"കോൾബർട്ടിനെപ്പറ്റി അങ്ങ് അറിഞ്ഞുകാണുമല്ലോ?"

"അറിയാം. അതിബുദ്ധിമാനായ മന്ത്രി. പക്ഷേ വൃത്തികെട്ടവൻ ഫോക്കറ്റിന്റെ ആജന്മശത്രു."

"അപ്പോൾ ഫോക്കറ്റ്?"

"രാജസഭയിലെ കരുത്തനായ മന്ത്രി." അരാമിസ് എന്തോ പറയാൻ ഭാവിച്ചു. പക്ഷേ രാജകുമാരൻ വിലക്കി.

‘‘അയാളുടെ കഥ ഇതോടെ തീരുകയാണ്. ഇനിമുതൽ ആ സ്ഥാനത്ത് നിങ്ങളായിരിക്കും.”

അരാമിസ് അൽപ്പം ഗൗരവത്തോടെ പറഞ്ഞു.

“എല്ലാം വളരെ സാവധാനം മതി. തിടുക്കം വേണ്ട. തിടുക്കത്തിലുള്ള പ്രവൃത്തികൾ സംശയത്തിനിടവരുത്തും.”

അദ്ദേഹത്തിന്റെ ശബ്ദം കനത്തു.

“അങ്ങ് പിതാവിനെപ്പോലെ ഒരു കഴിവുകെട്ട ഭരണാധികാരിയാകാൻ പാടില്ല. പിടിപ്പുകേടിന്റെ പര്യായമായിരുന്നു അദ്ദേഹം. തീരുമാനങ്ങളെടുക്കാൻ അദ്ദേഹത്തിന് പലരെയും ആശ്രയിക്കേണ്ടിവന്നു. സ്തുതിപാഠകരും കപടവേഷക്കാരുമാണ് അദ്ദേഹത്തെ നിയന്ത്രിച്ചുകൊണ്ടിരുന്നത്. അഴിമതിക്കാരുടെ എത്രയെത്ര കഥകളാണു നാം കേട്ടത്? അങ്ങ് ധർമനീതിയുള്ള സൽക്കീർത്തിയുള്ള രാജാവായി ദീർഘനാൾ വാഴണം. എന്റെ എല്ലാവിധ സഹായവും അങ്ങേക്ക് എക്കാലവുമുണ്ടാകും.” അരാമിസ് എണീറ്റുചെന്ന് രാജകുമാരനെ നമിച്ചു.

‘‘അപ്പോൾ എന്റെ സഹോദരൻ?’’ ഇടർച്ചവീണ ശബ്ദത്തിൽ അദ്ദേഹം ചോദിച്ചു.

“അഭ്യാസികൾ ഒറ്റ വിരലുകൊണ്ട് ആനയെ ഉയർത്തുന്നതു കണ്ടിട്ടില്ലേ? രാത്രിയിൽ പട്ടുമെത്തയിൽ ഉറങ്ങാൻ കിടക്കുന്നയാൾ തൊട്ടടുത്ത പ്രഭാതത്തിൽ കണികാണുന്നത് ഇരുമ്പഴികളായിരിക്കും.”

അരാമിസിന്റെ മുഖം അമർഷംകൊണ്ട് കനം വെച്ചു.

ഇരുട്ടിനെ രണ്ടായി പകുത്തുകൊണ്ട് അവരുടെ കുതിരവണ്ടി, പാരീസിന്റെ തെക്കു കിഴക്കു ദിശയിലുള്ള വ്യാക്സ് ലക്ഷ്യമാക്കി കുതിച്ചുകൊണ്ടിരുന്നു.

എട്ട്

പാരീസ് നഗരത്തിന്റെ തെക്കു കിഴക്കുദിശയിലുള്ള മെലൻ നഗരത്തിൽ നിന്നും മൂന്നുമൈൽ അകലെയാണ് ഫോക്കറ്റ് അടുത്തിടെ പണികഴിപ്പിച്ച വ്യാക്സ്-ലേ-വികോംപ്റ്റേ' എന്ന സ്വപ്ന സൗധം. അത്യാകർഷകമായ ഈ മന്ദിരത്തിന്റെയും ഉദ്യാനത്തിന്റെയും നിർമാണത്തിനായി കോടിക്കണക്കിനു തുകയാണ് അദ്ദേഹം ചെലവിട്ടത്. ആർഭാടത്തിന്റെയും ധാരാളിത്തത്തിന്റെയും ആകെത്തുകയായ ഈ രമ്യഹർമം പടുത്തുയർത്താൻ ഫോക്കറ്റ് തന്റെ അധികാരവും പദവികളും പരമാവധി ദുരുപയോഗപ്പെടുത്തി.

പടിപ്പുര മാളികകൾ, വ്യോമഭേദിയായ ഗോപുരങ്ങൾ, താഴികക്കുടങ്ങൾ, പൂത്തടങ്ങൾ, വെൺകല്ലു പാകിയ നടപ്പാതകൾ, ജലധാരയന്ത്രങ്ങൾ എന്നിവയാൽ അലംകൃതമായ 'വ്യാക്സ്' എക്കാലത്തെയും മികച്ച വാസ്തുശിൽപ്പ വിസ്മയമാണെന്നു വിശേഷിപ്പിക്കപ്പെട്ടു.

മന്ദിരത്തിന്റെ വിശാലമായ ഇടനാഴികളിൽ ആയുധമേന്തിയ പടയാളികൾ ഇമയനങ്ങാത്ത മിഴികളുമായി കാവൽ നിൽക്കുന്നു. അനുചരന്മാർ എല്ലാം ശ്രദ്ധിച്ച് ജാഗ്രതയോടെ ഓടിനടക്കുന്നു. ഓരോരോ നിർദേശങ്ങൾ നൽകിക്കൊണ്ട് ഫോക്കറ്റും അവിടെത്തന്നെയുണ്ട്. അതിഥികൾ ഓരോരുത്തരായി എത്തിക്കൊണ്ടിരിക്കുന്നു. ഫോക്കറ്റ് അവരെ സ്വീകരിക്കുകയും കുശലാന്വേഷണം നടത്തുകയും ചെയ്യുന്നു. മന്ദിരത്തിന്റെ ഗൃഹപ്രവേശചടങ്ങുകൾക്കെത്തുന്ന, ലോകത്തിലെ ഏറ്റവും മഹാനായ രാജാവിനെ, വരവേൽക്കാനുള്ള ഒരുക്കങ്ങളാണ് അവിടെ നടക്കുന്നത്. അകത്ത് എവിടെനിന്നോ പാട്ടും മേളവും കേൾക്കുന്നു. അലങ്കാരദീപങ്ങൾ കണ്ണഞ്ചിപ്പിക്കുന്ന പ്രകാശധാരയിൽ അവിടെ ഒരു സ്വപ്നലോകം പോലെ തോന്നിച്ചു. അരാമിസ് അകലെനിന്നും വരുന്നതുകണ്ടപ്പോൾ തന്നെ ഫോക്കറ്റ് പടികളിലിറങ്ങിച്ചെന്ന് അദ്ദേഹത്തെ സ്വീകരിച്ചു.

ലൂയി പതിനാലാമനുവേണ്ടി പ്രത്യേകം സജ്ജീകരിച്ച മുറിയുടെ നേരേ മുകളിലാണു അരാമിസിനു മുറി ഒരുക്കിയിരുന്നത്. തൊട്ടടുത്ത മുറി പോർത്തോസിനും.

"അങ്ങ് ഒറ്റയ്ക്കാണോ വന്നത്?" ഫോക്കറ്റ് ചോദിച്ചു.

"ഒറ്റയ്ക്കല്ല ഒരാൾ കൂടിയുണ്ട്. ഞങ്ങൾക്ക് ഒരു മുറി ധാരാളം." പരിചാരകർ അവരെ മുകളിലത്തെ നിലയിലേക്കാനയിച്ചു.

ഇരുട്ടു കനത്തതോടെ എല്ലായിടവും അതിഥികളെക്കൊണ്ട് നിറഞ്ഞു.

രാജാവു വരുന്നതും കാത്ത് ഫോക്കറ്റ് വാതിൽക്കൽ തന്നെ കാത്തുനിന്നു. പെട്ടെന്ന് കാതടിപ്പിക്കുന്ന കരിമരുന്നുപ്രയോഗമുണ്ടായി. വാദ്യഘോഷങ്ങളും ആർപ്പുവിളികളും മുഴങ്ങി. വെള്ളക്കുതിരകളെ പൂട്ടിയ സർവാലംകൃതമായ വണ്ടികളിലൊന്നിൽ ലൂയി പതിനാലാമൻ വന്നിറങ്ങി.

സുസ്മേരവദനനായിരുന്ന അദ്ദേഹം ഫോക്കറ്റിനെ ഗാഢം പുണർന്ന് സ്നേഹപൂർവം അദ്ദേഹത്തിന്റെ കരങ്ങളിൽ ചുംബിച്ചു.

രാജാവിനോടൊപ്പം രാജകുടുംബത്തിൽപ്പെട്ട സ്ത്രീജനങ്ങളുടെ ഒരു വൻപട തന്നെയുണ്ടായിരുന്നു.

മന്ദിരത്തിന്റെ മുക്കും മൂലയും രാജാവും പരിവാരങ്ങളും അത്യധികമായ കൗതുകത്തോടെ ചുറ്റിനടന്നു കണ്ടു. സ്വർണത്തളികകളും സ്ഫടികതുല്യമായ തളങ്ങളും ദാരുശിൽപ്പങ്ങളും മറ്റും കണ്ട് അവർ അത്ഭുതസ്തബ്ധരായി കണ്ണുമിഴിച്ചുനിന്നു.

അതിഗംഭീരവും വിഭവസമൃദ്ധവുമായ സൽക്കാരത്തിനുശേഷം ഫോക്കറ്റിന്റെ പുറത്തുതട്ടി രാജാവ് അഭിനന്ദനമറിയിച്ചു.

"ഇത്രയും വിശിഷ്ടമായ ഭക്ഷണം ഞാൻ ഇന്നേവരെ കഴിച്ചിട്ടില്ല."

ഏതോ മാന്ത്രികലോകത്ത് എത്തിപ്പെട്ട അവസ്ഥയിലായിരുന്നു രാജ്ഞി. തന്റെ കൊട്ടാരമാണു ലോകോത്തരം എന്നുകരുതിയ അവർ ഫോക്കറ്റിന്റെ മണിമന്ദിരം കണ്ട് അന്ധാളിച്ചുപോയി.

ഭക്ഷണത്തിനുശേഷം ലൂയി പതിനാലാമൻ ഉദ്യാനത്തിൽ ഒരു ഭാഗത്ത് ഉലാത്തുകയായിരുന്നു. കൊടി തോരണങ്ങളും വർണപ്പൂക്കളും കൊണ്ടലങ്കരിച്ച ഉദ്യാനം വർണവിളക്കുകളുടെ പ്രകാശധാരയിൽ മുങ്ങിക്കുളിച്ചുകിടക്കുന്നു.

മറ്റാരുടെയും ശ്രദ്ധയിൽപ്പെടാതെ വല്ലിയറും അപ്പോൾ അവിടെയെത്തി. നിഴൽ വിരിച്ചുനിന്ന ഒരു മരത്തിന്റെ മറപറ്റി നിന്ന് രാജാവ് അവളെ ഗാഢം പുണർന്നു. ചുണ്ടുകളിൽ ചുംബനമർപ്പിച്ചു. നെഞ്ചോടു ചേർത്തു നിർത്തി "നിന്നെ ഞാൻ സ്നേഹിക്കുന്നു." എന്ന് കാതിൽ മന്ത്രിച്ചു. വികാരവിവശയായ അവൾ ഒരുനിമിഷം രാജാവിന്റെ കണ്ണുകളിലേക്കുറ്റുനോക്കി. എന്തോ പറയാനൊരുങ്ങി. തിടുക്കത്തിൽ ഇരുളിലേക്കു നടന്നകന്നു.

കുറച്ചകലെ മറ്റെന്തോ ശ്രദ്ധിച്ചുനിന്ന ഫോക്കറ്റ് ഈ രംഗം കണ്ടതേയില്ല. പക്ഷേ ഇലയനങ്ങുന്നതുപോലും ശ്രദ്ധിക്കുന്ന ആർട്ടഗ്നൻ ഇതെല്ലാം വ്യക്തമായി കാണുന്നുണ്ടായിരുന്നു.

പാതിരാത്രികഴിഞ്ഞു. എങ്ങും നിശബ്ദത പടർന്നു. ഫോക്കറ്റ് ലൂയി പതിനാലാമനെ കിടപ്പുമുറിയിലേക്കാനയിച്ചു.

മുറിയ്ക്കുള്ളിൽ കടന്ന് കിടക്കയിലിരുന്ന രാജാവിന്റെ മുഖം പെട്ടെന്നു വിളറിവെളുത്തു.

ഏതോ മഹാവിപത്തു സംഭവിക്കാൻ പോകുന്നതുപോലെ ഞെട്ടിവിറച്ചു. രാജാവിന്റെ ഭാവമാറ്റം കണ്ട് ഫോക്കറ്റ് അമ്പരന്നു.

"അയ്യോ എന്തുണ്ടായി?" അദ്ദേഹം രാജാവിനെ ചേർത്തുപിടിച്ചു.

"വല്ലാത്ത ക്ഷീണം തോന്നുന്നു."

രാജാവിന്റെ ശബ്ദം അവ്യക്തമായിരുന്നു. "പരിചാരകരെ വിളിക്കാം."

"വേണ്ട കോൾബർട്ടിനെ വിളിക്കൂ. അടിയന്തരമായി അയാളെ എനിക്കു കാണണം. നെറ്റിയിലെ വിയർപ്പു തുടച്ചുകൊണ്ട് രാജാവു പറഞ്ഞു. ഫോക്കറ്റ് പെട്ടെന്ന് മുറിവിട്ടു പുറത്തേക്കു പോയി.

ലൂയി പതിനാലാമനും, കോൾബർട്ടും സംസാരിക്കുന്നത് കിടപ്പുമുറിയുടെ മച്ചിൽ പിടിപ്പിച്ച കിളിവാതിലിലൂടെ ഫിലിപ്പിയും അരാമിസും രഹസ്യമായി കണ്ടുകൊണ്ടിരിക്കുകയായിരുന്നു.

കോൾബർട്ടിനെ അരികിലേക്കു വിളിച്ച് വളരെ പതിഞ്ഞ ശബ്ദത്തിൽ രാജാവു ചോദിച്ചു.

"പറയൂ കോൾബർട്ട്. ഫോക്കറ്റിസ് ഇങ്ങനെ ധൂർത്തടിച്ചു കളയാനുള്ള പണം എവിടുന്നാണ് കിട്ടുന്നത്?"

കോൾബർട്ട് അർഥംവെച്ചു ചിരിച്ചു. "ഇന്നു ജീവിച്ചിരിക്കുന്നവർ ഈ ആർഭാടങ്ങൾ കണ്ട് ഒരുപക്ഷേ അത്ഭുതപ്പെട്ടേക്കാം. പക്ഷേ മരിച്ചുപോയവർ അദ്ദേഹത്തെ തീർച്ചയായും ശപിക്കും. ഈ പണം എവിടുന്നു വന്നു എന്ന് അവർക്കറിയാം."

രാജാവ് അർഥംപിടികിട്ടാത്തതുപോലെ കോൾബർട്ടിനെ സൂക്ഷിച്ചുനോക്കി. കോൾബർട്ട് തന്റെ കൈവശം ഭദ്രമായി വെച്ചിരുന്ന കടലാസുകഷണങ്ങൾ ഓരോന്നായി രാജാവിനെ ഏൽപ്പിച്ചു. ചെവര്യൂസിന്റെ പക്കൽ നിന്നും വൻതുക കൊടുത്ത് അദ്ദേഹം വാങ്ങിയതായിരുന്നു അവ. ഫോക്കറ്റ് ചെയ്തുകൂട്ടിയ വൻ അഴിമതികളുടെ ഞെട്ടിപ്പിക്കുന്ന വിവരങ്ങളാണ് അതിലുള്ളത്.

അവരുടെ ചർച്ച മണിക്കൂറുകൾ നീണ്ടുനിന്നു. ഒടുവിൽ, അടുത്ത ദിവസമാകട്ടെ എന്നുപറഞ്ഞു രാജാവ് കോൾബർട്ടിനെയാത്രയാക്കി. വാതിൽ വലിച്ചടച്ചു.

രാജാവ് ആകെ അസ്വസ്ഥനായി അധികാരക്കസേരയിലിരുന്നുകൊണ്ട് എന്തുകൊള്ളയാണ് ഫോക്കറ്റ് നടത്തുന്നത്? ഈ സ്ഥിതി തുടർന്നാൽ ഒരുപക്ഷേ, ഈ രാജ്യം തന്നെ അയാൾ കൈവശപ്പെടുത്തിയെന്നുവരാം. എത്ര ആലോചിച്ചിട്ടും ഒരെത്തുംപിടിയും കിട്ടിയില്ല.

ജനാലയഴികളിൽ പിടിച്ച് അദ്ദേഹം പുറത്തേക്കു കണ്ണയച്ചു. രാവേറെയായിട്ടും മന്ദിരത്തിന്റെ ഒരുഭാഗത്ത് ആഘോഷങ്ങൾ കെട്ടടങ്ങിയിരുന്നില്ല. അതിഥികളിൽ ചിലർ ലഹരിയുടെ ചിറകുകളിൽ പറക്കുന്നു. പതിഞ്ഞ ശബ്ദത്തിൽ സംഗീതം ഒഴുകിയെത്തുന്നു.

ലൂയി പതിനാലാമന് ഉറക്കം വന്നില്ല. അദ്ദേഹം പട്ടുമെത്തയിൽ തിരിഞ്ഞും മറിഞ്ഞും കിടന്നു. കണ്ണുകളിറുക്കി അടച്ചിട്ടും ഫോക്കറ്റ് മുന്നിൽ വന്നു നിൽക്കുന്നു. തന്നെ നോക്കി കളിയാക്കിച്ചിരിക്കുന്നു. അക്രമിക്കാൻ പിന്നാലെ വരുന്നു.

ഫോക്കറ്റിനെ വകവരുത്തുന്നതെങ്ങനെ? അതിനെപ്പറ്റിയായി രാജാവിന്റെ അടുത്ത ചിന്ത.

മടക്കയാത്ര നീട്ടിവെച്ച് കുറച്ചുദിവസം കൂടി വ്യാക്സിൽ തങ്ങാൻ രാജാവു തീരുമാനിച്ചു. ആർക്കും സംശയം തോന്നാത്തവിധം വേണം കാര്യങ്ങൾ. വല്ലിയറെയും കോൾബർട്ടിനെയും അദ്ദേഹം വിളിച്ചുവരുത്തി. ഫോക്കറ്റിനെ അറസ്റ്റു ചെയ്ത് കൽത്തുറുങ്കിലടയ്ക്കാൻ അർട്ടഗ്നനെ ചുമതലപ്പെടുത്താനായിരുന്നു ലൂയി പതിനാലാമന്റെ തീരുമാനം. പക്ഷേ വല്ലിയറിന് അതു സ്വീകാര്യമായില്ല.

വല്ലിയർ പറഞ്ഞു: “വളരെ ശ്രദ്ധാപൂർവം കൈകാര്യം ചെയ്യേണ്ട വിഷയമാണിത്. ആഘോഷങ്ങൾ നടക്കുന്ന ഈ സന്ദർഭത്തിൽ ആയിരക്കണക്കിനുള്ള അതിഥികളുടെ മുന്നിൽവെച്ച് ഫോക്കറ്റിനെ അറസ്റ്റു ചെയ്യുന്നതു ബുദ്ധിയല്ല. അദ്ദേഹത്തോടു വിധേയത്വവും കടപ്പാടുമുള്ളവരാണ് ഇവിടെ ഇപ്പോഴുള്ളവരിൽ അധികവും. നമ്മോടൊപ്പം വിരലിലെണ്ണാവുന്ന പടയാളികൾ മാത്രം. ഫോക്കറ്റും കൂട്ടരും ചെറുത്തുനിൽപ്പിനു തുനിഞ്ഞാൽ നമ്മുടെ മാനം പോകും.”

“നമ്മുടെ നീക്കം മണത്തറിഞ്ഞ് അയാൾ ഇവിടെനിന്നും സൂത്രത്തിൽ മുങ്ങിയാലോ?” രാജാവു ചോദിച്ചു.

“എങ്കിൽ നമ്മൾ രക്ഷപ്പെട്ടു. അയാൾ നടത്തിയ അഴിമതികൾ പുറത്തുവന്നതുകാരണം ശിക്ഷ ഭയന്ന് ഓടി രക്ഷപ്പെട്ടെന്നേ ജനം ധരിക്കൂ.”

വല്ലിയറിന്റെ വാക്കുകളിൽ കഴമ്പുണ്ടെന്ന് രാജാവിനു തോന്നി. ഫോക്കറ്റിനെ അയാളുടെ ബന്ധുമിത്രാദികളുടെയും അതിഥികളുടെയും മുന്നിൽവെച്ച് അറസ്റ്റു ചെയ്യുന്നത് ബുദ്ധിയല്ല. പ്രത്യേകിച്ചും സ്നേഹിച്ചും സൽക്കരിച്ചും അയാൾ വീർപ്പുമുട്ടിച്ചു കൊണ്ടിരിക്കുന്ന ഈ സന്ദർഭത്തിൽ. രാജാവിന്റെ മുഖം തെളിഞ്ഞു.

വല്ലിയറെ തന്റെ കരവലയത്തിലൊതുക്കിനിർത്തിയശേഷം മുടിയിഴകളിൽ മെല്ലെ വിരലോടിച്ചുകൊണ്ട് അദ്ദേഹം പറഞ്ഞു:

“നിന്റെ അഭിപ്രായം അംഗീകരിച്ചിരിക്കുന്നു.” രാജാവും വല്ലിയറുമായുള്ള സല്ലാപം നീളുന്തോറും തിരശ്ശീലക്കു പിന്നിൽ മറഞ്ഞുനിന്ന കോൾബർട്ട് അക്ഷമനായി. അയാൾ എന്തൊക്കെയോ പിറുപിറുത്തുകൊണ്ടിരുന്നു.

തന്റെ കീശയിൽ ഭദ്രമായി സൂക്ഷിച്ചുവെച്ചിരുന്ന ഒരു കടലാസു കഷണം അയാൾ സസൂക്ഷ്മം പുറത്തെടുത്തു. അത് അമൂല്യമായ എന്തോ ആണെന്ന് അയാളുടെ മുഖഭാവം കണ്ടാൽ തോന്നുമായിരുന്നു. അപ്പോഴും രാജാവ് വല്ലിയറുടെ ഗാഢമായ ആലിംഗനത്തിൽ സ്വയം മറന്നു നിൽക്കുകയായിരുന്നു. പെട്ടെന്ന് കോൾബർട്ട് ചെറിയ ശബ്ദമുണ്ടാക്കി.

വല്ലിയർ ഞെട്ടി പിൻതിരിഞ്ഞുനോക്കി. മങ്ങിയ പ്രകാശത്തിൽ കോൾബർട്ട് നിൽക്കുന്നു. അവൾ വിളറി വെളുത്തു.

"ആരോ വരുന്നുണ്ട്." ശബ്ദം വളരെ താഴ്ത്തി കോൾബർട്ട് പറഞ്ഞു. അതിനിടെ ഞൊടിനേരം കൊണ്ട് രാജാവിന്റെ പിടിവിടുവിച്ച് വല്ലിയർ അപ്രത്യക്ഷയാകുകയും ചെയ്തു.

"മാഡത്തിന്റെ കയ്യിൽ നിന്നും എന്തോ താഴെ വീണു."

തന്റെ കൈവശമിരുന്ന കടലാസ് സൂത്രത്തിൽ താഴെയിട്ട് കോൾബർട്ട് വിളിച്ചുപറഞ്ഞു.

ഒരു കടലാസ് താഴെ കിടക്കുന്നതു രാജാവു ശ്രദ്ധിച്ചു. വല്ലിയർ തനിക്കു തരാൻ കൊണ്ടുവന്ന പ്രേമലേഖനം അബദ്ധത്തിൽ താഴെ വീണുപോയതായിരിക്കുമോ? ആരെങ്കിലും ശ്രദ്ധിക്കുന്നുണ്ടോ എന്നറിയാൻ ലൂയി പതിനാലാമൻ ചുറ്റും നോക്കി. പതിയെ കുനിഞ്ഞ് കടലാസെടുത്തു.

അദ്ദേഹത്തിന്റെ ഊഹം ശരിയായിരുന്നു. ഒരു പ്രേമലേഖനമായിരുന്നു അത്. എന്നാൽ വളരെ പഴയത്. വരികളിലൂടെ കണ്ണോടിച്ചപ്പോൾ ഇടിയേറ്റവനെപ്പോലെ അദ്ദേഹം നടുങ്ങി. ഫോക്കറ്റ് വല്ലിയർക്കെഴുതിയ പ്രേമലേഖനം. ഫോക്കറ്റ് തന്നോടുകാട്ടുന്ന കൊടും വഞ്ചനയുടെ മറ്റൊരു തെളിവ്.

ലൂയി പതിനാലാമൻ അർട്ടഗ്നനെ വിളിച്ചുവരുത്തി. ഫോക്കറ്റിനെ ഉടനടി അറസ്റ്റു ചെയ്യാനും ജയിലിലടയ്ക്കാനും ഉത്തരവിട്ടു.

"എല്ലാം അതീവരഹസ്യമായി കൈകാര്യം ചെയ്യണം." കോപം കൊണ്ടു വിറച്ചുകൊണ്ട് രാജാവ് അർട്ടഗ്നനോട് ആജ്ഞാപിച്ചു.

"ഇത് രഹസ്യമാക്കിവെക്കുന്നത്, അയാളെ അറസ്റ്റുചെയ്യുന്നതിനേക്കാൾ ബുദ്ധിമുട്ടാണെന്ന് എനിക്കുതോന്നുന്നു.

തന്നെയുമല്ല ചടങ്ങുമായി ബന്ധപ്പെട്ട് ഇവിടെ എത്തിയിട്ടുള്ള ആയിരക്കണക്കിനുള്ള ഫോക്കറ്റിന്റെ ബന്ധുമിത്രാദികളുടെ കണ്ണുവെട്ടിച്ച് അയാളെ അറസ്റ്റുചെയ്യുന്നതും വളരെ ദുഷ്കരമായിരിക്കും." അർട്ടഗ്നൻ അഭിപ്രായപ്പെട്ടു.

"അയാളെ സൂക്ഷ്മമായി നിരീക്ഷിച്ചുകൊള്ളുക. ഞാൻ വ്യാക്സ് വിട്ടുപോകും മുൻപ് അവസാന തീരുമാനമറിയിക്കും. ഇനി ഇതിനെപ്പറ്റി എന്നോടൊന്നും ചോദിക്കരുത്."

ആർട്ടഗ്നനെ തറപ്പിച്ചു നോക്കിയശേഷം ലൂയി പതിനാലാമൻ അകത്തെ മുറിയിലേക്ക് തിടുക്കത്തിൽ നടന്നു.

ലൂയി പതിനാലാമൻ ആകെ തളർന്നുപോയി. താൻ ചവുട്ടിനിന്ന മണ്ണ് ഒന്നാകെ ഒലിച്ചുപോകുന്നപോലെ. ഫോക്കറ്റിനെപ്പറ്റി ആലോചിക്കുമ്പോഴൊക്കെ അദ്ദേഹം അമർഷം കൊണ്ടു ജ്വലിക്കുകയായിരുന്നു. കേവലം ഒരു മന്ത്രിമാത്രമായ അയാൾക്ക് എന്തു ധാർഷ്ട്യവും അഹങ്കാരവുമാണ്? ഈ നാടു ഭരിക്കുന്ന തന്നേക്കാൾ പ്രൗഢിയും പ്രതാപവുമോ? അധികാരത്തിന്റെ മറപിടിച്ചുകൊണ്ട് എന്തു കൊള്ളയും അഴിമതിയുമാണയാൾ നടത്തുന്നത്. അധികാര ദുർവിനിയോഗത്തിന്റെയും ധൂർത്തിന്റെയും എത്രയെത്ര കഥകളാണ് ഇപ്പോൾ വെളിച്ചത്തുവന്നു കൊണ്ടിരിക്കുന്നത്. അതും പോരാഞ്ഞ് അയാൾ തന്റെ കാമുകിയെ വശത്താക്കാൻ കരുക്കൾ നീക്കുന്നു.

രാജാവിന്റെ സർവനിയന്ത്രണങ്ങളും വിട്ടുപോയി അദ്ദേഹം മേശ കീഴ്മേൽ മറിച്ചിട്ടു. മുഷ്ടി ചുരുട്ടി ഭിത്തിയിലിടിച്ചു എന്തൊക്കെയോ പുലമ്പിക്കൊണ്ട് അങ്ങുമിങ്ങും നടന്നു. ഒരു കൊച്ചുകുട്ടിയെപ്പോലെ വിതുമ്പി.

ഒടുവിൽ, തന്റെ രാജകീയ വസ്ത്രങ്ങൾ ഇട്ടുകൊണ്ടുതന്നെ കിടക്കയിൽ വന്നു തളർന്നുവീണു. മെല്ലെ ഉറക്കത്തിലേക്കു വഴുതി.

എന്തോ ശബ്ദം കേട്ടപ്പോഴാണ് ലൂയി പതിനാലാമൻ ഞെട്ടി ഉണർന്നത്. താൻ എവിടെയാണ്? സ്വപ്നം കാണുകയാണോ? എല്ലാം അവ്യക്തമായേ കാണാനാകുന്നുള്ളൂ. മുറിയുടെ മേലാപ്പിൽ നിന്നും ആരോ തന്നെ തുറിച്ചുനോക്കുന്നു. തന്റെ അതേ മുഖമുള്ള ഒരാൾ. ഭിത്തിയിൽ പിടിപ്പിച്ച അലങ്കാര വിളക്കുകൾ അതിവേഗത്തിൽ വട്ടം കറങ്ങുന്നു. ചുവടുകൾ ഉറയ്ക്കാനാവാത്തവിധം താൻ തെന്നിത്തെന്നിപ്പോകുകയാണ്. ആരൊക്കെയോ ഓടുന്നതിന്റെ ഒച്ച. ഇരുട്ടിൽ പന്തങ്ങൾ പുകഞ്ഞുകത്തുന്നു.

രാജാവ് അലറിവിളിച്ചുംകൊണ്ട് കിടക്കയിൽ എണീറ്റിരുന്നു. ആ കൊടും തണുപ്പിലും അദ്ദേഹം അടിമുടി വിയർത്തു. എന്താണുണ്ടായത്? എത്ര ശ്രമിച്ചിട്ടും ശബ്ദമുയരുന്നില്ല. ആരോ കഴുത്തിനു പിടിച്ചിരിക്കുന്നതുപോലെ.

ഒരു മയക്കത്തിലേക്കു വഴുതിപ്പോയ രാജാവ് കണ്ണുതുറന്നു നോക്കുമ്പോൾ കറുത്ത മൂടുപടമണിഞ്ഞ് മുഖം പകുതി മറച്ച രണ്ടുപേർ തന്റെ തൊട്ടുമുന്നിൽ നിൽക്കുന്നു. അവർ വല്ലാതെ തുറിച്ചു നോക്കുന്നു. വെട്ടിത്തിളങ്ങുന്ന ഒരായുധം തന്റെ നെഞ്ചിനുനേരെ ചൂണ്ടുന്നു.

ഒന്നും സ്വപ്നമല്ലെന്നും നടന്നതെല്ലാം സത്യമായിരുന്നു എന്നും ഒരു നടുക്കത്തോടെ അദ്ദേഹം മനസിലാക്കി. വാൾമുന ചൂണ്ടി അവർ രാജാവിനെ മുറിക്കുപുറത്തിറക്കി. ഇരുട്ടിലൂടെ പുറത്തെവിടേക്കോ നടത്തിക്കൊണ്ടുപോയി. ഒരു വിജനമായ സ്ഥലത്ത് അവർ ചെന്നുനിന്നു. അവിടെ ഒരു കുതിരവണ്ടി കിടപ്പുണ്ടായിരുന്നു.

മൂന്നുപേരും വണ്ടിയിൽ കയറി. ലൂയി പതിനാലാമൻ ഒന്നും പറയാനാവാതെ വിറങ്ങലിച്ചിരുന്നു. കുടമണി കിലുക്കി വണ്ടി പാരീസ് ലക്ഷ്യമാക്കി കുതിച്ചു.

ഒൻപത്

ബാസ്റ്റില്ലയിലെ കോട്ടവാതിൽക്കൽ കുതിരവണ്ടി എത്തുമ്പോൾ കിഴക്ക് വെള്ളകീറിത്തുടങ്ങിയിരുന്നില്ല. വണ്ടിയുടെ ശബ്ദം കേട്ട് പാറാവുകാർ ജിജ്ഞാസയോടെ പുറത്തേക്ക് ഓടിവന്നു.

വണ്ടിയിൽ പതിച്ചിരുന്ന രാജകൊട്ടാരത്തിന്റെ ചിഹ്നം കണ്ടതോടെ അവർ ഓരോ ചുവടു പിന്നോട്ടുമാറി ഭവ്യതയോടെ നിന്നു.

"ജയിലറെ വിവരം അറിയിക്കൂ." വണ്ടിക്കാരൻ പരുക്കൻ ശബ്ദത്തിൽ ഉറക്കെ വിളിച്ചുപറഞ്ഞു.

അൽപ്പം കഴിഞ്ഞ്, കഴുത്തുവരെ മൂടുന്ന കറുത്ത കോട്ടുധരിച്ച് കണ്ണും തിരുമ്മിക്കൊണ്ട് ബേയ്സ് മാക്സ് പ്രത്യക്ഷപ്പെട്ടു. വാതിൽപ്പടിയിൽ പിടിച്ചു പുറത്തേക്കുനോക്കി.

"ആരാണ് ഈ സമയത്ത്?" അദ്ദേഹത്തിന്റെ വാക്കുകളിൽ ഉറക്കം നഷ്ടമായതിന്റെ നീരസം.

ഒരാൾ വണ്ടിയുടെ വാതിൽ ചവുട്ടിത്തുറന്ന് പെട്ടെന്ന് ചാടിയിറങ്ങി. വണ്ടിക്കാരനോട് എന്തോ പറഞ്ഞു. പിന്നാലെ വാതിലിലൂടെ ലൂയി പതിനാലാമനെ ഒരാൾ തൂക്കിയെടുത്തു പുറത്തിറക്കി. കറുത്ത ഉടുപ്പിനുള്ളിൽ ഒളിപ്പിച്ചുവെച്ചിരുന്ന കൈത്തോക്ക് അദ്ദേഹത്തിന്റെ നെഞ്ചിനുനേരെ ചൂണ്ടി. ശബ്ദം വളരെ താഴ്ത്തി പറഞ്ഞു. "ഒരക്ഷരം ശബ്ദിച്ചാൽ കൊന്നുകളയും." രാജാവ് അയാളുടെ മുഖത്തേക്ക് അമ്പരപ്പോടെ നോക്കി. വണ്ടിയിൽ നിന്നും ഇറങ്ങിവന്ന അരാമിസിനെ കണ്ട് ബേയ്സ് മാക്സിന്റെ കണ്ണുകൾ തിളങ്ങി. അഭിവാദ്യം ചെയ്തശേഷം എന്തോ പറയാൻ തുനിഞ്ഞപ്പോൾ അരാമിസ് തടഞ്ഞു.

"വരൂ നമുക്ക് അകത്തേക്കു പോകാം."

"ഈ സമയത്ത് നിങ്ങളെ തീരെ പ്രതീക്ഷിച്ചില്ല." അരാമിസിന്റെ കൈ പിടിച്ച് ഉള്ളിലേക്കു നടക്കുന്നതിനിടെ ബേയ്സ് മാക്സ് പറഞ്ഞു.

അരാമിസ് അൽപ്പം ഗൗരവത്തിലായിരുന്നു.

"ഭയങ്കര അബദ്ധമാണ് സംഭവിച്ചത്. നിങ്ങൾ പറഞ്ഞതായിരുന്നു ശരി."

"എന്തു സംഭവിച്ചു?" ബേയ്സ് മാക്സ് അക്ഷമനായി.

"ഇക്കഴിഞ്ഞ ദിവസം ഞാൻ ഇവിടെ നിന്നും ഫിലിപ്പി എന്നുപേരുള്ള തടവുപുള്ളിയെ കൊണ്ടുപോയത് ഓർക്കുന്നുണ്ടോ?"

"ഓർമയുണ്ടു ചങ്ങാതീ പക്ഷേ ഒരബദ്ധംപറ്റി."

"പക്ഷേ സെൽസൺ എന്ന സ്കോട്ട്ലണ്ടുകാരൻ പയ്യനു പകരം, ഫിലിപ്പി എന്നയാളെയാണു ഞാൻ കൊണ്ടുപോയത്. സാരമില്ല അയാളെ തിരികെ കൊണ്ടുവന്നിട്ടുണ്ട്. മറ്റേ ആളെ ഉടൻ വിട്ടയയ്ക്കണം."

ഒന്നും പിടികിട്ടാത്തതുപോലെ ബേയ്സ് മാക്സ് തല ചൊറിഞ്ഞു കൊണ്ടിരുന്നു. കുറച്ചു കഴിഞ്ഞ് അൽപ്പം അരിശത്തോടെ പറഞ്ഞു:

"മിസ്റ്റർ അരാമിസ് ഇതു പിള്ളേരു കളിയല്ല. രാജാവിന്റെ ഉത്തരവില്ലാതെ ഇത്തരം തോന്ന്യാസം കാണിച്ചാൽ ആകെ ബുദ്ധിമുട്ടാകും."

"ഫിലിപ്പിയെ മോചിപ്പിച്ചുകൊണ്ടുള്ള ഉത്തരവ് നിങ്ങളുടെ പക്കലുണ്ടോ?"

ബേയ്സ് മാസ്ക് പെട്ടെന്ന് തന്റെ മേശവലിപ്പിൽ നിന്നും പഴയ ഉത്തരവ് തപ്പിയെടുത്തു. അത് അരാമിസിനെ ഏൽപ്പിച്ചു.

അദ്ദേഹം ഞൊടിയിടകൊണ്ട് അതു വലിച്ചുകീറി പല കഷണങ്ങളാക്കി ദൂരത്തേക്കെറിഞ്ഞു.

അരാമിസിന്റെ തീരെ അപ്രതീക്ഷിതമായ ഈ പ്രവൃത്തി ബേയ്സ് മാക്സിനെ അമ്പരപ്പിച്ചു.

അരാമിസിനെ തുറിച്ചു നോക്കിക്കൊണ്ട് ഇരുന്ന ഇരുപ്പിൽ അദ്ദേഹം പിന്നോക്കം മലർന്നു. അൽപ്പം കഴിഞ്ഞ് അരാമിസ് പറഞ്ഞു: "സുഹൃത്തേ, ഫിലിപ്പിയെ മോചിപ്പിക്കുന്നതുമായി ബന്ധപ്പെട്ട യാതൊരു കടലാസുകളും ഇപ്പോൾ താങ്കളുടെ കൈവശം ഇല്ല. ശരിയല്ലേ." ബേയ്സ് മാക്സ് സമ്മതഭാവത്തിൽ തലകുലുക്കി. "ഇപ്പോൾ തടവറയിൽ കിടക്കുന്ന നിരപരാധിയായ ആ പയ്യനെ ഇനിയെങ്കിലും വിട്ടയയ്ക്കുക. ഫിലിപ്പിയെ ഞാൻ തിരികെ കൊണ്ടുവന്നിട്ടുണ്ട്."

ബേയ്സ് മാക്സ് ആകെ ധർമസങ്കടത്തിലായി.

തടവുപുള്ളി മാറിപ്പോയ കാര്യം രാജാവിന്റെ ചെവിയിലെത്തിയാൽ തന്റെ കഥ കഴിഞ്ഞതുതന്നെ. അരാമിസ് എന്തിനും മടികാണിയ്ക്കാത്തവനാണ്. അയാളെ പിണക്കുന്നതും ശരിയല്ല. വളരെ ശ്രദ്ധിച്ചുവേണം ഈ കാര്യം കൈകാര്യം ചെയ്യാൻ.

അരാമിസ് തുടർന്നു: രാജാവിന്റെ വിശ്വസ്ത സേവകനാണു ഞാൻ. എന്നെ നിങ്ങൾക്കു പരിപൂർണമായും വിശ്വസിക്കാം. ലൂയി പതിനാലാ

മനും ഫിലിപ്പി എന്ന തടവുകാരനും തമ്മിലുള്ള രൂപസാദൃശ്യം നിങ്ങളുടെ ശ്രദ്ധയിൽപ്പെട്ടിട്ടുണ്ടോ?"

"ഉവ്വ്." നിശ്ചലനായി ഇരുന്നുകൊണ്ട് ബേയ്സ് മാക്സ് മറുപടി നൽകി.

"പ്രശ്നങ്ങൾക്കു തുടക്കം അവിടെയാണു സുഹൃത്തേ. രാജകീയ വസ്ത്രങ്ങൾ ധരിച്ച്, താൻ രാജാവാണെന്ന് അവകാശപ്പെട്ടുകൊണ്ട് ഇയാൾ നാട്ടിൽ കുഴപ്പമുണ്ടാക്കുകയാണ്. സിംഹാസനം തട്ടിയെടുക്കാൻ വരെ ഇയാൾ മറ്റുള്ളവരുമായി ചേർന്ന് ഗൂഢാലോചന നടത്തുന്നു. കടുത്ത ഭ്രാന്താണെന്നു തോന്നുന്നു. അൽപ്പനേരം സംസാരിച്ചാൽ താങ്കൾക്കും അതു ബോധ്യപ്പെടും. അഭിനയം കണ്ടാൽ ഇയാൾ യഥാർഥ രാജാവാണെന്നുപോലും ആരും തെറ്റിദ്ധരിച്ചുപോകും."

"ഞാൻ എന്താണു ചെയ്യേണ്ടത്?" അൽപ്പം പരിഭ്രമത്തോടെ ബേയ്സ് മാക്സ് ചോദിച്ചു.

"രാജാവിനെ അനുകരിക്കുന്നത് അദ്ദേഹത്തെ പരിഹസിക്കുന്നതിനു തുല്യമാണ്. മാപ്പർഹിക്കാത്ത രാജ്യദ്രോഹക്കുറ്റമാണ്. അയാളുമായി യാതൊരു ബന്ധത്തിനും മുതിരണ്ട. ഇവിടുത്തെ ഇരുട്ടറ തന്നെയാണ് അയാൾക്കു വിധിച്ചിട്ടുള്ളത്. ഇവിടെക്കിടന്ന് ഇഞ്ചിഞ്ചായി തുലയട്ടെ. അഹങ്കാരത്തിന് അതുമാത്രമാണു പ്രതിവിധി."

അരാമിസ് ബേയ്സ് മാക്സിന്റെ സമീപത്തേക്കു നീങ്ങിനിന്നിട്ടു തുടർന്നു.

'ഇയാൾക്ക് വധശിക്ഷയിൽ കുറഞ്ഞ യാതൊന്നും നൽകാനില്ല. പക്ഷേ, വലിയ തന്ത്രശാലിയായ ഇയാളെ ലൂയി പതിനാലാമനും ഞാനും ഒഴികെ മറ്റാരുമായും ബന്ധപ്പെടാൻ അനുവദിക്കരുത്. വളരെ ശ്രദ്ധിക്കണം. താങ്കൾക്കു പിടികിട്ടുന്നുണ്ടോ?"

"താങ്കൾ പറയുന്നതാണു ശരി."

ബേയ്സ് മാക്സ് തലകുലുക്കി സമ്മതിച്ചു.

അൽപ്പം കഴിഞ്ഞ് പെരുമ്പറ മുഴങ്ങുന്ന ശബ്ദമുയർന്നു. മണി അടിച്ചു. തടവറയ്ക്കുള്ളിലേക്ക് പുതിയ അന്തേവാസി വരുന്നതിന്റെ അറിയിപ്പാണത്.

ആയുധമേന്തിയ ഒരു സംഘം പടയാളികൾ ലൂയി പതിനാലാമനെ ജയിലറയിലേക്കു നടത്തിക്കൊണ്ടുപോകുമ്പോൾ, അപ്പോൾ അവിടെയെത്തിയ പോർത്തോസ് അവരെ അനുഗമിച്ചു. ആരും തിരിച്ചറിയാതിരിക്കാൻ പോർത്തോസ് അപ്പോൾ ഒരു മുഖകവചമണിഞ്ഞിരുന്നു.

ലൂയി പതിനാലാമൻ നിശ്ശബ്ദനായി പടയാളികളോടൊപ്പം നടന്നു. നിർദേശങ്ങൾ അതേപടി അനുസരിച്ചു.

തടവറയുടെ ഏറെ തുരുമ്പിച്ച ഇരുമ്പുകവാടം ഒരു ഞരക്കത്തോടെ തുറക്കപ്പെട്ടു. മരണത്തിന്റെ ഗന്ധം തങ്ങിനിന്ന ഇടുങ്ങിയ അറയിലെ കട്ടിപിടിച്ച ഇരുട്ടിലേക്കു നോക്കി ലൂയി പതിനാലാമൻ ഒരു നിമിഷം ചിന്താമൂകനായി നിന്നു. തലകുനിച്ച് ഉള്ളിലേക്ക് പതുക്കെ കാലെടുത്തുവെച്ചു.

ഇരുമ്പുവാതിൽ വലിയ താഴിട്ടുപൂട്ടിയശേഷം മടങ്ങുമ്പോൾ ബേയ്സ് മാക്സ് അരാമിസിന്റെ ചുമലിൽ തട്ടിക്കൊണ്ട് പറഞ്ഞു:

"അതിശയം തന്നെ ഇയാൾക്ക് ലൂയി പതിനാലാമന്റെ അതേ ഛായ."അധികം വൈകാതെ. പോർത്തോസും അരാമിസും. വ്യാക്സി ലേക്കു പുറപ്പെട്ടു.

ലൂയി പതിനാലാമൻ തടവറയ്ക്കുള്ളിലാണ്. വായുവും വെളിച്ചവും കടന്നുചെല്ലാൻ മടിക്കുന്ന ആ ഇരുട്ടറയ്ക്ക് ഈർപ്പം തങ്ങി നിൽക്കുന്ന വഴുക്കൽ കരിങ്കൽ തറയാണുള്ളത്.

ദുർഗന്ധം വമിക്കുന്ന പഴയ കരിമ്പടം വിരിച്ച കട്ടിലിൽ കിടന്നു കൊണ്ട് കഴിഞ്ഞ രാത്രിയിൽ നടന്ന സംഭവങ്ങൾ അദ്ദേഹം ഓരോന്നായി ഓർത്തെടുക്കാൻ ശ്രമിച്ചു. എല്ലാം ഒരു ദുസ്വപ്നം പോലെ, ഒരെത്തും പിടിയും കിട്ടുന്നില്ല. തലകറങ്ങുന്നതുപോലെ വല്ലാത്ത ക്ഷീണവും.

"ഭക്ഷണത്തിൽ വിഷം കലർത്തിത്തന്ന് അവർ തന്നെ ബോധംകെ ടുത്തിയാണോ ഇവിടെ കൊണ്ടെത്തിച്ചത്." അദ്ദേഹം ആലോചിച്ചു.

ഭീമാകാരികളായ എലികൾ തലങ്ങും വിലങ്ങും ഓടുമ്പോഴുണ്ടാ കുന്ന ചിലമ്പൽശബ്ദം കേൾക്കുമ്പോഴൊക്കെ അദ്ദേഹം ഭയന്നു വിറച്ചു. ചാടി എണീറ്റു.

കോപവും വിങ്ങലും കടിച്ചമർത്തി അങ്ങോട്ടുമിങ്ങോട്ടും നടന്നു. ചില പ്പോൾ അലറിവിളിച്ചും ആ ശബ്ദവീചികൾ പക്ഷേ ഇടനാഴികകളുടെ നെടുങ്കൽ ഭിത്തികളിൽ തട്ടിത്തകർന്ന് നേർത്തുനേർത്ത് ഒടുവിൽ തീരെ ഇല്ലാതെയായി.

പാറാവുകാരനെ വിളിച്ചുവരുത്താൻ അദ്ദേഹം മണി തിരഞ്ഞു. താനി പ്പോൾ രാജാവല്ലെന്നും കേവലം ഒരു തടവുപുള്ളി മാത്രമാണെന്നും തിരി ച്ചറിഞ്ഞപ്പോൾ നിയന്ത്രണംവിട്ടു പൊട്ടിക്കരഞ്ഞു. തല കൽച്ചുവരിൽ പലതവണ ആഞ്ഞടിച്ചു. സർവശക്തിയും സംഭരിച്ച് ഇരുമ്പുവാതിൽ പിടി ച്ചുലച്ചു. എല്ലാം വിഫലമായപ്പോൾ തലയ്ക്കു കൈവെച്ച് കുനിഞ്ഞിരുന്നു.

കഴിഞ്ഞതെല്ലാം നേരത്തേ കരുതിക്കൂട്ടി തയാറാക്കിയ ഒരു നാടക മായിരുന്നു എന്ന് രാജാവിന് തോന്നി. വ്യാക്സിലെ ആഘോഷം തന്നെ കുടുക്കാൻ ലക്ഷ്യമിട്ട് ഫോക്കററും അരാമിസും കൂടി സംഘടിപ്പിച്ചതാ യിരിക്കും. അരാമിസിന് ജയിലിൽ കിടക്കുന്ന തന്റെ സഹോദരനെ അറി യാം. അവനും ഈ നാടകത്തിൽ പങ്കുചേർന്നിരിക്കും. ജയിൽവാർഡൻ ബേയ്സ് മാക്സിന് ഇതിനെപ്പറ്റി കൂടുതൽ വിവരങ്ങളറിയാം. അയാളെ വിളിച്ചാൽ കാര്യങ്ങൾ വിശദമായി പറഞ്ഞുതരും.

ആവുന്നത്ര ഉച്ചത്തിൽ അദ്ദേഹം ജയിൽ വാർഡനെ വിളിച്ചു. ആ ശബ്ദത്തിന്റെ പ്രതിധ്വനിയല്ലാതെ മറ്റൊന്നും കേൾക്കാനുണ്ടായിരുന്നില്ല. രാജാവിന് ദ്വേഷ്യവും സങ്കടവും വന്നു. തടിക്കസേര തറയിൽ എറിഞ്ഞു തകർത്തു നിലത്തു കിടന്നുരുണ്ടു.

അങ്ങകലെ വരാന്തയുടെ മറ്റേ തലയ്ക്കൽ ആരോ ദയനീയമായി നിലവിളിക്കുന്ന ശബ്ദം കേൾക്കുന്നു. തുടർന്ന് ആക്രോശങ്ങൾ. ഏതോ

തടവുപുള്ളികളാകാം. ഒരിക്കൽ തന്റെ ശിക്ഷ വിധിച്ച് ഇവിടെക്കൊണ്ടു തള്ളിയവർ. ഇപ്പോൾ തന്റെ സഹവാസികൾ. ലൂയി പതിനാലാമൻ കരഞ്ഞു വീർത്ത മുഖവുമായി പുറത്തെ ഇരുളിലേക്കുനോക്കി ദീർഘമായി നിശ്വസിച്ചു.

ഒരു മണിക്കൂർ കഴിഞ്ഞുകാണും. പുറത്തെവിടെനിന്നോ തണുത്ത കാറ്റ് അകത്തേക്ക് അടിക്കുന്നു. ആരോ കോട്ടവാതിൽ തുറക്കുകയാണ്. ബൂട്ടിന്റെ കരകരശബ്ദം സൂക്ഷിച്ചു നോക്കുമ്പോൾ അവ്യക്തമായ ഒരു കറുത്തനിഴൽ. രാജാവിന്റെ ഹൃദയം തുടിച്ചു.

“എന്തു ശല്യമാണിത്? തനിക്കു ഭ്രാന്തു പിടിച്ചോ! ഭിത്തിയിൽ തലയിട്ടടിച്ചാൽ തലപൊട്ടി ചോരവരുമെന്നല്ലാതെ യാതൊരു പ്രയോജനവുമുണ്ടാകില്ല.” കറുത്തരൂപം മുരണ്ടു.

ദയനീയമായ ശബ്ദത്തിൽ രാജാവു ചോദിച്ചു. “നിങ്ങൾ ജയിൽ വാർഡനാണോ?”

പെട്ടെന്ന് വാതിലടയ്ക്കുന്ന ശബ്ദം കേട്ടു. ബൂട്ടിന്റെ ശബ്ദം അകന്നകന്നു പോയി. രാജാവിന് നിരാശ തോന്നി.

“ഏതായാലും ഭക്ഷണവുമായി ആരെങ്കിലും വരാതിരിക്കില്ല. അപ്പോൾ ചോദിക്കാം.” അദ്ദേഹം മനസിൽ കണക്കുകൂട്ടി.

പക്ഷേ ഭക്ഷണം എപ്പോൾ കൊണ്ടുവരുമെന്ന് അദ്ദേഹത്തിന് അറിയില്ലായിരുന്നു. ഇടനാഴിയിലെ ഇരുട്ടിലേക്കു കണ്ണെടുക്കാതെ നോക്കി അദ്ദേഹം കാത്തിരുന്നു. ഒടുവിൽ എപ്പോഴോ തളർന്നുറങ്ങി. എന്തൊക്കെയോ ശബ്ദം കേട്ടാണ് രാജാവ് കണ്ണുതുറന്നത്.

തുറിച്ച കണ്ണുകളുമായി ഒരു പാറാവുകാരൻ ഭക്ഷണപാത്രം കാലുകൊണ്ട് വാതിലിനടിയിലൂടെ ഉള്ളിലേക്കു നിരക്കിവെച്ചശേഷം അയാൾ അലറിവിളിച്ചു.

“എന്ത് അഹങ്കാരമാണു നീ കാണിക്കുന്നത്. കസേര തവിടുപൊടിയാക്കിയല്ലോ?”

ലൂയി പതിനാലാമന്റെ മുഖം കോപംകൊണ്ടു ജ്വലിച്ചു. പെട്ടെന്ന് സ്വയം നിയന്ത്രിച്ചുകൊണ്ടു പറഞ്ഞു.

“ജയിൽവാർഡനെ എനിക്കു കാണണം. അദ്ദേഹത്തോട് ഇവിടം വരെ വരാൻ പറയാമോ?”

“വാർഡൻ നിന്നെക്കാണാൻ ഇങ്ങോട്ടു വരണമെന്നോ? നീ ആളു കൊള്ളാമല്ലോ.” പാറാവുകാരൻ പരിഹാസത്തോടെ പൊട്ടിച്ചിരിച്ചു.” എടാ മോനേ, ഇന്നലെ വരെ നീ നല്ല കുട്ടിയായിരുന്നല്ലോ. ഇപ്പോൾ എന്തു പറ്റി. മനോനില തെറ്റിയ തടവുപുള്ളികളെ പൂട്ടിയിടാൻ പറ്റിയ ഇരുട്ടറകൾ വേറെയുണ്ട്. സൂക്ഷിച്ചാൽ നിനക്കു കൊള്ളാം. ഇതെടുത്തു കഴിച്ചിട്ട് കിടന്നുറങ്ങ്. നല്ല കുട്ടിയാകാൻ നോക്ക്.”

“എനിക്കു വാർഡനെ കണ്ടേ പറ്റൂ.” ഇരുമ്പഴികൾ പിടിച്ചുകുലുക്കിക്കൊണ്ട് രാജാവു കെഞ്ചി.

അദ്ദേഹത്തെ പുച്ഛഭാവത്തിൽ നോക്കി എന്തോ പിറുപിറുത്തു കൊണ്ട് പാറാവുകാരൻ നടന്നകന്നു. അയാൾ തന്റെ കണ്ണിൽനിന്നും മറയുംവരെ രാജാവ് അവിടെത്തന്നെ നിന്നു.

രാജാവിന് സങ്കടം സഹിക്കാനായില്ല. കണ്ണുകൾ നിറഞ്ഞൊഴുകി.

സർവശക്തിയുമെടുത്ത് നിലവിളിച്ചു. ഇരുമ്പഴികളിൽ ശക്തിയോടെ തലയടിച്ചു. ഭക്ഷണപാത്രം തട്ടി പുറത്തേക്കെറിഞ്ഞു.

പത്ത്

അലങ്കാരവിളക്കുകളുടെ കണ്ണഞ്ചിപ്പിക്കുന്ന പ്രകാശം. അതിമനോഹരമായി അലങ്കരിച്ച ഇരിപ്പിടങ്ങളും പട്ടുമെത്തയും സുഗന്ധദ്രവ്യങ്ങളുടെ മദിപ്പിക്കുന്ന ഗന്ധം. സ്വർണത്തളികകൾക്കുള്ളിൽ മദ്യക്കുപ്പികൾ, പാനപാത്രങ്ങൾ. ചുറ്റും ജാഗ്രതയോടെ കാത്തുനിൽക്കുന്ന പടയാളികളും പാറാവുകാരും. ലൂയി പതിനാലാമനുവേണ്ടി പ്രത്യേകം സജ്ജമാക്കിയിരുന്ന ശയനമുറിയിൽ നിൽക്കുമ്പോൾ താൻ സ്വർഗലോകത്തെത്തിപ്പെട്ടതുപോലെ ഫിലിപ്പിക്കു തോന്നി. കാറ്റും വെളിച്ചവും കടന്നുചെല്ലാത്ത ഇടുങ്ങിയ തടവറയും സദാ ദുർഗന്ധം വമിക്കുന്ന ചുറ്റുപാടുകളും ശീലിച്ച അദ്ദേഹത്തിന് ഇതൊന്നും വിശ്വസിക്കാനാവുന്നില്ല.

ഫിലിപ്പി ആകെ അസ്വസ്ഥനായിരുന്നു. അദ്ദേഹം ജനലഴികളിൽ പിടിച്ചുകൊണ്ട് വിദൂരതയിലേക്കു നോക്കി നിശ്ശബ്ദനായി നിന്നു. ഇക്കാണുന്നതെല്ലാം തന്റെ സാമ്രാജ്യമാണ്. തനിക്കു മാത്രം സ്വന്തം. "ഇത്രയും കാലം തടവറയിൽ കിടന്ന് നരകയാതന അനുഭവിച്ചവനല്ലേ നീ? അതും നീ ചെയ്യാത്ത കുറ്റത്തിന്. ഇനി സധൈര്യം മുന്നോട്ടു തന്നെ പോകുക. സിംഹാസനത്തിന്റെ യഥാർഥ അവകാശിയാണു നീ, തന്റെ ഉള്ളിന്റെ ഉള്ളിൽ നിന്നും ആരോ മന്ത്രിക്കുന്നതുപോലെ.

ദീർഘകാലം കൊടുംകാട്ടിൽ ഏകനായി വഴിതെറ്റി അലഞ്ഞുതിരിഞ്ഞ ഒരു കടുവയായിരുന്നു താനെന്ന് അദ്ദേഹത്തിനു തോന്നി. ഇന്ന് തന്റെ സ്വന്തം ഗുഹയിൽ എത്തിച്ചേർന്നിരിക്കുന്നു. നല്ല ക്ഷീണമുണ്ട്. സമാധാനത്തോടെ ഒന്നുറങ്ങണം. പക്ഷേ എല്ലാം കരുതലോടെ വേണം. ആക്രമണം ഏതുനിമിഷവും ഏതുദിശയിൽ നിന്നുമുണ്ടാകാം. ശത്രുക്കളാണു ചുറ്റും. പതുപതുത്ത മെത്തയിൽ വെറുതേ വിരലുകളോടിച്ചു കിടന്ന അദ്ദേഹം മെല്ലെ കണ്ണടച്ചു.

അർട്ടഗ്നന് അന്നു കാളരാത്രിയായിരുന്നു. ഫോക്കറ്റിനെ സൂക്ഷ്മമായി നിരീക്ഷിക്കണമെന്നും, തൊട്ടടുത്ത ദിവസം രാവിലെ അറസ്റ്റുചെയ്യണമെന്നുമായിരുന്നു ലൂയി പതിനാലാമന്റെ ആജ്ഞ. ഫോക്കറ്റിന്റെ കിടപ്പറയുടെ തൊട്ടടുത്ത മുറിയാണ് അർട്ടഗ്നനു വേണ്ടി ഒഴിച്ചിട്ടിരുന്നത്. അദ്ദേഹത്തിന്റെ ചലനങ്ങൾ നിരീക്ഷിക്കാനായി അർട്ടഗ്നൻ സൂത്രത്തിൽ ഒപ്പിച്ചെടുത്തതാണ് ആ മുറി.

പക്ഷേ അതിബുദ്ധിമാനായ ഫോക്കറ്റ് എന്തൊക്കെയോ മണത്തറിഞ്ഞു. അരാമിസിനേയും കൂട്ടി തന്റെ മുറിയിലെത്താൻ അദ്ദേഹം അർട്ടഗ്നനു നിർദേശം നൽകി. പക്ഷേ അരാമിസ് സ്ഥലത്തില്ലാത്തതുകൊണ്ട് അതു നടന്നില്ല.

ഫോക്കറ്റ് ഏറെ ക്ഷീണിതനായിരുന്നു. അതിഥികളോടു വിടപറഞ്ഞ് തന്റെ മുറിയിലെത്തിയ അദ്ദേഹം ഗാഢനിദ്രയിലേക്കു വഴുതി വീണത് വളരെ പെട്ടെന്നായിരുന്നു.

തന്നെ ഏൽപ്പിച്ചിരുന്ന കാര്യങ്ങളുടെ പുരോഗതി അറിയിക്കാൻ അർട്ടഗ്നൻ തൊട്ടടുത്ത ദിവസം പ്രഭാതത്തിൽ രാജാവിനെ കാണാനെത്തി. രാത്രി എപ്പോഴോ എത്തിച്ചേർന്ന അരാമിസും രാജാവും തമ്മിൽ ഏതോ രഹസ്യചർച്ച നടത്തുമ്പോഴാണ് അർട്ടഗ്നൻ അവിടെ ചെന്നത്. അനവസരത്തിൽ വന്നുകയറിയതു മൂലമുണ്ടായ ജാള്യത മറച്ചുവെച്ചുകൊണ്ട്, അദ്ദേഹം ഇരുവരെയും അഭിവാദ്യംചെയ്തു.

അരാമിസിന്റെ അരികിലേക്കു ചേർന്നുനിന്ന് ഭവ്യമായ ഭാഷയിൽ അർട്ടഗ്നൻ ചോദിച്ചു:

"അരാമിസ്, നിങ്ങൾ ഈ സമയത്ത്."

രാജാവ് വളരെ ക്ഷീണിതനാണെന്നു തോന്നുന്നു. ആരെയും കടത്തിവിടരുതെന്നായിരുന്നു കൽപ്പന."

ആർട്ടഗ്നൻ പിൻവാങ്ങാൻ തുടങ്ങിയപ്പോൾ അരാമിസ് തടഞ്ഞു.

"അർട്ടഗ്നൻ നിങ്ങൾ ഇപ്പോൾ അടിയന്തരമായി വന്നതിന്റെ കാരണം എനിക്കറിയാം. അക്കാര്യത്തിൽ രാജാവ് ഒരു തീരുമാനമെടുത്തിട്ടുണ്ട്."

അരാമിസിന്റെ മുഖത്ത് പുഞ്ചിരി വിടർന്നു. ഒരു കടലാസ് അർട്ടഗ്നനെ ഏൽപ്പിച്ചുപറഞ്ഞു.

"ഫോക്കറ്റിനെ അറസ്റ്റുചെയ്യേണ്ടതില്ല എന്നാണ് തീരുമാനം." അർട്ടഗ്നനും ആശ്വാസമായി. ഒരു പൊല്ലാപ്പ് ഒഴിഞ്ഞുകിട്ടിയതിൽ അദ്ദേഹത്തിനു സന്തോഷം തോന്നി. പുറത്തിറങ്ങിയപ്പോൾ അരാമിസ് അദ്ദേഹത്തെ പിൻതുടർന്നു.

"വരൂ ഈ വിവരം ഫോക്കറ്റിനെ അറിയിക്കാം. അദ്ദേഹത്തിന്റെ സന്തോഷത്തിൽ നമുക്കും പങ്കുചേരാം."

അർട്ടഗ്നൻ വരുന്നതും നോക്കി ഫോക്കറ്റ് സ്വീകരണമുറിയിൽ കാത്തുനിൽക്കുകയായിരുന്നു. അർട്ടഗ്നനെയും അരാമിസിനെയും ഒരുമിച്ചുകണ്ടപ്പോൾ ഒന്നു പതറിയെങ്കിലും അതു മറച്ചുവെച്ചാണ് അദ്ദേഹം അവരെ എതിരേറ്റത്.

"നിങ്ങൾ രണ്ടുപേരുംകൂടിയാണു വന്നിരിക്കുന്നത് അല്ലേ?"

ഇരുവരെയും സ്വീകരിച്ചിരുത്തിയശേഷം ഫോക്കറ്റ് ചോദിച്ചു

"ഒരു സന്തോഷവർത്തമാനം അറിയിക്കാനാണു ഞങ്ങൾ വന്നത്." അർട്ടഗ്നന്റെ ഈ വാക്കുകൾ കേട്ടപ്പോൾത്തന്നെ അദ്ദേഹത്തിന്റെ മുഖം അൽപ്പം പ്രസന്നമായി.

"നിങ്ങളെ അറസ്റ്റുചെയ്യേണ്ടെന്ന് ലൂയി പതിനാലാമൻ തീരുമാനിച്ചു." തികച്ചും അവിശ്വസനീയമായ ഈ വാർത്തകേട്ട് ഫോക്കറ്റിന്റെ കണ്ണുകൾ അത്ഭുതംകൊണ്ടു വിടർന്നു.

"താങ്കൾ നൽകിയ സൽക്കാരത്തിനും സ്വീകരണത്തിനും നന്ദി അറിയിക്കാനും രാജാവ് ഞങ്ങളെ ചുമതലപ്പെടുത്തിയിട്ടുണ്ട്."

സ്നേഹപൂർവം കരം ഗ്രഹിച്ചുകൊണ്ട് അർട്ടഗ്നൻ ഫോക്കറ്റിനെ അഭിനന്ദിച്ചു.

അരാമിസ് സംസാരിച്ചു കൊണ്ടിരിക്കുമ്പോൾ അർട്ടഗ്നൻ യാത്രപറഞ്ഞുപുറത്തിറങ്ങി. എവിടേക്കോ തിടുക്കത്തിൽ നടന്നു.

ഇതെല്ലാം അവിശ്വസനീയമായ ഒരുകെട്ടുകഥ പോലെ ഫോക്കറ്റിനു തോന്നി.

അരാമിസിന്റെ മുഖത്തേക്കുറ്റു നോക്കിക്കൊണ്ട് അദ്ദേഹം ചോദിച്ചു.

"എനിക്ക് ഈ വാർത്ത വിശ്വസിക്കാനേ തോന്നുന്നില്ല. പറയൂ ശരിക്കും എന്താണു സംഭവിച്ചത്?"

"മിസ്സാറിനുമായി താങ്കൾ പണ്ടു നടത്തിയ പതിമൂന്നുലക്ഷം ലിവറിന്റെ ഇടപാട് ഓർക്കുന്നുണ്ടോ? വല്ലിയറിന് താങ്കൾ എഴുതിയ പ്രേമലേഖനത്തെപ്പറ്റി മറന്നുപോയോ?" അരാമിസ് അർഥസൂചകമായി ചിരിച്ചു.

"എല്ലാം ഓർക്കുന്നു. പക്ഷേ ഇതൊക്കെത്തമ്മിൽ എന്താണു ബന്ധം?"

"എല്ലാവരും മറന്നുപോയ ഈ കാര്യങ്ങൾ കോൾബർട്ട് വീണ്ടും കുത്തിപ്പൊക്കി. താങ്കൾ കൊടിയവഞ്ചകനും രാജ്യദ്രോഹിയുമാണെന്നാണ് അയാൾ രാജാവിനെ ധരിപ്പിച്ചിരിക്കുന്നത്."

"പക്ഷേ എന്നെ അറസ്റ്റു ചെയ്യേണ്ടെന്ന് തീരുമാനിക്കാനുണ്ടായ കാരണമാണ് എനിക്കു മനസിലാകാത്തത്."

ഫോക്കറ്റ് ആകെ ആശയക്കുഴപ്പത്തിലായി.

"ഞാൻ പ്രധാനമന്ത്രിയായി തുടരുന്നതിൽ ലൂയി പതിനാലാമന് വിരോധമില്ലെന്നാണോ?"

"ഇനി എല്ലാം നിങ്ങളുടെ ഇഷ്ടംപോലെ. എന്തും തീരുമാനിക്കാനുള്ള സ്വാതന്ത്ര്യം നിങ്ങൾക്കുണ്ട്." അരാമിസിന്റെ ചുണ്ടിൽ ചിരി പടർന്നു.

ഫോക്കറ്റ് പെട്ടെന്ന് അരാമിസിന്റെ അടുത്തേക്കു ചേർന്നുനിന്നു. ചുറ്റും കണ്ണോടിച്ചശേഷം ശബ്ദം താഴ്ത്തി ചോദിച്ചു.

"താങ്കൾക്ക് ലൂയി പതിനാലാമനുമായി ഇത്രയടുപ്പം എങ്ങനെയുണ്ടായി. ആ രഹസ്യം ഇപ്പോൾ എന്നോടു പറയുന്നതിൽ വിരോധമില്ലല്ലോ."

"എന്റെ അഭിപ്രായങ്ങൾക്ക് അദ്ദേഹം പണ്ടു മുതലേ വിലകൽപ്പിക്കാറുണ്ടല്ലോ?"

ഫോക്കറ്റിനു സംശയം പിന്നെയും ബാക്കിയായി. അദ്ദേഹം ചോദിച്ചു. "നിങ്ങൾ തമ്മിൽ ഇയ്യിടെയായി മറ്റെന്തിലും രഹസ്യ ഏർപ്പാടുകളുണ്ടോ?"

ഫോക്കറ്റ് അദ്ദേഹത്തെ അത്ഭുതത്തോടെ നോക്കിക്കൊണ്ടിരുന്നു.

അരാമിസ് അൽപ്പം ഗൗരവത്തോടെ പറഞ്ഞു:

"ഈ നാടിന്റെ രാഷ്ട്രീയ സ്ഥിതിഗതികളെ മാറ്റിമറിക്കുന്ന ഒട്ടേറെ സംഭവങ്ങൾക്ക് നിങ്ങൾ സാക്ഷിയാകാൻ പോകുകയാണ്."

ഫോക്കറ്റ് ശ്വാസമടക്കിപ്പിടിച്ചു നിൽക്കവേ, അരാമീസ് മുപ്പത്തിമൂന്നു സംവത്സരങ്ങൾ പിന്നോട്ടുപോയി. ഫ്രാൻസിലെ രാജ്ഞി ഇരട്ടക്കുട്ടികൾക്കു ജന്മം നൽകിയതും അതിലൊരാൾ ലൂയി പതിനാലാമൻ എന്ന പേരിൽ അധികാരത്തിന്റെ സിംഹാസനത്തിലേറിയതും മറ്റയാൾ തടവറയുടെ ഇടുങ്ങിയ ചുവരുകൾക്കുള്ളിൽ അടയ്ക്കപ്പെട്ടതും നിഷ്ഠൂരമായി പീഡിപ്പിക്കപ്പെട്ടതുമൊക്കെ ആവേശപൂർവം വിവരിക്കുമ്പോൾ അദ്ദേഹം കോപം കൊണ്ടു വിറയ്ക്കുന്നുണ്ടായിരുന്നു.

"ഒരു സ്വേച്ഛാധിപതിയുടെ ധാർഷ്ട്യവും അഹങ്കാരവുമല്ലേ ലൂയി പതിനാലാമനുള്ളത്. ഇപ്പോൾ നടക്കുന്ന സ്വജനപക്ഷപാതത്തിന്റെയും അഴിമതിയുടെയും കൊള്ളയുടെയും കഥ നിങ്ങൾക്കും അറിവുള്ളതല്ലേ?"

അരാമിസ് പറയുന്നത് ഫോക്കറ്റും സശ്രദ്ധം കേട്ടിരുന്നു. അൽപ്പം ആലോചിച്ചശേഷം അദ്ദേഹം ചോദിച്ചു. "അദ്ദേഹത്തെ സ്ഥാനഭ്രഷ്ടനാക്കാനാണോ താങ്കളുടെ ഭാവം?" അമർഷത്തോടെ പല്ലുകടിച്ചുകൊണ്ട്, ലൂയി പതിനാലാമന്റെ ഇപ്പോഴത്തെ അവസ്ഥയെക്കുറിച്ചുള്ള എല്ലാ വിവരങ്ങളും അരാമിസ് പറയാൻ തുടങ്ങി. രാജാവിനെ ജയിലിലടച്ചതും സഹോദരൻ ഫിലിപ്പിയെ സൂത്രത്തിൽ മോചിപ്പിച്ചതുമൊക്കെ അറിഞ്ഞപ്പോൾ ഫോക്കറ്റ് ആകെ അമ്പരന്നുപോയി.

എന്നാൽ തൊട്ടടുത്ത നിമിഷം ഫോക്കറ്റിന്റെ മുഖത്തേക്ക് രക്തം ഇരച്ചുകയറി. കണ്ണുകൾ തുറിച്ചും ഊരിപ്പിടിച്ച വാളുമായി അദ്ദേഹം അരാമിസിനു നേരെ നടന്നടുത്തു. നിരായുധനായിരുന്ന അരാമിസ് ഒരുവശത്തേക്കു പെട്ടെന്ന് തെന്നിമാറി. വാൾ അരാമിസിന്റെ നെഞ്ചിലേക്കു ചേർത്തുവെച്ച് അനങ്ങിപ്പോകരുതെന്ന് ആംഗ്യം കാണിച്ചു. തന്റെ നിമിഷങ്ങൾ എണ്ണപ്പെട്ടിരിക്കുന്നതായി അരാമിസിനു തോന്നി. മുഖം വിളറിവെളുത്തു.

"ഇതു കൊടും ചതിയാണ്. ആരോടാണു നീ കളിക്കുന്നതെന്നറിയാമോ?"

രാജ്യകാര്യങ്ങളിൽ ഇടപെടാൻ നിനക്കാരാണ് അധികാരം തന്നത്. എട്ടും പൊട്ടും തിരിയാത്ത ഒരു തടവുകാരനെ രാജാവിന്റെ വേഷം കെട്ടിച്ച് കസേരയിലിരുത്തിയാൽ ആർക്കും മനസിലാകില്ലെന്നാണോ നീ ധരിച്ചത്. അയാളെ മറയാക്കി ഖജനാവു കട്ടുമുടിക്കാനുള്ള പദ്ധതിയാണിത്."

ഫോക്കറ്റ് അലറിവിളിച്ചു. അരാമിസിന്റെ ശ്വാസം നിലച്ചതുപോലെയായി. ആകെ വിയർത്തു കുളിച്ചു. വിറയാർന്ന ശബ്ദത്തിൽ അദ്ദേഹം ഇത്രയും പറഞ്ഞു.

"ഇത് ഓർത്തുകൊള്ളുക. നിങ്ങൾക്കു പശ്ചാത്തപിക്കേണ്ടിവരും."

ഫോക്കറ്റ് പെട്ടെന്നു ശാന്തനായി.

അരാമിസിനെ രൂക്ഷമായി നോക്കിക്കൊണ്ട് കനത്ത ശബ്ദത്തിൽ പറഞ്ഞു.

"ഞാൻ നാലുമണിക്കൂർ സമയം തരുന്നു. അതിനുള്ളിൽ നിങ്ങൾ ഫ്രാൻസ് വിട്ടുപോണം. നിങ്ങൾക്കായി ഒരു പ്രത്യേക കപ്പൽ ഏർപ്പാടാക്കിത്തരും. അതിൽ കയറി എവിടേക്കെങ്കിലും പോയി രക്ഷപ്പെട്ടു കൊള്ളണം." പുറത്തേക്കുള്ള കവാടത്തിലേക്ക് അദ്ദേഹം വാൾ ചൂണ്ടിക്കാണിച്ചു.

അരാമിസ് അസ്തപ്രജ്ഞനായി നിന്നു. വളരെയേറെ കഷ്ടപ്പെട്ട് താൻ തയാറാക്കിയ പദ്ധതികൾ തകർന്നു തരിപ്പണമായതിന്റെ നടുക്കത്തിലും നിരാശയിലുമായിരുന്നു അദ്ദേഹം.

അദ്ദേഹം ഒരക്ഷരം ശബ്ദിച്ചില്ല. തലകുനിച്ച് പതുക്കെ പുറത്തേക്കു നടന്നു. പ്രധാന കവാടം വരെ ഫോക്കറ്റ് അദ്ദേഹത്തെ പിൻതുടർന്നു.

ഫിലിപ്പിയെയും പോർത്തോസിനെയും തന്നോടൊപ്പം കൂട്ടിയാലോ എന്ന് അരാമിസ് ഒരു നിമിഷം ചിന്തിച്ചു. ഒടുവിൽ ഫിലിപ്പിയെ ഒഴിവാക്കി പോർത്തോസിനെ വിളിച്ചുവരുത്തി ഒപ്പം കൂട്ടി. എന്നാൽ അൽപ്പം മുൻപു നടന്ന കാര്യങ്ങളെപ്പറ്റി യാതൊന്നും പോർത്തോസിന് അറിയാമായിരുന്നില്ല.

മന്ദിരത്തിന്റെ പുറത്തേക്കുള്ള ഇടനാഴിയിൽ ഒരു കറുത്ത കുതിര അവരെ കാത്തുനിൽക്കുന്നുണ്ടായിരുന്നു. ഫോക്കറ്റിന്റെ അമ്പരപ്പു വിട്ടുമാറിയിരുന്നില്ല. അരാമിസ് തന്റെ ജീവിതസായാഹ്നത്തിലും ഈ വക കാര്യങ്ങളിൽ കാണിക്കുന്ന ധൈര്യവും ദൃഢചിത്തതയും അദ്ദേഹത്തെ അതിശയിപ്പിച്ചു. ഇപ്പോൾ ഇങ്ങനെയെങ്കിൽ അദ്ദേഹത്തിന്റെ യൗവനകാലത്ത് എങ്ങനെയായിരിക്കും.

ബാസ്റ്റില്ല ജയിലിലേക്കുള്ള യാത്രാമധ്യേ അദ്ദേഹം ചിന്തിച്ചുകൊണ്ടിരുന്നതും അതുതന്നെയാണ്.

ബാസ്റ്റില്ലയിലെ കൂറ്റൻ കവാടത്തിനു മുന്നിൽ വണ്ടി നിന്നു.

നീളൻ കോട്ടും തൊപ്പിയും ധരിച്ച ഫോക്കറ്റ് വാതിൽ തള്ളിത്തുറന്ന് പുറത്തേക്കിറങ്ങി. ഒരു ചുവട് അകത്തേക്കു വെച്ചപ്പോഴേക്കും ആയുധധാരികളായ പാറാവുകാരൻ അദ്ദേഹത്തെ തടഞ്ഞുനിർത്തി.

ഫോക്കറ്റിന്റെ രക്തം തിളച്ചു. തൊപ്പി ഊരിമാറ്റി അദ്ദേഹം അൽപ്പമുറക്കെ വിളിച്ചു പറഞ്ഞു.

"നിങ്ങൾക്ക് എന്നെ മനസിലായില്ലേ?"

ഞാൻ രാജകൊട്ടാരത്തിൽ നിന്നാണു വരുന്നത്. എനിക്ക് ഉടൻ ജയിൽ വാർഡനെ കാണണം."

ബഹളം കേട്ട് മറ്റൊരു സംഘം പാറാവുകാർ കൂടി അദ്ദേഹത്തെ

വളഞ്ഞു. ഫോക്കറ്റിന്റെ മുഖം പെട്ടെന്നു വിളറി. ആകെ മാനക്കേടായി. എന്നാൽ അക്കൂട്ടത്തിൽ അദ്ദേഹത്തെ പരിചയമുള്ള ഒരു ഭടൻ ഉണ്ടായിരുന്നതുകൊണ്ട് മറ്റ് അനിഷ്ടസംഭവങ്ങൾ ഒഴിവായി. അദ്ദേഹത്തെ അവർ അകത്തേക്കു പോകാൻ അനുവദിച്ചു

ശബ്ദംകേട്ട് ബേയ്സ് മാക്സ് ജനാല വഴി താഴേക്കുനോക്കി. ഫോക്കറ്റിനെ കണ്ട് കൈ വീശി അകത്തേക്കു വിളിച്ചു.

ആപ്പീസു ജോലികളിൽ വ്യാപൃതനായിരുന്ന ബേയ്സ് മാക്സ് വളരെ സന്തോഷത്തോടെ ഫോക്കറ്റിനെ സ്വീകരിച്ചു. കുശലം പറഞ്ഞു.

മതിയായ കാരണമില്ലാതെ അദ്ദേഹം അവിടെ വരാറില്ല എന്ന് ബേയ്സ് മാക്സിനറിയാം. അക്കാരണം കൊണ്ടുതന്നെ ഫോക്കറ്റിന്റെ വരവ് പലതരം സംശയങ്ങളുണർത്തി. ഫോക്കറ്റ് അൽപ്പം ഗൗരവത്തിൽ ഇങ്ങനെ പറഞ്ഞു.

"അരാമിസ് ഇവിടെ ഒരു തടവുപുള്ളിയെ കൊണ്ടുവന്നിട്ടുണ്ട്. അയാളെ കാണാനാണു ഞാൻ വന്നത്."

പറ്റില്ല എന്നയർഥത്തിൽ ബേയ്സ് മാക്സ് തലയനക്കി. എന്നിട്ടു പറഞ്ഞു.

"നിങ്ങൾ നിയമം പഠിച്ചയാളല്ലേ? ഈ വക കാര്യങ്ങളിൽ രാജാവിന്റെ പ്രത്യേക അനുമതി കൂടിയേ തീരൂ."

ഫോക്കറ്റിന്റെ മങ്ങിയ മുഖത്തേക്കുനോക്കി അദ്ദേഹം തുടർന്നു. "എനിക്കൊന്നും ചെയ്യാനാവില്ല. താൻ നിസ്സഹായനാണ്. ഉത്തരവുണ്ടെങ്കിൽ പരിഗണിക്കാം."

തികട്ടിവന്ന കോപത്തെ നിയന്ത്രിച്ചുകൊണ്ട് ഫോക്കറ്റ് പറഞ്ഞു.

"എന്റെ ഔദ്യോഗിക കൃത്യനിർവഹണത്തിന്റെ ഭാഗമാണ് ജയിൽ സന്ദർശനം. തടസം നിന്നാൽ നിങ്ങളെ കൽത്തുറുങ്കിലടയ്ക്കാനും ഞാൻ മടിക്കില്ല സൂക്ഷിച്ചോ."

ബേയ്സ് മാക്സ് ഒരു പുസ്തകം കൈയിലെടുത്തു വായിച്ചുകൊണ്ടിരുന്നു.

തന്റെ ശ്രമം വിലപ്പോവില്ലെന്നായപ്പോൾ ഫോക്കറ്റിന്റെ കോപം ഇരട്ടിച്ചു. കീശയിൽ നിന്നും ഒരു കടലാസ് വലിച്ചെടുത്ത് അതിൽ ഇപ്രകാരമെഴുതി.

"ഫ്രാൻസിലെ എല്ലാ പട്ടാളക്കാരും ബസ്റ്റില്ല ജയിലിനു മുന്നിൽ ഉടനടി അണിനിരക്കണമെന്ന് രാജാവിന്റെ നാമധേയത്തിൽ ഞാൻ ഉത്തരവിടുന്നു." അടിയിൽ തന്റെ ഒപ്പു പതിച്ചശേഷം അത് ബേയ്സ് മാക്സിനെ ഏൽപ്പിച്ചു. ബേയ്സ് മാക്സ് ശ്രദ്ധിക്കുന്നില്ല എന്നായപ്പോൾ വീണ്ടും ഒരു കടലാസെടുത്ത് ഇങ്ങനെയെഴുതി: "ജയിൽ വാർഡനായ ബേയ്സ് മാക്സിനെയും അരാമിസിനെയും രാജ്യദ്രോഹക്കുറ്റം ചുമത്തി ജയിലിൽ അടയ്ക്കാൻ ഉത്തരവിടുന്നു."

ബേയ്സ് മാക്സ് ചാടിയെണീറ്റു. ഫോക്കറ്റിനെ നോക്കി പുച്ഛസ്വരത്തിൽ പറഞ്ഞു.

“ദയവു ചെയ്ത് നിങ്ങൾ ബഹളം വെയ്ക്കരുത്. സത്യത്തിൽ നിങ്ങൾ ചെയ്യുന്നതൊന്നും എനിക്കു മനസിലാകുന്നില്ല. തെറ്റുകുറ്റങ്ങൾക്കു ശിക്ഷ വിധിക്കേണ്ടത് രാജാവാണ്. അതിനുള്ള അധികാരം അദ്ദേഹം മറ്റാർക്കും നൽകിയിട്ടുള്ളതായി ഇന്നേവരെ അറിയില്ല.”

ബേയ്സ് മാക്സിന്റെ മുഖഭാവം പെട്ടെന്നു മാറി. ശബ്ദം താഴ്ത്തി അദ്ദേഹം ഫോക്കറ്റിനോടു പറഞ്ഞു: “ഇവിടെക്കിടന്നു ബഹളം വെച്ചതുകൊണ്ട് യാതൊരു പ്രയോജനവുമില്ല. ഏതായാലും നിങ്ങളുടെ പദവിയെ ഞാൻ മാനിക്കുന്നു. വരൂ നമുക്ക് അകത്തേക്കു പോകാം.”

അദ്ദേഹം എണീറ്റു മണിയടിച്ചു. ഒരു പാറാവുകാരൻ കടന്നുവന്ന് പ്രധാനവാതിൽ തുറന്നുകൊടുത്തു. ഇരുട്ടുമൂടിയ ഇടനാഴികളിലൂടെ ഇരുവരും ജയിലറയ്ക്കുള്ളിലേക്കുള്ള കൽപ്പടവുകൾ കയറി.

അകത്തെവിടെയോ നിന്ന് ദയനീയ ശബ്ദത്തിലുള്ള കരച്ചിൽ കേട്ട് ഫോക്കറ്റ് ഒരു നിമിഷം സ്തബ്ധനായി നിന്നു.

“ആരാണ് കരയുന്നത്?” ഫോക്കറ്റ് ചോദിച്ചു.

“അത് അയാൾ തന്നെ. നിങ്ങൾ അന്വേഷിക്കുന്ന ഫിലിപ്പി.”

തടവറയുടെ വാതിൽക്കലെത്തിയപ്പോൾ ഫോക്കറ്റ് തന്റെ കൈവശമുണ്ടായിരുന്ന മെഴുകുതിരി ഉയർത്തിപ്പിടിച്ചു. തടവറയുടെ ഒരുകോണിൽ ഉച്ചിഷ്ടങ്ങൾക്കിടയിൽ തളർന്നുവീണു കിടക്കുന്ന ലൂയി പതിനാലാമന്റെ ദൈന്യതയാർന്ന രൂപം കണ്ട് ഫോക്കറ്റ് സ്തംഭിച്ചു നിന്നു.

രാജാവ് ആകെ മാറിപ്പോയിരിക്കുന്നു. മുടി പാറിപ്പറന്നു. കണ്ണുകൾ കുഴിഞ്ഞു. ചുവന്നു തുടുത്ത് മനോഹരമായിരുന്ന ആ മുഖത്ത് ചതവിന്റെയും മുറിവിന്റെയും പാടുകൾ. ദേഹമാകെ അഴുക്കും പൊടിപടലങ്ങളും വസ്ത്രങ്ങളിൽ രക്തക്കറ. ഒറ്റനോട്ടത്തിൽ ആർക്കും തിരിച്ചറിയാനാകാത്ത വിധം ആ രൂപം വികൃതമായിരിക്കുന്നു.

അരണ്ട വെളിച്ചത്തിലും ലൂയി ഫോക്കറ്റിനെ തിരിച്ചറിഞ്ഞു. തൊട്ടടുത്തനിമിഷം അലറി വിളിച്ചുകൊണ്ട് അദ്ദേഹം ഫോക്കറ്റിനു നേരെ ചീറിയടുത്തു. “പോകൂ എന്റെ മുന്നിൽ നിന്ന് എന്നെ ഇവിടെ കൊണ്ടുവന്നു തള്ളിയത് നീയാണ്. ദ്രോഹിയാണു നീ. മഹാവഞ്ചകൻ.

ഞാൻ ചത്തുപോയോ അതോ ജീവിച്ചിരിപ്പുണ്ടോ എന്നറിയാൻ വന്നതാണോ നീ?”

ഫോക്കറ്റ് ഒരു ചുവടു പിന്നോക്കം മാറി ഭവ്യതയോടെ തല കുനിച്ചു. കയ്യിൽ ഉണ്ടായിരുന്ന വാൾ നിലത്തുവെച്ചശേഷം മുട്ടുകുത്തി വണങ്ങി.

“എന്നോടു ക്ഷമിക്കണം. ഞാൻ നിരപരാധിയാണ്. ഇപ്പോൾ ഞാനിവിടെ വന്നത് അങ്ങയെ മോചിപ്പിക്കാനാണ്. എന്റെ വാക്കുകൾ അങ്ങേക്കു വിശ്വസിക്കാം.”

രാജാവു പൊട്ടിത്തെറിച്ചു. “ഇത്രയും ദ്രോഹിച്ച ശേഷമാണോ മോചിപ്പിക്കാൻ വരുന്നത്? എനിക്ക് എല്ലാം മനസിലാകുന്നുണ്ട്. ഞാൻ കൊച്ചുകുട്ടിയൊന്നുമല്ല.”

കോപവും സങ്കടവും സഹിക്കാനാവാതെ രാജാവു ഞെരിപിരി കൊണ്ടു.

ഫോക്കറ്റ് നടന്ന കാര്യങ്ങളെല്ലാം വിവരിച്ചു. ലൂയി പതിനാലാമന്റെ ഇരട്ട സഹോദരനെപ്പറ്റിയും തടവിൽ കിടന്ന അദ്ദേഹത്തെ ഗൂഢമാർഗ ങ്ങളിലൂടെ അരാമിസ് പുറത്തു കടത്തിയതുൾപ്പെടെയുള്ള മുഴുവൻ വിവ രങ്ങളും അദ്ദേഹം പറഞ്ഞുകൊടുത്തു.

ലൂയി പതിനാലാമൻ അദ്ദേഹത്തെ അവിശ്വസനീയതയോടെ നോക്കിയിട്ടു പറഞ്ഞു: "നിങ്ങൾ പറയുന്നത് പച്ചക്കള്ളമാണ്. ഈ കൊടും ചതിക്കു എന്റെ അമ്മയും കൂട്ടുനിന്നു എന്നാണോ നിങ്ങൾ പറഞ്ഞു വരുന്നത്."

"സത്യത്തിൽ അതാണുണ്ടായത്. അതിബുദ്ധിമാനായ ജയിൽ വാർഡൻ ബേയ്സ് മാക്സിനെപ്പോലും നിഷ്പ്രയാസം കബളിപ്പിക്കാൻ ഇപ്പോൾ അരാമിസിനു കഴിഞ്ഞു. നിങ്ങൾ തമ്മിലുള്ള അതിശയകരമായ സമാനതകളാണ് ഇതിന്റെ പ്രധാനകാരണം."

ലൂയി പതിനാലാമൻ ഒന്നു ശാന്തനായി ചിരിക്കാൻ ശ്രമിച്ചു.

"ശരി നമുക്ക് വ്യാക്സിലേക്കു തിരിച്ചുപോകാം. ആ ചതിയന്മാരെ പിടിച്ചുകെട്ടി കൽത്തുറുങ്കിലടയ്ക്കാം."

ലൂയി പതിനാലാമന്റെ വാക്കുകളിൽ പഴയ ധീരതയും ആജ്ഞാശ ക്തിയും നിറഞ്ഞുനിന്നു. മനോനില തെറ്റിയെന്ന് താൻ ധരിച്ചിരുന്ന രാജാവ് തികച്ചും ശാന്തനാണെന്നുകണ്ട് ഫോക്കറ്റ് സന്തോഷിച്ചു.

"പുറപ്പെടാം. ഇനി ഒട്ടും സമയം കളയാനില്ല." വാതിൽ തുറന്നു പുറത്തിറങ്ങിയശേഷം രാജാവു പറഞ്ഞു.

അദ്ദേഹത്തിന്റെ ദേഹമാസകലം കണ്ണോടിച്ചശേഷം ഫോക്കറ്റ് പറ ഞ്ഞു.

"അങ്ങയുടെ വേഷം അഴുക്കു പുരണ്ടതും ദുർഗന്ധം വമിക്കുന്നതു മാണ്. ഈ വേഷത്തിൽ മടങ്ങിപ്പോകുന്നതു ശരിയല്ല."

ലൂയി പതിനാലാമൻ പക്ഷേ കേട്ടഭാവം നടിച്ചില്ല. എത്രയും പെട്ടെന്ന് അവിടെനിന്നും പുറത്തു കടക്കണമെന്നുള്ള ചിന്തയായിരുന്നു അദ്ദേഹ ത്തിനപ്പോൾ. ബേയ്സ് മാക്സ് തന്റെ ഓഫീസ് മുറിയിൽ തലയ്ക്കു കൈവെച്ചിരിക്കുകയായിരുന്നു. ഫിലിപ്പി എന്ന തടവുപുള്ളിയെ രണ്ടു പ്രാവശ്യം ജയിൽ വിമുക്തനാക്കേണ്ടിവന്നതിന്റെ അമ്പരപ്പ് അദ്ദേഹ ത്തിന്റെ മുഖത്തു പ്രകടമായിരുന്നു.

ഫോക്കറ്റ് തന്നെ മോചന ഉത്തരവ് തയാറാക്കി. ലൂയി അതിൽ ഒപ്പു വെച്ചശേഷം ബേയ്സ് മാക്സിനെ ഏൽപ്പിച്ചു. അവർ പടികടന്നു പോകു ന്നതും നോക്കി അദ്ദേഹം നിശ്ചലനായി ഇരുന്നു. അവരുടെ വണ്ടി പുറ പ്പെട്ടു എന്നുറപ്പായപ്പോൾ മുഷ്ടി ചുരുട്ടി മേശപ്പുറത്ത് ശക്തിയായി ഇടിച്ച് അദ്ദേഹം തന്റെ അരിശം തീർത്തു.

പതിനൊന്ന്

തന്റെ ഒരേയൊരു പിൻബലമായിരുന്ന അരാമിസിന്റെ അസാന്നിധ്യം ഫിലിപ്പിയെ തെല്ലൊന്നുമല്ല നിരാശപ്പെടുത്തിയത്.

പക്ഷേ, അദ്ദേഹം അവസരത്തിനൊത്തുയർന്നു. മറ്റാർക്കും സംശയം തോന്നാത്തവിധം എല്ലാ കാര്യങ്ങളും കിറുകൃത്യമായി അദ്ദേഹം കൈകാര്യം ചെയ്തു. വിവിധ ഘട്ടങ്ങളിൽ എങ്ങനെയൊക്കെ പെരുമാറണമെന്നും എപ്പോൾ എന്തൊക്കെ ചെയ്യണമെന്നുമൊക്കെ വളരെ വിശദമായി അരാമിസ് അദ്ദേഹത്തിനു മാർഗനിർദേശം നൽകിയിട്ടുണ്ടായിരുന്നു. ബന്ധുജനങ്ങൾ, ഉദ്യോഗസ്ഥപ്രമുഖന്മാർ, മന്ത്രിമാർ, പ്രധാന അനുചരന്മാർ എന്നിങ്ങനെ നിരന്തരം ബന്ധപ്പെടേണ്ടവരെപ്പറ്റിയുള്ള എല്ലാ വിവരങ്ങളും അതിനോടകം ഫിലിപ്പി ഹൃദിസ്ഥമാക്കിയിരുന്നു.

ലൂയി പതിനാലാമൻ ധരിക്കാറുള്ള നീളൻ കോട്ടും തൊപ്പിയും, ബൂട്ടും വെളുത്ത കയ്യുറകളുമാണ് അദ്ദേഹം ധരിച്ചത്. മുടി അതേപടി ചീകിയൊതുക്കി. ലൂയിക്ക് ഏറെ ഇഷ്ടമുള്ള അതേ സുഗന്ധദ്രവ്യങ്ങൾ പൂശി. നടപ്പിലും സംഭാഷണ രീതികളിലും അദ്ദേഹത്തിന്റെ ശൈലിയും അതേപടി അനുകരിച്ചു.

അതിഥികളെയും സന്ദർശകരെയും സ്വീകരിക്കുന്ന സമയമെത്തി.

മുതിർന്ന പട്ടാള ഉദ്യോഗസ്ഥന്മാരും മന്ത്രിമാരും ബന്ധു ജനങ്ങളുമുൾപ്പെട്ട ഒരു വലിയ സംഘം തയാറായിനിന്നു. പ്രധാന ഹാളിൽ ഒരുക്കിയ പ്രത്യേക പീഠത്തിൽ രാജകീയ വേഷവിധാനങ്ങളോടെ ഫിലിപ്പി ഉപവിഷ്ടനായി. ആയുധധാരികളായ പാറാവുകാർ അവരവരുടെ സ്ഥാനങ്ങളിൽ ജാഗ്രതയോടെ നിലയുറപ്പിച്ചു.

അൽപ്പം പ്രായമുള്ള ഒരു സ്ത്രീയാണ് ആദ്യം കടന്നുവന്നത്. ഫിലിപ്പി ഒരു നിമിഷം അവരുടെ മുഖത്തേക്കുനോക്കി. അദ്ദേഹത്തിന്റെ

ഹൃദയം ശക്തമായി മിടിക്കാൻ തുടങ്ങി. അഭിവാദ്യം ചെയ്തശേഷം അവർ വളരെ സാവധാനം നടന്നുവന്ന് ഫിലിപ്പിയുടെ തൊട്ടടുത്ത കസേരയിൽ അദ്ദേഹത്തോടു ചേർന്നിരുന്നു.

ഫിലിപ്പി കണ്ണു ചിമ്മാതെ അവരെത്തന്നെ നോക്കി. ഇന്നേവരെ താൻ കണ്ടിട്ടില്ലാത്ത തന്റെ അമ്മ – ആനി. അദ്ദേഹത്തിന്റെ സർവനിയന്ത്രണങ്ങളും വിട്ടു. കണ്ണുകൾ നിറഞ്ഞു. തന്നെ ഇത്രയും കാലം കൽത്തുറുങ്കിലടച്ചത് അവരുടെ മൗനാനുവാദത്തോടുകൂടിയാണെന്ന് ഫിലിപ്പിക്കറിയാം. തന്റെ സഹോദരൻ ലൂയി പതിനാലാമനെ ഇവർ ജീവനുതുല്യം സ്നേഹിക്കുന്നുണ്ടെന്നും. പക്ഷേ, ഉള്ളിൽ പുകഞ്ഞുകിടന്ന പകയും വൈരാഗ്യവും ഒരു നിമിഷംകൊണ്ട് അലിഞ്ഞില്ലാതെയായി. ഫിലിപ്പി മെല്ലെ അമ്മയുടെ കരം ഗ്രഹിച്ചു. അവരുടെ നറുകയിൽ അമർത്തി ചുംബിച്ചു. ജീവിതസായാഹ്നത്തിൽ തന്റെ അമ്മ ഇത്രയ്ക്കു സുന്ദരിയാണല്ലോ എന്നോർത്ത് അഭിമാനംകൊണ്ടു.

തൊട്ടുപിന്നാലെ എയ്ഗണും ഹെൻറൈറ്റയുമെത്തി. അവരവരുടെ കസേരകളിൽ ഇരിപ്പുറപ്പിച്ചു.

ഫോക്കറ്റും അദ്ദേഹത്തിന്റെ വിരുന്നു സൽക്കാരവുമായിരുന്നു ചർച്ചാവിഷയം. അമ്മ മഹാറാണി പറഞ്ഞു തുടങ്ങി:

“ഫോക്കറ്റിന്റെ കാര്യങ്ങളിൽ ജാഗ്രത പുലർത്തണം. എല്ലാവർക്കും അയാളെ പുകഴ്ത്താനേ നേരമുള്ളൂ. എന്നാൽ അയാൾ രാജ്യകാര്യങ്ങളിൽ തീരെ ശ്രദ്ധിക്കുന്നില്ല. യഥാർഥത്തിൽ അയാൾ ഈ നാടിനെ നശിപ്പിക്കുകയാണു ചെയ്യുന്നത്?”

സംസാരമധ്യേ ഫിലിപ്പിയുടെ ഉച്ചാരണത്തിനുണ്ടാകുന്ന ചില വ്യത്യാസങ്ങൾ അമ്മ മഹാറാണി സസൂക്ഷ്മം ശ്രദ്ധിക്കുന്നുണ്ടായിരുന്നു. തന്റെ തോന്നലാവും എന്നു കരുതി അവർ സമാധാനിച്ചു.

തന്റെ ആത്മമിത്രമായ ചെവറ്യൂസിനെപ്പറ്റിയും അവർ നടത്തുന്ന അഴിമതികളെപ്പറ്റിയും പറഞ്ഞുതുടങ്ങിയപ്പോൾ സംഭാഷണം എങ്ങനെയെങ്കിലും അവസാനിപ്പിച്ചാൽ കൊള്ളാമെന്ന് അമ്മ മഹാറാണി ആഗ്രഹം പ്രകടിപ്പിച്ചു. ഇടയ്ക്ക് അവർ തികച്ചും അസ്വസ്ഥയായി. മോഹാലസ്യപ്പെട്ടു വീഴുമെന്ന ഘട്ടം വന്നു. ഫിലിപ്പി പെട്ടെന്ന് എണീറ്റു ചെന്ന് അവരെ തന്റെ അരികിലേക്കു സ്നേഹപൂർവം ചേർത്തുനിർത്തി. ഏതു നിമിഷവും അരാമിസ് അവിടെ പ്രത്യക്ഷപ്പെടും എന്ന ചിന്തയിലായിരുന്നു ഫിലിപ്പി. ഇടയ്ക്കിടെ പ്രധാന വാതിലിനുനേരേ, തികഞ്ഞ ആകാംക്ഷയോടെ അദ്ദേഹം നോട്ടമയച്ചുകൊണ്ടിരുന്നു.

അൽപ്പംകഴിഞ്ഞ് അമ്മ മഹാറാണി പുറപ്പെടാൻ തുടങ്ങിയപ്പോൾ ഫിലിപ്പി പറഞ്ഞു: “ഫോക്കറ്റുമായി രമ്യതയിൽ പോകാൻ ശ്രമിക്കണം. മനസു വെച്ചാൽ അയാളെ നല്ലവഴിക്കു കൊണ്ടുവരാൻ പറ്റും.”

ഫിലിപ്പി വീണ്ടും കതകിന്റെ ദിശയിലേക്കു സൂക്ഷിച്ചുനോക്കി. രാജാവ് ഇടയ്ക്കിടെ പുറത്തേക്കു നോക്കുന്നത് ഹെൻറൈറ്റയുടെ ശ്രദ്ധ

യിൽപ്പെട്ടു. വല്ലിയറിന്റെ കത്തുമായി ദൂതന്മാർ ആരെങ്കിലും വരുന്നുണ്ടോ എന്നാണ് രാജാവ് ശ്രദ്ധിക്കുന്നതെന്ന് ഹെൻറൈറ്റക്കു തോന്നി. അവൾ മെല്ലെ രാജാവിന്റെ സമീപത്തേക്കുവന്ന് നിഗൂഢമായ ഭാവത്തോടെ ചോദിച്ചു:

"അങ്ങ് ആരെയാണു പ്രതീക്ഷിക്കുന്നത്? രാജാവു ചിരിച്ചു എന്നിട്ടുപറഞ്ഞു.

"ഏറ്റവും പ്രമുഖനായ ഒരാളെ ഞാൻ പ്രതീക്ഷിക്കുന്നുണ്ട്. സമർഥനായ രാജ്യതന്ത്രജ്ഞനും നിയമജ്ഞനുമാണയാൾ."

രാജാവു പറഞ്ഞുതീരും മുൻപേ തീരെ അപ്രതീക്ഷിതമായി അർട്ടഗ്നൻ അവിടെയെത്തി. രാജാവിനെ വണങ്ങി.

"വരൂ അർട്ടഗ്നൻ. അരാമിസ് ഇപ്പോൾ എവിടെയുണ്ട്."

ചോദ്യം കേട്ട് അർട്ടഗ്നൻ ആശയക്കുഴപ്പത്തിലായി. രാജാവിന്റെ ആജ്ഞാനുസരണം അരാമിസ് എവിടെയോ പോയിരിക്കയാണെന്നാണ് അർട്ടഗ്നൻ ധരിച്ചത്.

ആർട്ടഗ്നന്റെ മുഖഭാവം കണ്ടിട്ടാകണം ഫിലിപ്പി തുടർന്നു.

"സാരമില്ല. ഫോക്കറ്റിനെ വിളിക്കൂ. ചില കാര്യങ്ങൾ സംസാരിക്കാനുണ്ട്. താങ്കളും ഇവിടെയുണ്ടെങ്കിൽ വളരെനന്ന്."

പെട്ടെന്ന് ഹാളിന്റെ പിന്നിലുള്ള രഹസ്യ വാതിലിന്റെ ഭാഗത്തു നിന്നും എന്തൊക്കെയോ ശബ്ദങ്ങൾ കേട്ടുതുടങ്ങി. ആരോ വളരെ ആയാസപ്പെട്ട് കോണി കയറിവരുന്നതു പോലെ. എല്ലാ കണ്ണുകളും അങ്ങോട്ടു തിരിഞ്ഞു. വല്ലാതെ കിതച്ചുംകൊണ്ട് രണ്ടുപേർ ഓടിവരുന്നു. ലൂയി പതിനാലാമനും തൊട്ടുപിന്നാലെ ഫോക്കറ്റും.

അപ്പോൾ കണ്ട കാഴ്ച ആർക്കും വിശ്വസിക്കാനാവുമായിരുന്നില്ല. എല്ലാവരും സ്തബ്ധരായി കണ്ണുമിഴിച്ചു നോക്കിനിന്നു.

ലൂയി പതിനാലാമനും ഫോക്കറ്റും മുന്നോട്ടുകയറിവന്നു.

ലൂയി ആകെ പ്രാകൃതനായിരുന്നു. മുഷിഞ്ഞു കീറിയ വസ്ത്രങ്ങൾ. പാറിപ്പറന്ന മുടി. വിളറിവെളുത്ത മുഖത്ത് ചോരപ്പാടുകൾ. പക്ഷേ ആ കണ്ണുകളിൽ പ്രതികാരാഗ്നി ആളിക്കത്തുന്നുണ്ടായിരുന്നു.

അമ്മ മഹാറാണി ഒരു പ്രേതത്തെ കണ്ടതുപോലെ "അയ്യോ" എന്ന് നിലവിളിച്ചുംകൊണ്ട് മുഖം മറച്ചു. ലൂയിയും ഫിലിപ്പിയും പരസ്പരം തുറിച്ചു നോക്കിക്കൊണ്ടുനിന്നു. തങ്ങളുടെ രൂപസാദൃശ്യംകണ്ട് അത്ഭുതപ്പെട്ടു. അന്യോന്യം ആക്രമിക്കാൻ തയാറെടുത്തു നിൽക്കുന്ന പുലികളെപ്പോലെ മുരണ്ടു.

ഇനിയെന്തു സംഭവിക്കുമെന്നറിയാതെ എല്ലാവരും സംഭ്രമിച്ചു നിൽക്കുമ്പോൾ ലൂയി പതിനാലാമൻ പെട്ടെന്ന് സ്നേഹവും വാത്സല്യവും തുളുമ്പുന്ന ശബ്ദത്തിൽ അമ്മയോടു ചോദിച്ചു:

"അമ്മ എന്നെ മറന്നുപോയോ?" ഇതുകേട്ടു നിന്ന ഫിലിപ്പിയും അതുതന്നെ ആവർത്തിച്ചു. "അമ്മ എന്നെ ഓർക്കുന്നുണ്ടോ?"

അമ്മ മഹാറാണി ഒരക്ഷരം ഉരിയാടാനാകാതെ സ്തംഭിച്ചിരുന്നു. ഇരുവരുടെയും കണ്ണുകളിലേക്കു മാറിമാറി നോക്കി. മുകളിലേക്കു കൈകളുയർത്തി എന്തോ പറയാൻ തുടങ്ങിയെങ്കിലും പെട്ടെന്ന് ഒരു ദീർഘനിശ്വാസത്തോടെ തല കുനിച്ചിരുന്നു. ലൂയിയുടെ മുഖത്ത് ദുഃഖം നിഴലിച്ചു. അദ്ദേഹം ആകാംക്ഷയോടെ അർട്ടഗ്നന്റെ നേർക്കുതിരിഞ്ഞു.

"നിങ്ങൾ പറയൂ. ഇക്കൂട്ടത്തിൽ ആരാണ് രാജാവ്."

എല്ലാവരും തരിച്ചുനിൽക്കവേ, അർട്ടഗ്നൻ ലൂയിയുടെ നേർക്കു വിരൽ ചൂണ്ടിയശേഷം ഗൗരവം കലർന്ന ശബ്ദത്തിൽ പറഞ്ഞു. "അങ്ങാണു ഞങ്ങളുടെ രാജാവ് മറ്റയാൾ ഒരു തടവുപുള്ളി മാത്രം. നമ്മെ വിഡ്ഢികളാക്കാൻ അയാളെ വേഷം കെട്ടിച്ചു കൊണ്ടുവന്നിരിക്കുകയാണ്."

ലൂയി പതിനാലാമൻ ഫിലിപ്പിയെ ഒന്നു തുറിച്ചുനോക്കിയശേഷം പെട്ടെന്ന് പുറത്തേക്കു പോയി.

ഫിലിപ്പി നിർവികാരനായി അവിടെത്തന്നെ നിന്നു. അമ്മ ഒരക്ഷരം ഉരിയാടാതെ ഇതെല്ലാം കണ്ടുകൊണ്ട് തലയ്ക്കു കൈവെച്ചിരിക്കയായിരുന്നു."

അവരുടെ നിശ്ശബ്ദത ഫിലിപ്പിക്ക് തികച്ചും അസഹനീയമായി. അദ്ദേഹത്തിന് പൊട്ടിക്കരയണമെന്നുപോലും തോന്നി. അമ്മ ഒരക്ഷരം ഉരിയാടിയിരുന്നെങ്കിൽ എന്ന് ആഗ്രഹിച്ചു.

ഫിലിപ്പി അവരുടെ അടുത്തേക്കു ചെന്നു മുഖത്തേക്ക് രൂക്ഷമായി നോക്കിക്കൊണ്ടു പറഞ്ഞു: "ഞാൻ നിങ്ങളുടെ മകനായിപ്പോയി. അല്ലെങ്കിൽ ഞാൻ നിങ്ങളെ ശപിച്ചേനെ. ദയയും മനുഷ്യത്വവും ലവലേശം തൊട്ടുതീണ്ടാത്ത മൃഗമാണു നിങ്ങൾ. നിങ്ങൾക്കു മകനായി പിറന്നതിൽ ഞാനിപ്പോൾ ലജ്ജിക്കുകയാണ്. ഇക്കാലമത്രയും എന്നെ കൽത്തുറുങ്കിലടച്ചിട്ടും നിങ്ങൾക്കു തൃപ്തിയായിട്ടില്ല, അല്ലേ? അധികാരമോഹങ്ങളില്ലാത്ത ഒരു സാധാരണ മനുഷ്യനാണു ഞാൻ. എത്ര കടുത്ത ശിക്ഷയാണെങ്കിലും അതു സന്തോഷത്തോടെ രണ്ടു കയ്യും നീട്ടി സ്വീകരിക്കാൻ ഞാനിപ്പോഴും തയാറാണ്."

ഫിലിപ്പിയുടെ വാക്കുകൾ അതിരുവിടുന്നു എന്നു തോന്നിയതുകൊണ്ടാകാം അർട്ടഗ്നൻ ഇടപെട്ടു. "ക്ഷമിക്കണം. കൊട്ടാരത്തിലെ മര്യാദകൾ പാലിച്ചുവേണം സംസാരിക്കാൻ."

ഫിലിപ്പി നിശ്ശബ്ദനായി നിറഞ്ഞ കണ്ണുകളുമായി വിദൂരതയിലേക്കു നോക്കിനിന്നു. അൽപ്പം കഴിഞ്ഞു നാലുപാടും കണ്ണുകൊണ്ടു തിരഞ്ഞശേഷം അദ്ദേഹം അർട്ടഗ്നനോടു ചോദിച്ചു. "അരാമിസ് ഇപ്പോൾ എവിടെയുണ്ട്?"

അതിനു മറുപടി പറഞ്ഞത് തിരശീലയ്ക്കു പിന്നിൽ മറഞ്ഞുനിന്ന ഫോക്കറ്റാണ്. "അദ്ദേഹം സുരക്ഷിതനാണ്. ഇതുവരെ യാതൊരു കുഴപ്പവുമില്ല."

പെട്ടെന്ന് ബൂട്ട്സുകളുടെ ശബ്ദം കേട്ടു. ആയുധധാരികളായ രണ്ടു പടയാളികൾ കൈവിലങ്ങുമായി കടന്നുവന്നു. ഫിലിപ്പി തലകുനിച്ച് തന്റെ കൈകൾ മുന്നോട്ടുനീട്ടി നിശ്ചലനായി നിന്നു. പടയാളികൾ ഇരുകൈകളും കൂട്ടിച്ചേർത്ത് വിലങ്ങുവെച്ചു.

ഫിലിപ്പിയെയും കൂട്ടി പടയാളികൾ പുറത്തേക്കു പോകാനൊരുങ്ങുമ്പോഴാണ് രാജാവിന്റെ സ്വന്തം കൈപ്പടയിലുള്ള ഉത്തരവുമായി കോൾബർട്ട് കടന്നുവരുന്നത്. അർട്ടഗ്നൻ അതു വാങ്ങി ഉച്ചത്തിൽ വായിച്ചു.

“ഫിലിപ്പിയുടെ മുഖം ഇരുമ്പുകവചം കൊണ്ടു മൂടിയശേഷം മരിക്കുംവരെ കൽത്തുറുങ്കിലടയ്ക്കാൻ ഉത്തരവിടുന്നു.”

പന്ത്രണ്ട്

ദുർഘടമായ കാട്ടുവഴികളിലൂടെ ശരവേഗത്തിലാണ് അരാമിസും പോർത്തോസും കുതിരപ്പുറത്തു പൊയ്ക്കൊണ്ടിരുന്നത്. പലപ്രാവശ്യം കുതിരകളെ വിശ്രമിക്കാൻ നിർത്തി. വൈകുന്നേരം നാലുമണി ആയപ്പോഴേക്കും അവർ നൂറ്റി ഇരുപതു മൈലുകൾ പിന്നിട്ടുകഴിഞ്ഞിരുന്നു.

സന്ധ്യമയങ്ങും മുൻപേ ബ്‌പോയിസിലെത്തണം. അവർ കുതിരകളുടെ വേഗത കൂട്ടി. പൊടി പറത്തിക്കൊണ്ട് കുതിരകൾ വീണ്ടും മുന്നോട്ടു പാഞ്ഞു.

ക്യാപ്റ്റൻ അത്തോസും മകൻ റായൂളും ബ്‌പോയിസിയുടെ പ്രാന്തപ്രദേശത്തുള്ള തങ്ങളുടെ കൃഷിത്തോട്ടത്തിനടുത്തേക്കു തൽക്കാലത്തേക്കു താമസം മാറ്റിയിരുന്നു. വല്ലിയറുമായുള്ള സ്നേഹബന്ധത്തിന് ഉടച്ചിൽ തട്ടിയതിൽ പിന്നെ റായൂൾ ആളാകെ മാറിപ്പോയി. പഴയ കാര്യങ്ങൾ ഓർത്ത് സദാ വേദനിച്ചുനടന്നു.

ബ്ലോയിസിലെ പുതിയ ചുറ്റുപാടുകളും ഗ്രാമീണ ഭംഗിയുമാണ് അദ്ദേഹത്തിന് അൽപ്പമെങ്കിലും ആശ്വാസം പകർന്നുകൊടുത്തത്. അതു കൂടാതെ, പിതാവിന്റെ ഉപദേശങ്ങളും സാന്ത്വനവാക്കുകളും കഴിഞ്ഞതൊക്കെ മറക്കാൻ അദ്ദേഹത്തെ പ്രേരിപ്പിച്ചു. ഈ സന്ദർഭത്തിലാണ് അരാമിസും പോർത്തോസും അവരെ സന്ദർശിക്കാനെത്തുന്നത്.

ദീർഘനാളുകൾക്കുശേഷം തമ്മിൽ കണ്ടപ്പോൾ അരാമിസും അത്തോസും സന്തോഷത്താൽ മതിമറന്നു. എല്ലാവരും ഒരുമിച്ചിരുന്നു സൗഹൃദം പങ്കുവെച്ചു. ഭക്ഷണം കഴിച്ചു.

നടന്ന സംഭവങ്ങൾ അരാമിസ് വിവരിച്ചപ്പോൾ അത്തോസ് കോപവും ദുഃഖവും സഹിക്കാനാവാതെ കസേരയിൽ തളർന്നിരുന്നു.

"പോർത്തോസ് ശുദ്ധനാണ്. അദ്ദേഹത്തെ ഈ കുഴപ്പങ്ങളിൽ കൊണ്ടുചാടിച്ചത് ഞാനാണ്. അദ്ദേഹം നിരപരാധിയാണെന്ന് പറഞ്ഞാൽ ഇനി ആരും വിശ്വസിക്കില്ല." അരാമിസ് പറഞ്ഞു.

അൽപ്പനേരം എന്തോ ആലോചിച്ചശേഷം അത്തോസ് പറഞ്ഞു: "കാര്യം നിസ്സാരമല്ല. കടുത്തശിക്ഷ ലഭിക്കുന്ന മാപ്പർഹിക്കാത്ത കുറ്റമാണു നിങ്ങൾ ചെയ്തിരിക്കുന്നത്."

"യജ്ഞം ഫലിക്കുമെന്നു തന്നെയായിരുന്നു ഞങ്ങളുടെ വിശ്വാസം. പക്ഷേ, " അരാമിസിന്റെ മുഖത്തു നിരാശ പടർന്നു.

"നിങ്ങൾ ഇനി എന്തു ചെയ്യാൻ പോകുന്നു?" അത്തോസ് ചോദിച്ചു.

"ഞാൻ കാരണം പോർത്തോസിന്റെ തല പോകരുതെന്നാണ് എന്റെ ആഗ്രഹം. ബെല്ലി ദ്വീപിൽ ചെന്നശേഷം അവിടെനിന്നും ഇംഗ്ലണ്ടിലേക്കോ സ്പെയിനിലേക്കോ കടക്കാനാണ് ഞങ്ങളുദ്ദേശിക്കുന്നത്. എനിക്ക് അവിടെ ധാരാളം സുഹൃത്തുക്കളുണ്ട്. അവരൊക്കെ വിചാരിച്ചാൽ ലൂയി പതിനാലാമന് പോർത്തോസിനോടുണ്ടായിട്ടുള്ള തെറ്റിദ്ധാരണ ഒരുപരിധിവരെ മാറ്റാൻ പറ്റിയേക്കും." അരാമിസ് തുടർന്നു. "നിങ്ങൾ രാജാവുമായി അത്ര സുഖത്തിലല്ല എന്നെനിക്കറിയാം. വിരോധമില്ലെങ്കിൽ നമുക്കൊരുമിച്ച് ബെല്ലി ദ്വീപിലേക്കു പോകാം. സ്പെയിനും ഫ്രാൻസും തമ്മിൽ ഉടൻതന്നെ ഒരു യുദ്ധമുണ്ടാകുമോ എന്നാണറിയുന്നത്. ലൂയി പതിനാലാമന് യുദ്ധകാര്യങ്ങളിൽ ഒട്ടും താൽപ്പര്യമില്ലാത്തതിനാൽ അദ്ദേഹം ഒരൊത്തുതീർപ്പിനു തയാറാകും. അതോടെ പ്രവിശ്യകളുടെ അധികാരം നമ്മളെ ഏൽപ്പിക്കുകയും ചെയ്യും."

അരാമിസ് പറയുന്നത് സശ്രദ്ധം കേട്ടിരുന്ന അത്തോസ് പെട്ടെന്നു പൊട്ടിത്തെറിച്ചു.

"ലൂയി പതിനാലാമന് അടിമവേല ചെയ്യാൻ ഇനി എന്നെ കിട്ടില്ല." അവർക്കിടയിൽ അൽപ്പനേരം നിശ്ശബ്ദത പടർന്നു. സമയം അതിക്രമിച്ചതിനാൽ അരാമിസ് ഉടൻതന്നെ യാത്ര പുറപ്പെടാനൊരുങ്ങി.

അത്തോസിന്റെ കൈ പിടിച്ചുകൊണ്ടു വികാരഭരിതമായ ശബ്ദത്തിൽ പറഞ്ഞു: "ഞങ്ങൾ വിടപറയുകയാണ്. വല്ലാത്ത ദുർഘട സന്ധിയിലാണ് ഞങ്ങൾ. അങ്ങ് അനുഗ്രഹിക്കണം. തുടർന്നുള്ള യാത്രയ്ക്ക് നല്ല കുതിരകളെ തന്ന് സഹായിക്കുകയും വേണം."

അത്തോസ് സസന്തോഷം അവർക്കു കുതിരകളെ നൽകി. കെട്ടിപ്പുണർന്ന് യാത്രാമംഗളം നേർന്നു. അവരെ വീണ്ടും കാണാൻ പറ്റുമോ എന്ന കാര്യത്തിൽ അത്തോസിന് സന്ദേഹമുണ്ടായിരുന്നു.

അരാമിസും പോർത്തോസും കുതിരപ്പുറത്തു കയറി. കുടമണി കിലുക്കിക്കൊണ്ട് കുതിരകൾ വീണ്ടും മുന്നോട്ടു കുതിച്ചു.

ദൂരെ അനന്തതയിൽ അലിഞ്ഞു ചേരുംവരെ അത്തോസ് അവരെ ഇമയനക്കാതെ നോക്കിനിന്നു. അപ്പോൾ ആ കണ്ണുകൾ നിറഞ്ഞൊഴുകുന്നുണ്ടായിരുന്നു. നേരം അർധരാത്രി കഴിഞ്ഞു. വീട്ടുമുറ്റത്ത് അട്ടഹാസവും കുതിരകളുടെ കുളമ്പടി ശബ്ദവും കേട്ട് റായൂൽ ഞെട്ടി ഉയർന്നു.

വാതിൽ മെല്ലെ തുറന്ന് പുറത്തെ ഇരുളിലേക്കിറങ്ങി. അവിശ്വസനീയമായ കാഴ്ച കണ്ട് അദ്ദേഹം ഒന്നു നടുങ്ങി. എരിഞ്ഞുകത്തുന്ന പന്തങ്ങളുമായി ഒരുപറ്റം പടയാളികൾ.

"ബ്യൂഫോർട്ട് രാജകുമാരൻ വന്നിരിക്കുന്നു" കൂട്ടത്തിലൊരാൾ വിളിച്ചുപറഞ്ഞു.

തൊട്ടടുത്ത നിമിഷം, ബ്യൂഫോർട്ട് കുതിരപ്പുറത്തുനിന്നും ചാടിയിറങ്ങി. അപ്പോഴേക്കും മുറ്റത്തേക്കിറങ്ങിവന്ന അത്തോസ് അദ്ദേഹത്തെ നിറഞ്ഞ പുഞ്ചിരിയോടെ സ്വീകരിച്ചു.

"ഞാൻ വരാൻ അൽപ്പം വൈകിപ്പോയെന്നു തോന്നുന്നു."

"അതുസാരമില്ല." അത്തോസ് പറഞ്ഞു.

"അങ്ങേക്ക് ഇവിടെ എപ്പോൾ വേണമെങ്കിലും വരാമല്ലോ."

അത്തോസിന്റെ കരംഗ്രഹിച്ചുകൊണ്ട് അദ്ദേഹം മുറിക്കുള്ളിലേക്കു നടന്നു. റായൂൾ അവരെ അനുഗമിച്ചു.

വന്നു കയറുമ്പോൾ തന്നെ ബ്യൂഫോർട്ട് റായൂളിനെ ശ്രദ്ധിക്കുന്നുണ്ടായിരുന്നു. റായൂളിന്റെ ചുറുചുറുക്കും തലയെടുപ്പും മാന്യമായ പെരുമാറ്റവും അദ്ദേഹത്തെ വളരെയധികം ആകർഷിച്ചു. റായൂൾ അത്തോസിന്റെ മകനാണെന്നറിഞ്ഞതോടെ അദ്ദേഹത്തോടുള്ള മതിപ്പ് പതിന്മടങ്ങുവർധിച്ചു.

"ഇയാളെ എനിക്കു വിട്ടുതരുമോ?" റായൂളിനുനേരെ കണ്ണയച്ചുകൊണ്ട് ബ്യൂഫോർട്ട് അത്തോസിനോടു ചോദിച്ചു.

"എന്തിന്?" അത്തോസിന് അത്ഭുതം ആഫ്രിക്കൻ രാജ്യങ്ങളുടെ അടുത്ത ഭരണാധിപൻ ഞാനായിരിക്കും. ആ രാജ്യങ്ങൾ ആക്രമിച്ചു കീഴടക്കാൻ മഹാരാജാവ് എന്നെയാണു ചുമതലപ്പെടുത്തിയിരിക്കുന്നത്." ബ്യൂഫോർട്ട് ഗൗരവത്തോടെ തുടർന്നു.

"വിശ്വസ്തനും അരോഗദൃഢഗാത്രനുമായ ഒരു ചെറുപ്പക്കാരനെ എനിക്കാവശ്യമുണ്ട്. നിങ്ങളുടെ റായൂൾ അക്കാര്യത്തിൽ നൂറുശതമാനവും യോഗ്യനായിരിക്കുമെന്ന് എനിക്കുറപ്പുണ്ട്."

റായൂൾ എല്ലാം ശ്രദ്ധിച്ചുകൊണ്ട് നിശ്ശബ്ദനായി നിൽക്കുകയായിരുന്നു. ബ്യൂഫോർട്ട് തുടർന്നു: "ഇവിടെ കുത്തിയിരുന്ന് ജീവിതം പാഴാക്കരുത്. യുദ്ധവും അതുമായി ബന്ധപ്പെട്ട തിരക്കുകളുമൊക്കെയാകുമ്പോൾ സ്വകാര്യ ദുഃഖങ്ങൾ പറപറക്കും." റായൂളിന്റെ മറുപടി പെട്ടെന്നായിരുന്നു.

"ഞാൻ തയാറാണ് സാർ. ചില പഴയ ഓർമകൾ എന്നെ നിരന്തരം വേട്ടയാടുകയാണ്. ഊണിലും ഉറക്കത്തിലും ഒരേ ചിന്ത തന്നെ. അതിൽനിന്നെല്ലാം മോചനം കിട്ടുമെങ്കിൽ ഞാൻ അങ്ങയോടൊപ്പം വരാൻ തയാറാണ്."

ബ്യൂഫോർട്ട് എണീറ്റ് റായൂളിന്റെ അടുത്തേക്കു ചെന്നു.

"രണ്ടു ദിവസങ്ങൾക്കൂടി കഴിയുമ്പോൾ ഞാൻ ടൗലോണിലേക്കു പോകും. അതിനിടെ പാരീസിൽവെച്ച് നമുക്കു വീണ്ടും കാണാം. കാര്യങ്ങളെല്ലാം അവിടെവെച്ച് തീരുമാനിച്ചുറപ്പിക്കാം. എന്താ സമ്മതമല്ലേ?"

റായൂൾ സമ്മതഭാവത്തിൽ തലകുലുക്കി. “നിയമന ഉത്തരവും കുറച്ചു പണവും ഇപ്പോൾ നൽകുന്നു.” ബ്യൂഫോർട്ട് ഒരു കടലാസെടുത്തു. എഴുതി ഒപ്പിട്ടശേഷം റായൂളിനെ ഏൽപ്പിച്ചു.

“കപ്പലോടിച്ച് പരിചയം വല്ലതും?” ബ്യൂഫോർട്ട് ചോദിച്ചു.

“ഉവ്വ് ധാരാളം.” റായൂൾ തലകുലുക്കി.

“ഈ ഉത്തരവുപ്രകാരം ആ പ്രദേശത്തെ എല്ലാ ദ്വീപുകളിലും നിങ്ങൾക്കു സർവസ്വാതന്ത്ര്യമുണ്ടായിരിക്കും.”

അത്തോസ് ഇടയ്ക്കുകയറി.

“കേട്ടിടത്തോളം, വളരെയധികം കഠിനപ്രയത്നവും ക്ഷമയും വേണ്ട ഭാരിച്ച ജോലിയാണ് അവനെ ഏൽപ്പിക്കുവാൻ പോകുന്നത്. പ്രതികൂല സാഹചര്യങ്ങളെയും ബുദ്ധിമുട്ടുകളെയും സധൈര്യം നേരിടാനുള്ള മനക്കരുത്തും തന്റേടവും ആത്മവിശ്വാസവും അവനുണ്ടെങ്കിലും ചുരുങ്ങിയ കാലത്തിനിടെ അവൻ ഇതൊക്കെ ഒറ്റയ്ക്കു കൈകാര്യം ചെയ്യുമോ എന്ന കാര്യത്തിൽ എനിക്ക് ആശങ്കയുണ്ട്. സഹായിയായി ഞാനും ഒപ്പം കൂടിയാലോ എന്നാലോചിക്കുന്നു.”

ബ്യൂഫോർട്ട് ഒന്നും പറയാതെ നിന്നു. അത്തോസ് തുടർന്നു. “റായൂളിനെ അങ്ങ് ഒന്നാം കമാണ്ടറാക്കി നിയമിച്ചതിൽ സന്തോഷം. നാവികസേനയുടെയും കാലാൾപ്പടയുടെയും ഭാരിച്ച ഉത്തരവാദിത്വങ്ങൾ അവന്റെ ചുമലിലാണ്. യുദ്ധം സംബന്ധമായ മുന്നൊരുക്കങ്ങൾക്ക് സ്വാഭാവികമായും ഒരുവർഷമെങ്കിലും വേണ്ടിവരും. അങ്ങ് അനുവദിച്ചിരിക്കുന്നത് രണ്ടാഴ്ച മാത്രമാണ്.”

“ഈ സമയപരിധി അപ്രായോഗികമാണെന്നാണോ അങ്ങ് പറഞ്ഞുവരുന്നത്.”

“ഞങ്ങൾ രണ്ടുപേരുണ്ടെങ്കിൽ അത് നിഷ്പ്രയാസം ചെയ്തുതീർക്കാവുന്നതേയുള്ളൂ.”

“അങ്ങ് ഒരു കാലത്ത് വീരശൂരപരാക്രമിയായിരുന്നു എന്ന യാഥാർഥ്യം വിസ്മരിച്ചതിൽ എന്നോടു പൊറുക്കുക. ഇത്തരം കാര്യങ്ങളിൽ അങ്ങേയ്ക്ക് അനന്യസാധാരണമായ പ്രായോഗികജ്ഞാനവും മുൻപരിചയവുമുണ്ട്. റായൂളിനോടൊപ്പം താങ്കൾ ഉണ്ടായേ തീരൂ എന്നിപ്പോൾ തോന്നുന്നു. താങ്കൾ വരുന്നതിൽ എനിക്ക് സന്തോഷമേ ഉള്ളൂ.” ബഹുമാനപൂർവം അത്തോസിന്റെ പുറത്തു തലോടിക്കൊണ്ട് ബ്യൂഫോർട്ട് പോകാനായി എണീറ്റു.

പടികളിറങ്ങി പതുക്കെ പുറത്തേക്കു നടന്നു.

കുളമ്പടി ശബ്ദവും, പന്തങ്ങളുടെ വെളിച്ചവും ദൂരെ ഇരുളിലേക്കു മറയുംവരെ റായൂളും അത്തോസും വാതിൽപ്പടിയിൽ കാത്തുനിന്നു.

അൽപ്പം കഴിഞ്ഞ് വാതിൽ ചാരിയശേഷം അത്തോസ് തന്റെ കിടപ്പുമുറിയിലേക്കു നടന്നു. റായൂളിന് പക്ഷേ, തീരെ ഉറക്കം വന്നില്ല. കിടക്കയിൽ തിരിഞ്ഞും മറിഞ്ഞും കിടന്നു. ഒടുവിൽ തോട്ടത്തിലെ ഒരു നാരകത്തിന്റെ ചുവട്ടിൽ മാനം നോക്കിക്കിടന്ന് അദ്ദേഹം നേരം വെളുപ്പിച്ചു.

തൊട്ടടുത്ത ദിവസം തന്നെ റായൂളും അത്തോസും പാരീസിലേക്കു പുറപ്പെട്ടു. ദിവസേന നാൽപ്പത്തി അഞ്ചു മൈൽ എന്ന കണക്കിൽ രണ്ടു ദിവസത്തെ ആയാസകരമായ യാത്ര.

യാത്രയിലുടനീളം റായൂൾ മ്ലാനവദനനായിരുന്നു. പ്രതികൂല കാലാവസ്ഥയോ മാർഗമധ്യേയുള്ള ക്ലേശങ്ങളോ ആയിരുന്നില്ല കാരണം. കണ്ടു പഴകിയ പാതകളും പരിചയമുള്ള പഴയ മുഖങ്ങളും കാണുമ്പോൾ ഒരുപാട് ഓർമകൾ അദ്ദേഹത്തിന്റെ മനസിലേക്കു വീണ്ടും കടന്നുവന്നുകൊണ്ടിരുന്നു. താൻ സ്വന്തം പിതാവിനെപ്പോലെ സ്നേഹിക്കുന്ന അർട്ടഗ്നനെ കാണണം. യാത്ര ചോദിക്കണം, ഈ യാത്രയ്ക്ക് റായൂളിനെ പ്രേരിപ്പിച്ചത് അതുമാത്രമാണ്.

ലക്സംബർഗിൽ വെച്ച് റായൂൾ തന്റെ സുഹൃത്ത് ഗുഷ്ചിയെക്കണ്ടു. നീണ്ട ഇടവേളയ്ക്കുശേഷമാണ് രണ്ടുപേരും തമ്മിൽ കാണുന്നത്. റായൂളിന്റെ ആഫ്രിക്കൻ യാത്രയെപ്പറ്റി അറിഞ്ഞപ്പോൾ ഗുഷ്ചിയുടെ മുഖം മങ്ങി.

"ആഫ്രിക്കയിലേക്കു പോകുന്നത് മരണത്തിലേക്കു പോകുന്നതിനു തുല്യമാണ്. അത് ഒഴിവാക്കാമായിരുന്നു." ഗുഷ്ചി പറഞ്ഞു.

യുദ്ധക്കളത്തിൽ മരിച്ചുവീഴുന്നതിനേക്കാൾ വലിയ പുണ്യം മറ്റെന്താണുള്ളത്? എന്നായിരുന്നു റായൂളിന്റെ മറുപടി. തന്റെ സുഹൃത്തിന് കടുത്ത മാനസികരോഗമാണെന്ന മട്ടിൽ ദയനീയമായി നോക്കിയശേഷം ഗുഷ്ചി ഉടൻ സ്ഥലം വിട്ടു.

അർട്ടഗ്നനെ പാരീസ് നഗരം മുഴുവനും അരിച്ചുനോക്കിയിട്ടും കണ്ടുപിടിക്കാനായില്ല. അദ്ദേഹം സാധാരണ തമ്പടിക്കാറുള്ള സ്ഥലങ്ങളെല്ലാം തിരഞ്ഞു.

നഗരത്തിന്റെ തിരക്കുകൾ അധികമില്ലാത്ത ഒരൊഴിഞ്ഞ കോണിലാണ് പ്ലാഞ്ചറ്റ് എന്ന വൃദ്ധന്റെ പലവ്യഞ്ജനക്കട. അർട്ടഗ്നൻ അവിടെ കാണാൻ സാധ്യതയുണ്ടെന്ന് അവർ ആരോ പറഞ്ഞറിഞ്ഞു. അർട്ടഗ്നന്റെ പേരു കേട്ടപ്പോൾ വൃദ്ധനും താൽപ്പര്യമായി. അൽപ്പനേരം ചിന്തിച്ചശേഷം അയാൾ പറഞ്ഞു: "ഇക്കഴിഞ്ഞ ദിവസം അയാൾ ഇവിടെ വന്നതായി ഓർക്കുന്നു. കയ്യിലൊരു പടവുമായാണുവന്നത്. മണിക്കൂറുകളോളം അതു തിരിച്ചും മറിച്ചും നോക്കുകയും അതിൽ എന്തൊക്കെയോ കുത്തിക്കുറിക്കുകയും ചെയ്തുകൊണ്ടിരുന്നു. പിന്നെ അയാളെ ഇതുവഴി കണ്ടിട്ടേയില്ല." ഇത്രയും പറഞ്ഞശേഷം വൃദ്ധൻ തന്റെ തിരക്കുകളിൽ മുഴുകി.

നിരാശനായി തിരിച്ചുനടന്ന അത്തോസിനെ അയാൾ വീണ്ടും കൈകൊട്ടി വിളിച്ചു. "നിൽക്കൂ അയാൾ ആ പടം ഇവിടെ വെച്ചിട്ടാണു പോയത്. നിങ്ങൾക്കു വേണമെങ്കിൽ ഒന്നു കണ്ടിട്ടുപോകാം." മറുപടിക്കു കാത്തുനിൽക്കാതെ വൃദ്ധൻ അകത്തേക്കുപോയി അൽപ്പംകഴിഞ്ഞ് ഒരു വലിയ കടലാസുചുരുളുമായി പുറത്തേക്കുവന്നു. അത് വളരെ ശ്രദ്ധാപൂർവം അത്തോസിനെ ഏൽപ്പിച്ചു. വളരെ പഴക്കമുള്ള ഒരു ഭൂപടമായി

രുന്നു അത്. അവർ പടം സസൂക്ഷ്മം പരിശോധിച്ചു. ഫ്രാൻസിന്റെ തെക്കുഭാഗത്തുള്ള കാനേ എന്ന സ്ഥലത്തേക്കു പോകേണ്ട വിവിധമാർഗങ്ങളാണ് അതിൽ അടയാളപ്പെടുത്തിയിരുന്നത്. ഇതിനോടകം അർട്ടഗ്നൻ അവിടേക്കു പോയിരിക്കാമെന്നും അത്തോസ് അനുമാനിച്ചു.

"വളരെ സന്തോഷം" ഭൂപടം മടക്കി നൽകിയശേഷം അത്തോസ് റായൂളിനോടുപറഞ്ഞു. "ഇതേവഴിയിൽ കൂടിത്തന്നെയാണ് നമുക്കും ടൗലോണിലേക്കു പോകേണ്ടത്. വഴിമധ്യേ എവിടെയെങ്കിലും വെച്ച് നമുക്ക് അദ്ദേഹത്തെ കാണാൻ പറ്റും."

അവർ പിന്നീടു പോയത് ബ്യൂഫോർട്ട് താമസിക്കുന്ന ഹോട്ടലിലേക്കാണ്. അച്ഛനെയും മകനെയും അതിയായ സന്തോഷത്തോടെയാണ് അദ്ദേഹം സ്വീകരിച്ചത്. തന്റെ സഹചാരികൾക്ക് ഇവരെ പരിചയപ്പെടുത്തുകയും ചെയ്തു. ഒന്നു രണ്ടു ചെക്കുകൾകൂടി ഒപ്പിട്ടു നൽകിയ ശേഷം ബ്യൂഫോർട്ട് പറഞ്ഞു.

"അത്യാവശ്യകാര്യങ്ങൾക്കുള്ള പണമാണിത്. എനിക്കു മുൻപേ നിങ്ങൾ ആന്റയ്ബ്സിലെത്തണം. നാവികപ്പടയ്ക്ക് ആവശ്യമുള്ള സാധനങ്ങളെല്ലാം വാങ്ങണം. പുതിയ കുറേ പടയാളികളെക്കൂടി കണ്ടെത്തണം. നിങ്ങൾ ആത്മാർഥതയോടെ ഇതെല്ലാം ചെയ്യുമെന്ന് എനിക്കുറപ്പുണ്ട്."

ബ്യൂഫോർട്ടിനെ ആദരവോടെ നോക്കിക്കൊണ്ട് അത്തോസ് പറഞ്ഞു.

"സാധാരണഗതിയിൽ ഒരു വർഷം കൊണ്ട് ചെയ്തു തീർക്കേണ്ട കാര്യങ്ങളാണ് അങ്ങ് ഞങ്ങളെ ഏൽപ്പിച്ചിരിക്കുന്നത്. പക്ഷേ റായൂളിനെപ്പോലെ സമർഥനും ദീർഘവീക്ഷണവുമുള്ള ഒരാൾ മാത്രമേ ഇത്ര വേഗം ഈ കാര്യങ്ങൾ പൂർത്തീകരിക്കാനാകുകയുള്ളൂ. ഞാൻ കേവലം ഒരു സഹായി മാത്രമാണ്."

'ശരി നിങ്ങൾക്കു നല്ലതു വരട്ടെ" എന്ന് ആശിർവദിച്ച് ബ്യൂഫോർട്ട് അവരെ യാത്രയാക്കി.

പതിമൂന്ന്

ടൗലോണിലേക്കുള്ള യാത്രയിലുടനീളം അത്തോസും റായൂളും അർട്ടഗ്നനെ തിരയുകയായിരുന്നു. ആന്റയ്ബ് എന്ന സ്ഥലത്തുള്ള ആൾക്കാർ അർട്ടഗ്നന്റെ രൂപസാദൃശ്യമുള്ള ഒരാൾ കുറച്ചുദിവസങ്ങൾക്കു മുൻപ് ഇതുവഴി പോയതായി പറഞ്ഞുവെങ്കിലും അവിടെനിന്നും അദ്ദേഹം എങ്ങോട്ടുപോയി എന്നതിനെപ്പറ്റി വിവരമൊന്നും ലഭിച്ചില്ല. അദ്ദേഹത്തെ നേരിൽക്കണ്ട് അനുഗ്രഹം വാങ്ങാനും യാത്രചോദിക്കാനും പറ്റാത്തതിൽ റായൂളിന് സങ്കടം തോന്നി.

നാവികപ്പടയുടെ ആവശ്യത്തിനായി കുറേയധികം ചെറിയ ബോട്ടുകൾ വേണ്ടിയിരുന്നു. ബോട്ട് ഉടമകളെക്കണ്ട് അവർ അതിനായുള്ള മുന്നൊരുക്കങ്ങൾ തുടങ്ങി. എന്നാൽ അറ്റകുറ്റപ്പണികൾ നടത്തിയിട്ടില്ല എന്ന കാരണം പറഞ്ഞ് അവരിലൊരാൾ ബോട്ട് വിട്ടുനൽകാൻ തയാറായില്ല.

റായൂൾ ഉടമയെ കണ്ടു സംസാരിച്ചു. അയാൾ പറഞ്ഞു. "ഒരാഴ്ച മുൻപ് സെന്റ് ഹോണോറാട്ട് എന്ന ദ്വീപിലേക്കു പോകണമെന്ന ആവശ്യവുമായി ഒരു മാന്യൻ ഇവിടെ വന്നിരുന്നു. ഞാൻ സമ്മതിച്ചു. അയാൾ മടങ്ങിപ്പോയി. രാത്രിയിൽ മടങ്ങിവന്നത് അസാമാന്യവലിപ്പവും ഭാരവുമുള്ള ഒരു പെട്ടിയുമായാണ്. ഈ ചെറിയ ബോട്ടിന് അത്രയും ഭാരം കയറ്റുവാനുള്ള ശേഷിയില്ലെന്നറിയിച്ചപ്പോൾ അയാൾ ക്ഷുഭിതനായി. സമനില തെറ്റിയവനെപ്പോലെ സംസാരിച്ചു. ഞാൻ എന്റെ തീരുമാനത്തിൽ തന്നെ ഉറച്ചു നിന്നു. പിന്നീടയാൾ ഒരു നാവികോദ്യോഗസ്ഥനെ വിളിച്ചുവരുത്തി. തന്റെ പോക്കറ്റിൽനിന്നും ഒരു കടലാസ് പുറത്തെടുത്ത് അദ്ദേഹത്തിന്റെ കയ്യിൽ കൊടുത്തു. ഉദ്യോഗസ്ഥൻ അമ്പരന്നുപോയി. അദ്ദേഹം ഇയാളെ ആദരവോടെ നോക്കി അഭിവാദ്യം ചെയ്തു. അയാൾ

പറയുന്നതുപോലെ അക്ഷരംപ്രതി അനുസരിച്ചുകൊള്ളാൻ എനിക്കു കർശന നിർദേശവും തന്നു. അതോടെ എനിക്കു സമ്മതിക്കാതെ പറ്റില്ലെന്നായി."

ജിജ്ഞാസകൊണ്ടു വിടർന്ന കണ്ണുകളുമായി റായൂൾ ചോദിച്ചു. "എന്നിട്ടെന്തുണ്ടായി?"

"കുറച്ചുദൂരം പിന്നിട്ടപ്പോൾ നേരത്തേ തീരുമാനിച്ചതിൽ നിന്നും വ്യത്യസ്തമായി മാർഗരറ്റ് എന്ന ദ്വീപിലേക്കു ബോട്ടു തിരിച്ചുവിടാൻ അയാൾ ആവശ്യപ്പെട്ടു. ഞാൻ സമ്മതിച്ചില്ല. വീണ്ടും ബഹളമായി. അയാൾ എന്റെ നെഞ്ചിനുനേരേ കൈത്തോക്കു ചൂണ്ടി കൊന്നുകളയുമെന്നു ഭീഷണിപ്പെടുത്തി. അയാളുടെ പ്രകടനം കണ്ട് ഞാനാകെ തരിച്ചുനിൽക്കുമ്പോൾ പെട്ടിയുടെ മൂടി തുറന്ന് ഒരാൾ പുറത്തുവന്നു. അതോടെ അയാൾ അൽപ്പം തണുത്തു. അവർ ഇരുവരും കെട്ടിപ്പിടിക്കുന്നതും, സന്തോഷം പങ്കുവെക്കുന്നതും ഞാൻ കണ്ടു."

"പറയൂ പിന്നീടെന്താണുണ്ടായത്?" റായൂളിന്റെ താൽപ്പര്യം കൂടി.

"തൊട്ടടുത്ത നിമിഷം രണ്ടുപേരും കൂടി ഒരുമിച്ച് അലറുന്ന കടലിലേക്ക് എടുത്തുചാടി. മുങ്ങിയും പൊങ്ങിയും അവർ ഇരുളിലൂടെ നീന്തി എങ്ങോ പോയി മറഞ്ഞു. ഞങ്ങൾ ഏറെ തിരഞ്ഞുനോക്കിയിട്ടും അവരുടെ പൊടിപോലും കണ്ടെത്താനായില്ല."

കപ്പലുടമയുടെ സംഭ്രമം അപ്പോഴും മാറിയിരുന്നില്ല.

കഥ കേട്ടിരുന്ന റായൂൾ ആകെ അസ്വസ്ഥനായി. ഈ സംഭവത്തിൽ എന്തൊക്കെയോ ദുരൂഹതകളുണ്ടെന്ന് അദ്ദേഹത്തിന് തോന്നി.

പതിനാല്

വിശാലമായ പുൽമേടുകളും ഓറഞ്ചുതോട്ടങ്ങളും നീർച്ചോലകളുമായുള്ള അതിമനോഹരമായ ഭൂപ്രദേശമാണ് ആന്റ്യബ്. ശിൽപ്പഭംഗിയാർന്ന ബഹുനിലമാളികകളും, കൊത്തുവേലകൾകൊണ്ട് ആകർഷകമാക്കിയ മുഖപ്പുകളും സ്തൂപങ്ങളും പീരങ്കിഗോപുരങ്ങളും ആകാശം മുട്ടെ എഴുന്നു നിൽക്കുന്ന ചുറ്റുമതിലുകളും പച്ചപ്പുനിറഞ്ഞ ആ ദ്വീപിന് വേറിട്ട ദൃശ്യചാരുത പകർന്നു നൽകുന്നു.

കുതിരകളെ ഒരു പുൽത്തകിടിയിൽ സ്വതന്ത്രമായി മേയാൻ വിട്ട ശേഷം റായൂളും അത്തോസും കോട്ടയ്ക്കു പുറത്തുള്ള വിജനമായ ഒറ്റയടിപ്പാതയിലൂടെ നടന്നുപോകുകയായിരുന്നു.

പെട്ടെന്നാണ് ഒരു ശബ്ദം കേൾക്കുന്നത്. അവർ അൽപ്പനേരം നിശബ്ദരായി നിന്നു. ഒരു മനുഷ്യന്റെ കരച്ചിൽ? അവർ നടുക്കത്തോട് ചെവിയോർത്തു.

അൽപ്പം അകലെയുള്ള ഒരു ഗോപുരത്തിന്റെ മുകളിലത്തെ നിലയിലെ ജനാലയിൽക്കൂടി ഒരാൾ അതിവേഗം കൈവീശിക്കാണിക്കുന്നത് അവർ കണ്ടു. അയാളുടെ കയ്യിലുള്ള എന്തോ ഒന്ന് സൂര്യപ്രകാശത്തിൽ വെട്ടിത്തിളങ്ങുന്നുണ്ടായിരുന്നു. അവർ സ്തബ്ധരായി മിഴിച്ചു നിൽക്കേ, തിളങ്ങുന്ന ആ സാധനം ഒരു സീൽക്കാര ശബ്ദത്തോടെ അവരുടെ തൊട്ടു മുന്നിൽ വന്നുപതിച്ചു. ഭയന്ന് ഒരു ചുവടു പിന്നോക്കം മാറിയെങ്കിലും മറ്റാരെങ്കിലും കാണുന്നുണ്ടോ എന്നറിയാൻ ചുറ്റും കണ്ണോടിച്ചശേഷം റായൂൾ അതു സസൂക്ഷ്മം കയ്യിലെടുത്തു ഒരു പഴയ വെള്ളിപ്പാത്രമായിരുന്നു അത്. എന്നാൽ വീണ്ടും തലയുയർത്തി നോക്കിയപ്പോഴേക്കും അൽപ്പം മുൻപ് കണ്ട ആ രൂപം അപ്രത്യക്ഷമായിരുന്നു.

റായൂൾ പാത്രം തിരിച്ചും മറിച്ചും നോക്കി. അദ്ദേഹത്തിന്റെ മനസിൽ എന്തൊക്കെയോ സംശയങ്ങൾ തോന്നി. പാത്രത്തിന്റെ പിന്നിൽ, മുനയുള്ള എന്തോകൊണ്ട് കോറിയിട്ട കുറേ അക്ഷരങ്ങൾ അവരുടെ ശ്രദ്ധയിൽപ്പെട്ടു. ആദ്യം ഒന്നും മനസിലായില്ലെങ്കിലും, വളരെ ബദ്ധപ്പെട്ട് രണ്ടുപേരും കൂടി അതു വായിച്ചെടുത്തു.

"ഫ്രാൻസിലെ രാജാവ് ലൂയി പതിനാലാമന്റെ സഹോദരനാണു ഞാൻ. തടവുപുള്ളിയായ ഞാൻ ഏതുനിമിഷവും ഒരു ഭ്രാന്തനായിത്തീരും. നിങ്ങൾ എനിക്കുവേണ്ടി പ്രാർഥിക്കുക."

അരാമിസ് ഒരിക്കൽ തന്നോടു സൂചിപ്പിച്ച ചില കാര്യങ്ങൾ അത്തോസിന്റെ മനസിൽ ഓടിയെത്തി. അദ്ദേഹത്തിന്റെ ഹൃദയം വിങ്ങി.

ആ പാത്രവുമായി അവർ യാത്ര തുടർന്നു. പെട്ടെന്ന്, ആരോ തങ്ങളെ പിൻതുടരുന്നതായി അവർക്കുതോന്നി.

പിന്നിൽ നിന്നും തുടരെ വെടിയുതിർക്കുന്ന ശബ്ദം കേട്ടു. വളരെ തന്ത്രപൂർവം അവർ ഒഴിഞ്ഞുമാറി കോട്ടമതിൽ ചേർന്ന് ഒളിച്ചുനിന്നു. റായൂൾ പെട്ടെന്ന് കുപ്പായത്തിനുള്ളിൽ നിന്നും തന്റെ കൈത്തോക്കു പുറത്തെടുത്തു വെടിവെച്ചുംകൊണ്ടു മുന്നോട്ടാഞ്ഞു. പിന്നാലെ വന്നയാൾ അതിനകം തന്നെ നിലത്തുവീണിരുന്നു. റായൂൾ അയാളുടെ കഴുത്തുഞെരിച്ചു പിടിച്ച് അതിശയകരമായ വേഗത്തിൽ കീഴ്പ്പെടുത്തി.

"റായൂൾ എന്നെ കൊല്ലരുത്. ഇതു ഞാനാണ്." വീണു കിടന്ന അയാൾ ഉറക്കെ വിളിച്ചുപറഞ്ഞു. തന്റെ പേരു പറയുന്നതുകേട്ട് റായൂൾ ആദ്യം ഒന്നു ഞെട്ടി. അയാളുടെ മുഖത്തേക്കു സൂക്ഷിച്ചു നോക്കിയപ്പോൾ അവർ അത്ഭുതപ്പെട്ടുപോയി അർട്ടഗ്നൻ.

തങ്ങൾ ദിവസങ്ങളായി അന്വേഷിച്ചുനടക്കുന്ന അർട്ടഗ്നനെ അവിചാരിതമായി കണ്ടുമുട്ടിയപ്പോൾ റായൂളും അത്തോസും അത്യധികം സന്തോഷിച്ചു. അവർ പരസ്പരം കെട്ടിപ്പിടിച്ചു. നടന്നതെല്ലാം വിവരിച്ചു.

"ഞങ്ങളുടെ നേരെ വെടിവെച്ചതെന്തിനാണ്? ഞങ്ങൾ എന്തു കുറ്റമാണു ചെയ്തത്?" സംഭാഷണമധ്യേ അത്തോസ് ചോദിച്ചു.

"തടവുപുള്ളി ഒരുപാത്രം താഴേക്ക് എറിഞ്ഞു. അല്ലേ?"

'ഉവ്വ്."

"ആ പാത്രത്തിൽ എന്തൊക്കെയാണുകുറിച്ചിരുന്നത്?"

തന്റെ കൈവശം സൂക്ഷിച്ചിരുന്ന വെള്ളിപ്പാത്രം അത്തോസ് അർട്ടഗ്നനെ ഏൽപ്പിച്ചു. അദ്ദേഹം ആ പ്ലേറ്റിന്റെ പിൻഭാഗം സസൂക്ഷ്മം പരിശോധിച്ചു. പ്ലേറ്റിൽ കോറിയിട്ട അക്ഷരങ്ങൾ വായിച്ചുകഴിഞ്ഞപ്പോൾ അർട്ടഗ്നന്റെ മുഖം കോപം കൊണ്ടു ചുവന്നു. "എന്റെ ദൈവമേ" എന്നു പറഞ്ഞുകൊണ്ട് അദ്ദേഹം തലയിൽ കൈവെച്ചു.

"അയാൾ അങ്ങനെ ചെയ്യുമെന്ന് എനിക്ക് നേരത്തേ അറിയാമായിരുന്നു." നെറ്റിയിലെ വിയർപ്പ് തുടച്ചുമാറ്റിക്കൊണ്ട് അദ്ദേഹം ആരോടെന്നില്ലാതെ പിറുപിറുത്തു.

അൽപ്പം കഴിഞ്ഞ് ജയിൽ ഗവർണർ അതുവഴി വന്നു. അർട്ടഗ്നനെ കണ്ട് വണ്ടി നിർത്തി.

"നിങ്ങൾ ആരെയെങ്കിലും പ്രതീക്ഷിച്ചു നിൽക്കയാണോ?"

ഗവർണറുടെ ചോദ്യം കേട്ട് അദ്ദേഹം ഒന്നു പതറിയെങ്കിലും അത്തോസിനും റായൂളിനും നേരെ വിരൽചൂണ്ടിക്കൊണ്ടു പറഞ്ഞു.

"സ്പെയിനിൽ നിന്നും വന്ന എന്റെ സുഹൃത്തുക്കളാണിവർ. ഫ്രഞ്ചുഭാഷ തീരെ വശമില്ല."

"പക്ഷേ ആ പ്ലേറ്റിൽ എഴുതിയിരിക്കുന്ന ഫ്രഞ്ച് അക്ഷരങ്ങൾ ഇവർ വായിക്കാൻ ശ്രമിക്കുന്നത് ഞാൻ കുറച്ചു നേരമായി മുകളിലിരുന്നു ശ്രദ്ധിക്കുകയായിരുന്നു."

അർട്ടഗ്നൻ ആകെ ധർമസങ്കടത്തിലായി. അദ്ദേഹം പെട്ടെന്ന് തന്റെ വാളുകൊണ്ട് പ്ലേറ്റിന്റെ പിൻഭാഗത്ത്. 'ആഴത്തിൽ നെടുകെയും കുറുകെയും വരകളിട്ടു വികൃതമാക്കി.

"നിങ്ങൾ എന്തു അസംബന്ധമാണ്. കാണിച്ചത് ഇനി അത് വായിക്കാൻ സാധിക്കുകയില്ലല്ലോ." പല്ലുകടിച്ചുകൊണ്ട് ഗവർണർ അർട്ടഗ്നനെ രൂക്ഷമായി നോക്കി. അദ്ദേഹത്തിന്റെ ചുണ്ടിൽ ഒരുവിളറിയ പുഞ്ചിരി വിടർന്നു. ഗവർണരുടെ അരികിലേക്കു ചേർന്നുനിന്ന് ശബ്ദം താഴ്ത്തി ഇങ്ങനെ പറഞ്ഞു. "നാടിന്റെ സുരക്ഷയെ ബാധിക്കുന്ന സുപ്രധാനമായ വിവരങ്ങളാണ് അതിൽ കുറിച്ചിരുന്നത്. രാജാവിന്റെ അനുമതി ഇല്ലാതെ അത് വായിക്കുന്നവരെ തൽക്ഷണം വെടിവെച്ചു കൊല്ലണമെന്നാണ് കൊട്ടാരത്തിൽ നിന്നുള്ള നിർദേശം." ഗവർണർ ഒന്നും പറയാതെ സ്തംഭിച്ചിരുന്നു. പക്ഷേ അൽപ്പം കഴിഞ്ഞ് റായൂളിന്റെയും അത്തോസിന്റെയും നേർക്കു കണ്ണയച്ചുകൊണ്ട് അദ്ദേഹം ചോദിച്ചു. "പക്ഷേ, ഈ മാന്യന്മാർക്ക് അതു മനസിലായിക്കാണില്ലേ?" അർട്ടഗ്നൻ പൊട്ടിച്ചിരിച്ചു.

"മറയന്മാർ കഷ്ടിച്ച് ഒന്നോ രണ്ടോ ഫ്രഞ്ചുവാക്കുകൾ അറിയാമെന്നല്ലാതെ ഇവർക്ക് അക്ഷരങ്ങൾ കൂട്ടിവായിക്കാനോ ഒന്നും അറിയില്ല."

അതെ എന്നയർഥത്തിൽ അത്തോസും റായൂളും തലകുലുക്കി.

ജയിൽഗവർണരുടെ മുഖം തെളിഞ്ഞെങ്കിലും അദ്ദേഹത്തിന് സംശയം ബാക്കിനിന്നു.

"ശരി എതായാലും എന്നെ ഓഫീസിൽ വന്നുകണ്ടിട്ടേ നിങ്ങൾ ഇവിടുന്നു പോകാവൂ."

ഗവർണർ തന്റെ ആപ്പീസ് ലക്ഷ്യമാക്കി വണ്ടിയോടിച്ചു പോയി.

പതിനഞ്ച്

അത്തോസും റായൂളും അർട്ടഗ്നനോടൊപ്പം കോട്ടയ്ക്കുള്ളിലെ ആഫീസിൽ ചെല്ലുമ്പോൾ ജയിൽ ഗവർണർ അവിടെ ഉണ്ടായിരുന്നില്ല. അവർ പതുക്കെ അകത്തെ ഹാളിലേക്കു കടന്നിരുന്നു.

"വരൂ നമുക്കെന്തെങ്കിലും സംസാരിച്ചിരിക്കാം." അത്തോസ് അർട്ടഗ്നനെ തന്റെ അടുത്തേക്കു ക്ഷണിച്ചു.

സുഹൃത്തിന്റെ കൈപ്പത്തിയിൽ മെല്ലെ തലോടിക്കൊണ്ട് അർട്ടഗ്നൻ പറഞ്ഞുതുടങ്ങി.

"ഒരു തടവുപുള്ളിയേയും കൊണ്ടാണു ഞാനിവിടെ വന്നത്. അയാളെ മറ്റാരും കാണരുതെന്നും, അയാൾ മറ്റാരുമായും ബന്ധപ്പെടരുതെന്നും കർശന നിർദേശമുണ്ടായിരുന്നു. അയാൾ ജനാലയിൽ കൂടി എന്തോ താഴേക്ക് വലിച്ചെറിയുന്നത് ഭക്ഷണം കഴിച്ചുകൊണ്ടിരിക്കുമ്പോൾ ഞാൻ കണ്ടു. താഴെ നിങ്ങളിലൊരാൾ അതെടുക്കുന്നതും പരിശോധിക്കുന്നതും കണ്ടു. നിങ്ങൾ ആരാണെന്നു എനിക്കു പിടികിട്ടിയിരുന്നില്ല. ആ തടവുകാരന് നിങ്ങളുമായി എന്തോ രഹസ്യധാരണ ഉണ്ടായിരിക്കുമെന്നാണു ഞാൻ കരുതിയത്. നിങ്ങളെ പിൻതുടർന്നുവന്ന് വെടിവെക്കാനുള്ള കാരണവും അതാണ്."

അർട്ടഗ്നൻ പറയുന്നത് അത്തോസും റായൂളും കൗതുകപൂർവം കേട്ടിരിക്കയായിരുന്നു: ഇടയ്ക്ക് അത്തോസ് ചോദിച്ചു.

"ഇങ്ങോട്ടു വരുന്ന വഴി ഞങ്ങൾ ഒരു ബോട്ടുടമയെ കണ്ടു. താങ്കളുടെ രൂപസാദൃശ്യമുള്ള ഒരാൾ ഒരുവലിയ പെട്ടിയുമായി ബോട്ടിൽ കയറിയെന്നും ഇടയ്ക്ക് അയാളുമായി ശണ്ഠ കൂടിയെന്നും നടുക്കടലിൽവെച്ച് പെട്ടിയിലടച്ചിരുന്ന മനുഷ്യനോടൊപ്പം കടലിലേക്കു ചാടി അപ്രത്യക്ഷമായെന്നുമൊക്കെയാണ് അയാൾ പറഞ്ഞത്. ആ പെട്ടിയിൽ ആരായിരുന്നു?"

“നിങ്ങൾ അറിഞ്ഞകാര്യങ്ങൾ ഏറെക്കുറെ വാസ്തവം തന്നെയാണ്. പക്ഷേ പെട്ടിയിലുണ്ടായിരുന്നത് ഒരു തടവുകാരനായിരുന്നു എന്നു മാത്രം തൽക്കാലം മനസിലാക്കുക.” സംശയത്തിനിടം കൊടുക്കാതെ അർട്ടഗ്നൻ പറഞ്ഞു. വിശ്വാസം വരാത്തതുപോലെ അർട്ടഗ്നനെ തറപ്പിച്ചുനോക്കിക്കൊണ്ട് അത്തോസ് പറഞ്ഞു.

“വാക്സിലെ ആഘോഷങ്ങൾ നടക്കുമ്പോൾ അരാമിസും ഞാനും തമ്മിൽ കണ്ടിരുന്നു. അദ്ദേഹം അന്നു പറഞ്ഞകാര്യങ്ങളും പാത്രത്തിൽ കോറിയിട്ട കാര്യങ്ങളും ഏറെക്കുറെ ഒന്നുതന്നെയാണ്.”

പെട്ടെന്ന് അർട്ടഗ്നന്റെ മുഖഭാവം മാറി. അത്തോസിന്റെ കണ്ണുകളിലേക്ക് ഉറ്റുനോക്കിക്കൊണ്ട്, വികാരഭരിതമായ ശബ്ദത്തിൽ ഇങ്ങനെ പറഞ്ഞു. “ഇതിന്റെ പിന്നിൽ ഞെട്ടിപ്പിക്കുന്ന ഒരു വലിയ രഹസ്യം ഒളിഞ്ഞിരിപ്പുണ്ട്. ലോകത്ത് പത്തോ പതിനഞ്ചോ പേർക്കു മാത്രം അറിയാവുന്ന രഹസ്യം.”

അത്തോസും, റായൂളും അസ്തപ്രജ്ഞരായി നിൽക്കേ, ഹൃദയം പൊട്ടുന്ന വേദനയോടെ അദ്ദേഹം തുടർന്നു: “പക്ഷേ ഈ കൊടുംചതി ദൈവം പൊറുക്കില്ല. കുറ്റംചെയ്യുന്നവൻ എത്ര വലിയവനാണെങ്കിലും ഒരിക്കൽ ശിക്ഷിക്കപ്പെടും അതുറപ്പാണ്.”

തൂവാലയെടുത്ത് കണ്ണുനീർ തുടച്ചശേഷം അദ്ദേഹം അത്തോസിനുനേരേ തിരിഞ്ഞു.

“അതിരിക്കട്ടെ, നിങ്ങൾ എന്തിനാണ് ഇവിടെ വന്നത്?”

മറുപടി പറഞ്ഞത് റായൂളാണ്.

“അങ്ങയെകണ്ടു യാത്ര ചോദിക്കാനും അനുഗ്രഹം വാങ്ങാനും.”

“അതിന് നിങ്ങൾ എവിടെപ്പോകുന്നു?”

“ബ്യൂഫോർട്ട് രാജകുമാരൻ ഞങ്ങളെ ഒരുകാര്യം ഏൽപ്പിച്ചിട്ടുണ്ട്. അതു ചെയ്തുകൊടുക്കണം.”

റായൂൾ തങ്ങളുടെ ഭാവി പരിപാടികളെപ്പറ്റി വലിയ ആവേശത്തോടെ വിവരിക്കുമ്പോൾ അർട്ടഗ്നൻ അതിൽ ഒട്ടും താൽപ്പര്യം കാണിച്ചില്ല. അവരെ പരമാവധി നിരുത്സാഹപ്പെടുത്താനും ശ്രമിച്ചു. എല്ലാ കാര്യങ്ങളും തീരുമാനിച്ചുറച്ചുകഴിഞ്ഞു എന്നറിഞ്ഞ് മനസില്ലാ മനസോടെയാണെങ്കിലും അദ്ദേഹം ഇരുവർക്കും യാത്രാമംഗളങ്ങൾ നേർന്നു. റായൂൾ വല്ലിയറിനു നൽകാനായി ഒരു കത്തെഴുതി വെച്ചിട്ടുണ്ടായിരുന്നു. അത് വളരെ രഹസ്യമായി അർട്ടഗ്നനെ ഏൽപ്പിച്ചു. പാരീസിൽ മടങ്ങിച്ചെല്ലുമ്പോൾ ആ കത്ത് വല്ലിയറെ നേരിൽക്കണ്ട് ഏൽപ്പിക്കാമെന്ന് അദ്ദേഹം ഉറപ്പുകൊടുക്കുകയും ചെയ്തു.

കത്ത് ഇങ്ങനെയായിരുന്നു.

“ഈ കത്ത് എഴുതുന്നതിൽ യാതൊരു അർഥവുമില്ലെന്ന് എനിക്ക് നന്നായിട്ടറിയാം. നീ എന്നെ വെറുക്കുന്നു എങ്കിലും, എന്റെ സ്നേഹത്തിന് ഒരിക്കലും യാതൊരു കുറവുമുണ്ടാകുകയില്ല. ഞാൻ എന്തെങ്കിലും അപരാധം നിന്നോടു ചെയ്തിട്ടുണ്ടെങ്കിൽ, അതിനുള്ള ശിക്ഷ

യായിരിക്കാം ഇപ്പോൾ ഞാൻ പുതുതായി ഏറ്റെടുത്ത ഈ ദൗത്യം. ശിക്ഷ സസന്തോഷം ശിരസാ വഹിക്കാൻ ഞാൻ പുറപ്പെടുകയാണ് വിട നൽകിയാലും."

ഏറെക്കഴിഞ്ഞിട്ടും ജയിൽ ഗവർണറെ കാണാൻ സാധിക്കാതെ വന്നപ്പോൾ അവർ പുറത്തിറങ്ങി പുൽപ്പരപ്പുകളിലൂടെ നടന്നു. എന്നാൽ പെട്ടെന്ന് ആകാശം ഇരുളാൻ തുടങ്ങി. ചുറ്റും കാർമേഘങ്ങൾ വന്നുമൂടി. പൊടിപടലങ്ങൾ ഉയർന്നു. കാറ്റത്ത് മരക്കൊമ്പുകൾ ശക്തമായി ഉലഞ്ഞു. അവർ വളരെവേഗം കോട്ടയിലേക്ക് ഓടിക്കയറി.

പടികടന്ന് ഇടനാഴിയിലെത്തിയപ്പോൾ ആയുധധാരികളായ ഒരുപറ്റം പടയാളികൾക്കൊപ്പം ജയിൽ ഗവർണർ കടന്നുപോകുന്നതുകണ്ടു. അർട്ടഗ്നൻ തന്നോടൊപ്പമുണ്ടായിരുന്ന അത്തോസിനെയും റായൂളിനെയും കോണിയുടെ അടിയിലുള്ള ഇരുണ്ട ഭാഗത്തേക്കു മാറ്റി ഒളിപ്പിച്ചുനിർത്തി.

"പള്ളിയിൽ പ്രാർഥിക്കുവാൻ പോയ തടവുപുള്ളിയെ തിരികെക്കൊണ്ടുപോകുകയാണ്."

ശ്വാസമടക്കിനിന്ന അത്തോസിന്റെ ചെവിയിൽ അർട്ടഗ്നൻ മന്ത്രിച്ചു. അതിനിടെ പുറത്ത് മഴ തിമിർത്തുപെയ്യാൻ തുടങ്ങിയിരുന്നു. ഇടിമിന്നലിന്റെ വെളിച്ചത്തിൽ അവർ ആ കാഴ്ച കണ്ടു. ഇടനാഴിയിലെ മങ്ങിയ ഇരുട്ടിലൂടെ കറുത്ത നീളൻ കുപ്പായം ധരിച്ച ഒരാൾരൂപം മെല്ലെ നടന്നുനീങ്ങുന്നു. കൈകളിലും കാലുകളിലും ചങ്ങലപ്പൂട്ടുകൾ കിലുങ്ങുന്നു. ആയുധമേന്തിയ പടയാളികൾ തീർത്ത വലയത്തിനുള്ളിലാണയാൾ. ഇരുമ്പുകവചം കൊണ്ട് മുഖം മൂടിയിട്ടുള്ളതിനാൽ അയാളെ തിരിച്ചറിയാൻ കഴിയുമായിരുന്നില്ല.

ആ രൂപം തന്റെ തൊട്ടടുത്തുകൂടി കടന്നുപോയപ്പോൾ അത്തോസിന്റെ സർവ നിയന്ത്രണങ്ങളും നഷ്ടപ്പെട്ടു. അദ്ദേഹം അൽപ്പം ഉച്ചത്തിൽ വിളിച്ചു പറഞ്ഞു. "ഫിലിപ്പി, ഫിലിപ്പി."

തടവുപുള്ളി ഒന്നു നടുങ്ങി. ഏതാനും നിമിഷം ചലനമറ്റു നിന്നു. പിന്നെ ശബ്ദംകേട്ട ദിശലക്ഷ്യമാക്കി ഒന്നു രണ്ടു ചുവടുവെച്ചു.

ശബ്ദംകേട്ട് ജയിൽ വാർഡൻ തീപാറുന്ന കണ്ണുകളോടെ അർട്ടഗ്നനെ തന്റെ അടുത്തേക്കുവിളിച്ചു. "ആരാണ് ഇയാളെ ഇപ്പോൾ ഫിലിപ്പി എന്നു വിളിച്ചത്? ആരാണെന്ന് പറയൂ."

അക്കോസിനോട് ഒന്നും മിണ്ടരുതെന്ന് ആംഗ്യം കാണിച്ചശേഷം അർട്ടഗ്നൻ മുന്നോട്ടുവന്ന് അക്ഷോഭ്യനായി പറഞ്ഞു.

"ഞാൻ തന്നെ."

ഗവർണർ പെട്ടെന്നു ശാന്തനായി തിടുക്കത്തിൽ നടന്നു പടയാളികൾക്കൊപ്പം ചെന്നു.

"എന്നെ ഫിലിപ്പി എന്നാരും വിളിക്കരുത്. ഞാനൊരു തടവുപുള്ളിയാണ്. എന്നെ കുറ്റവാളീ എന്നു വിളിക്കൂ. അതാണെനിക്കിഷ്ടം." തളർന്ന ശബ്ദത്തിൽ പിറുപിറുത്തും കൊണ്ട് ആ കറുത്ത രൂപവും ഇരുളിലേക്കു മറഞ്ഞു.

അൽപ്പം കഴിഞ്ഞ് അകത്തെവിടെയോ ഇരുമ്പുവാതിൽ ശക്തിയായി അടയ്ക്കുന്ന ശബ്ദം കേട്ടു. ബൂട്ട്സിന്റെ കരകരശബ്ദം. ഉച്ചത്തിലുള്ള ആക്രോശം.

"എത്ര ഹതഭാഗ്യനായ മനുഷ്യൻ." അർട്ടഗ്നൻ ഒരു ദീർഘനിശ്വാസത്തോടെ ആരോടെന്നില്ലാതെ പറഞ്ഞു.

കനംതൂങ്ങിയ മനസുമായാണ് മൂവരും അന്ന് കോട്ടയിൽ നിന്നും മടങ്ങിപ്പോയത്. അർട്ടഗ്നൻ അത്തോസിനെയും റായൂളിനെയും തന്റെ വാസസ്ഥലത്തേക്കു കൂട്ടിക്കൊണ്ടുപോയി. അർധരാത്രി കഴിഞ്ഞപ്പോൾ ഒരുപടയാളി അർട്ടഗ്നനെ അന്വേഷിച്ചുവന്നു. ഒരു കടലാസ് അദ്ദേഹത്തിന്റെ കൈയിൽ കൊണ്ടു കൊടുത്തു. ലൂയി പതിനാലാമൻ തന്റെ സ്വന്തം കയ്യക്ഷരത്തിൽ എഴുതിയ വളരെ പ്രധാനപ്പെട്ട ആ സന്ദേശം ഇങ്ങനെയായിരുന്നു.

"അർട്ടഗ്നൻ ഞാൻ നിങ്ങളെ ഏൽപ്പിച്ച ജോലി പൂർത്തീകരിച്ചു കാണും എന്നു വിശ്വസിക്കുന്നു. വേഗം മടങ്ങിവരിക. ഒരു അത്യാവശ്യ കാര്യമുണ്ട്.

ലൂയി പതിനാലാമൻ."

കത്തുകിട്ടിയപ്പോൾ തന്നെ, അർട്ടഗ്നൻ മടക്കയാത്രയ്ക്കുള്ള തയാറെടുപ്പുകൾ തുടങ്ങി. പക്ഷേ അത്തോസിനെയും റായൂളിനെയും വിട്ടുപിരിയാൻ അദ്ദേഹത്തിനു തീരെ മനസുവന്നില്ല. അത്തോസിന്റെ കൈകൾ തന്റെ നെഞ്ചോടു ചേർത്തുപിടിച്ച് "ഇനിയും കാണാം. ദൈവം നിങ്ങളെ കാത്തുരക്ഷിക്കും." എന്ന് ആശംസിക്കുമ്പോൾ ധീരനും തന്റേടിയുമായ അദ്ദേഹത്തിന്റെ കണ്ണുകൾ നിറഞ്ഞു. കണ്ഠമിടറി. ഇരുവരെയും സ്നേഹപൂർവം ആലിംഗനം ചെയ്തു. ഒടുവിൽ കുതിരപ്പുറത്ത് ചാടിക്കയറി വളരെവേഗം പാഞ്ഞുപോയി.

വിദൂരതയിൽ പോയി മറയും വരെ അത്തോസും റായൂളും വിങ്ങുന്ന ഹൃദയവുമായി അദ്ദേഹത്തെ നോക്കിനിന്നു.

എന്നാൽ, അധികം താമസിയാതെ അർട്ടഗ്നൻ മടങ്ങിവന്നു. കുതിരപ്പുറത്തുനിന്നും ഇറങ്ങിവന്ന് ഇരുവരെയും സ്നേഹവാത്സല്യങ്ങളാൽ വീർപ്പുമുട്ടിച്ചു. ഒന്നും സംസാരിക്കാനാവാതെ ഗദ്ഗദകണ്ഠനായി. തൊട്ടടുത്ത നിമിഷം. അതുപോലെ തിരിച്ചുപോവുകയും ചെയ്തു.

പതിനാറ്

അത്തോസും റായൂളും ടൗലോണിൽ എത്തിയപ്പോഴേക്കും അവിടുത്തെ കൊച്ചു കടൽത്തീരം ഒരു സൈനികത്താവളമായി മാറിക്കഴിഞ്ഞിരുന്നു. സൈനികരെയും വഹിച്ചുകൊണ്ടുള്ള കപ്പൽവ്യൂഹം അധികം വൈകാതെ അവിടെനിന്നും പുറപ്പെടുകയാണ്. അതിന്റെ തയാറെടുപ്പുകളാണ് ധൃതിയിൽ നടക്കുന്നത്.

സൈനികർക്കുള്ള സാധനസാമഗ്രികളുമായി വണ്ടികൾ നാടിന്റെ നാനാഭാഗത്തു നിന്നും എത്തിക്കൊണ്ടിരിക്കുന്നു. വരിവരിയായി മാർച്ചു ചെയ്യുന്ന സൈനികരുടെ ബൂട്ട്സുകൾ തറയിൽ ഉരയുന്ന ശബ്ദം കേൾക്കാം. ഇടയ്ക്കിടെ വാളിന്റെ സീൽക്കാരം. ആയുധങ്ങൾ കൂട്ടിമുട്ടുന്ന ശബ്ദം.

കുതിരകളുടെ കുടമണിശബ്ദം. പെരുമ്പറയുടെ പശ്ചാത്തലത്തിൽ അത്യുച്ചത്തിലുള്ള കാഹളംവിളികൾ, ആക്രോശങ്ങൾ. ആകെ ശബ്ദായമാനമായ അന്തരീക്ഷം.

എല്ലാക്കാര്യങ്ങളും സൂക്ഷ്മമായി നിരീക്ഷിച്ച് മാർഗനിർദേശങ്ങൾ നൽകുന്നത് ബ്യൂഫോർട്ടാണ്. ഒരു വിട്ടുവീഴ്ചയ്ക്കും തയാറാകാത്ത അദ്ദേഹത്തിന്റെ തീരുമാനങ്ങൾ കർശനമായിരുന്നു. ശിക്ഷണനടപടികളുടെ കാര്യത്തിൽ സാധാരണ പടയാളിയെന്നോ മുതിർന്ന ഉദ്യോഗസ്ഥനെന്നോ ഉള്ള വേർതിരിവൊന്നും അദ്ദേഹത്തിനുണ്ടായിരുന്നില്ല. അതിനാൽ എല്ലാകാര്യങ്ങളും അതീവ ശ്രദ്ധയോടെയും ചിട്ടയോടെയുമാണു നടന്നുവരുന്നത്.

തിരക്കുകളിൽ നിന്നു വിട്ടകന്ന് തുറമുഖത്തിനടുത്തു തന്നെയുള്ള പുൽത്തകിടിയിൽ റായൂളും അത്തോസും ഇരുന്നു. മകനെ വിട്ടുപിരിയുന്നതിന്റെ സങ്കടം അത്തോസിന്റെ മുഖത്ത് പ്രകടമായിരുന്നു. മകന്റെ

കരംഗ്രഹിച്ച് അവന്റെ കണ്ണുകളിലേക്കു നോക്കി അദ്ദേഹം പറഞ്ഞു. "നീ വലിയ ഈശ്വരവിശ്വാസിയാണ്. ധർമനിഷ്ഠയുള്ളവനും ധീരനും, അഭിമാനിയുമാണ്. ഒരിക്കലും ശത്രുക്കൾ നിന്നെ ഭീരുവെന്നു വിളിക്കാൻ ഇട നൽകരുത്. എല്ലാ നല്ല കാര്യങ്ങൾക്കും ഈശ്വരൻ നിഴൽപോലെ നിന്നോടൊപ്പമുണ്ടാകും. അശുഭകരമായി എന്തെങ്കിലുമുണ്ടായാൽ നീ എന്നെ മനസിൽ ധ്യാനിക്കുക. എല്ലാ വിവരങ്ങളും അപ്പപ്പോൾ എന്നെ അറിയിക്കുകയും വേണം."

"അങ്ങയെ സ്മരിക്കാത്ത ഒരു നിമിഷം പോലും എന്റെ ജീവിതത്തിൽ ഇന്നേവരെ ഉണ്ടായിട്ടില്ല. ഇനി ഉണ്ടാകുകയുമില്ല."

റായൂളിന്റെ വാക്കുകൾ ആർദ്രമായി. കണ്ണുകൾ നിറഞ്ഞൊഴുകി. അത്തോസ് മകനെ അടുത്തുപിടിച്ച് മൂർധാവിൽ അമർത്തിച്ചുംബിച്ചു.

പെരുമ്പറ അടിക്കുന്ന ശബ്ദം കേട്ടു. പുറപ്പെടാനുള്ള സമയമായി എന്നതിന്റെ സൂചന. അതിനോടകം ഒരു വലിയ ജനക്കൂട്ടം അവിടെ തടിച്ചുകൂടിയിരുന്നു. സൈനികരുടെ കുടുംബാംഗങ്ങൾ തങ്ങളുടെ ഉറ്റവരെ വേർപിരിയുന്ന ദുഃഖം സഹിക്കാനാവാതെ വിങ്ങിപ്പൊട്ടുന്നു. സൈനികർ വളരെ അച്ചടക്കത്തോടെ കാൽവെയ്പ്പുകൾ തെറ്റിക്കാതെ അവരെ കാത്തുകിടക്കുന്ന ബോട്ടുകൾ ലക്ഷ്യമാക്കി മുന്നോട്ടുമാർച്ചു ചെയ്യുന്നു. പുറംകടലിൽ അവർക്കു പോകാനുള്ള കപ്പലുകൾ നിരനിരയായി നങ്കൂരമിട്ടുകിടക്കുന്നു. അലറിവീശുന്ന കാറ്റിൽ അവയുടെ പായ്മരങ്ങൾ ശക്തിയായി ഇളകിയാടുന്നതുകാണാം. റായൂളിനായി ഒരു ബോട്ട് പ്രത്യേകം ഒഴിച്ചിട്ടിരിക്കുന്നു.

പിതാവിനെ ഒരിക്കൽ കൂടി വണങ്ങിയശേഷം റായൂൾ ബോട്ടിൽ ചാടിക്കയറി. അദ്ദേഹത്തെ നോക്കി കൈവീശിക്കൊണ്ടിരുന്നു. ഓളപ്പരപ്പുകളെ കീറിമുറിച്ചുകൊണ്ട് ആ ബോട്ട് അകലെ കാത്തുകിടക്കുന്ന കപ്പൽ ലക്ഷ്യമാക്കി മുന്നോട്ടുപാഞ്ഞു.

ദിഗന്തം നടുങ്ങുമാറ് വെടിയുടെ ശബ്ദം. കപ്പലുകൾ പുറപ്പെടുകയാണ്. കരയിൽ കൂടിനിന്ന ജനങ്ങളുടെ ആരവം ഉച്ചത്തിലായി. കരയിലേക്കു നോക്കി തൊപ്പിയൂരി വീശിക്കൊണ്ട് സൈനികർ യാത്ര ചോദിക്കുന്നു. നിറഞ്ഞ കണ്ണുകളോടെ ജനം തങ്ങളുടെ ഉറ്റവർക്ക് യാത്രാമംഗളം നേരുന്നു.

കപ്പലിലെ ഒരു പീരങ്കിയിൽ നിന്നും വെടിയൊച്ച ഉയർന്നു. വെളുത്ത പുകപടലങ്ങൾ ആകാശത്തേക്കു പൊങ്ങി. സൈന്യാധിപനായ ബ്യൂഫോർട്ട് ജനങ്ങളോടുയാത്ര ചോദിക്കുകയാണ്.

അവസാനത്തെ കപ്പലും ദൃഷ്ടിയിൽ നിന്നും മറയും വരെ അത്തോസ് അവിടെത്തന്നെ നിന്നു. ജനങ്ങളെല്ലാം പിരിഞ്ഞുപോയി. ഒടുവിൽ അദ്ദേഹം തനിച്ചായി. ഓർമകളുടെ തിരതള്ളലിൽ അദ്ദേഹത്തിന്റെ മനസ്സ് പ്രക്ഷുബ്ധമായിരുന്നു. വിജനമായ വഴിയിലൂടെ അദ്ദേഹം മെല്ലെ നടന്നു നീങ്ങി.

* * * * *

പാരീസിലേക്കുള്ള യാത്രയിലുടനീളം അർട്ടഗ്നൻ ചിന്തിച്ചത് രണ്ടു കാര്യങ്ങളാണ്. രാജാവ് തന്നെ ഇത്ര തിടുക്കത്തിൽ തിരിച്ചു വിളിച്ചത് എന്തിനാണ്? തടവുപുള്ളിയായ ഫിലിപ്പി വെള്ളിപ്പാത്രം പുറത്തേക്കെറിഞ്ഞത് എന്തിനാണ്?

ആദ്യത്തെ പ്രശ്നത്തിന് അർട്ടഗ്നന്റെ പക്കൽ ഉത്തരമുണ്ടായിരുന്നില്ലെങ്കിലും ഫിലിപ്പിയുടെ ലക്ഷ്യം ഏറെക്കുറെ വ്യക്തമായിരുന്നു. ഫിലിപ്പിക്ക് ഇനി അധികമൊന്നും പ്രതീക്ഷിക്കാനില്ല. തന്റെ ദയനീയാവസ്ഥ മനസിലാക്കി ആരെങ്കിലും സഹായിക്കാൻ ചെല്ലുമെന്ന വിശ്വാസമാകാം, പാത്രത്തിൽ വിവരങ്ങൾ രേഖപ്പെടുത്തിയശേഷം അതു പുറത്തേക്കെറിയാൻ അദ്ദേഹത്തെ പ്രേരിപ്പിച്ചത്.

യാത്രയ്ക്കിടെ, കുതിരയെ ഒരു പുൽപ്പരപ്പിൽ വിട്ടശേഷം വൃക്ഷത്തണലിൽ വിശ്രമിക്കുമ്പോൾ ധാരാളം ചിന്തകൾ അദ്ദേഹത്തിന്റെ മനസിലേക്ക് ഓടിയെത്തിക്കൊണ്ടിരുന്നു. റായൂൾ ഈ ദൗത്യം ഏറ്റെടുക്കേണ്ടിയിരുന്നില്ലെന്ന് അദ്ദേഹത്തിനു തോന്നി. ഫിലിപ്പിയോട് ഇത്രദ്രോഹം ചെയ്യാൻ അദ്ദേഹം എന്തു കുറ്റമാണു ചെയ്തത്? രാജാവിന്റെ സഹോദരനായി പിറന്നുവീഴുന്നത് ഇത്രയ്ക്കുവലിയ മഹാപാപമാണോ? അദ്ദേഹം ആകെ അസ്വസ്ഥനായി. മെല്ലെ എണീറ്റ് കുതിരപ്പുറത്ത് കയറി. മലകളും ചതുപ്പുകളും താണ്ടി പിന്നെയും തന്റെ യാത്ര തുടർന്നു.

മണിക്കൂറുകൾക്കുശേഷം പാരീസിലെത്തുമ്പോഴും അർട്ടഗ്നൻ പക്ഷേ, തികച്ചും ഉന്മേഷവാനായിരുന്നു. പ്രായത്തെ മറികടക്കും വിധമായിരുന്നു അദ്ദേഹത്തിന്റെ ചുറുചുറുക്കും, പ്രസരിപ്പും.

അർട്ടഗ്നൻ ഇത്രയും നേരത്തേ മടങ്ങിയെത്തുമെന്ന് ലൂയി പതിനാലാമൻ തീരെ പ്രതീക്ഷിച്ചിരുന്നില്ല. രാജാവ് പരിവാരസമേതം നായാട്ടിനു പോയിരിക്കയായിരുന്നു. അദ്ദേഹം തിരിച്ചെത്തും വരെ അർട്ടഗ്നനു കൊട്ടാരത്തിൽ വെറുതേ കാത്തിരിക്കേണ്ടിവന്നു. അത് ഒരു വിധത്തിൽ അനുഗ്രഹവുമായി. താൻ സ്ഥലത്ത് ഇല്ലാതിരുന്ന കാലയളവിൽ കൊട്ടാരത്തിലുണ്ടായ സംഭവവികാസങ്ങൾ വിശദമായി അന്വേഷിച്ചറിയാൻ ഈ സന്ദർഭം അദ്ദേഹം പരമാവധി പ്രയോജനപ്പെടുത്തി.

"ലൂയി പതിനാലാമൻ വളരെ ദുഃഖിതനായി കാണപ്പെട്ടു. അമ്മ മഹാറാണി രോഗം മൂർച്ഛിച്ച് കിടപ്പിലായി. രാജാവിനു വല്ലിയറെ ഒരു നിമിഷം പോലും പിരിഞ്ഞിരിക്കാൻ വയ്യാത്ത അവസ്ഥ. അമ്മ മഹാറാണിയെ ചികിത്സിക്കാൻ ഫോക്കറ്റ് പ്രഗത്ഭന്മാരായ ഡോക്ടർമാരെ നാടിന്റെ വിവിധഭാഗങ്ങളിൽ നിന്നും കൊട്ടാരത്തിലേക്കുവിളിച്ചു വരുത്തുന്നു. ഇയ്യിടെയായി നായാട്ടിനുപോകുമ്പോൾ വല്ലിയറും രാജാവിനെ രഹസ്യമായി അനുഗമിക്കാറുണ്ട്. അവർ പരസ്പരം കൈമാറുന്ന പ്രേമലേഖനങ്ങൾക്കു കണക്കില്ല." അർട്ടഗ്നന് അറിയാൻ കഴിഞ്ഞ പ്രധാന സംഭവവികാസങ്ങൾ ഇതൊക്കെയായിരുന്നു.

വല്ലിയറിനു നൽകാനായി റായൂൾ തന്നയച്ച കുറിപ്പിന്റെ കാര്യം അദ്ദേഹം പെട്ടെന്ന് ഓർത്തു. നേരിട്ട് സ്ത്രീകളുടെ ഭാഗത്തേക്കു ചെന്നു മുട്ടിയപ്പോൾ ആരോ വന്നു കതകു തുറന്നു. അദ്ദേഹത്തെ വിനയപൂർവം അകത്തേക്കു ക്ഷണിച്ചു.

അതിമനോഹരമായി അലങ്കരിച്ച മുറിയുടെ മധ്യഭാഗത്തുള്ള കസേരയിൽ ഒരു രാജകുമാരിയുടെ പ്രൗഢിയോടെ വല്ലിയർ ഇരിക്കുന്നു. ഒരു പറ്റം തോഴിമാർ അവൾക്കുചുറ്റും. സ്ത്രീകൾക്ക് ഇത്ര സൗന്ദര്യമോ? അർട്ടഗ്നനു വിശ്വസിക്കാനാവുന്നില്ല. ഒറ്റനോട്ടത്തിൽ അവൾ ഏതോ അപ്സരസാണെന്നു തോന്നിപ്പോകും.

അർട്ടഗ്നന്റെ കാൽപ്പെരുമാറ്റം കേട്ട് അവൾ ആദരവോടെ എണീറ്റു നിന്നു. തോഴിമാർ അദ്ദേഹത്തെ സ്വീകരിച്ചിരുത്തി.

“ഇത്രയും കാലം എവിടെയായിരുന്നു. എന്താണു മടങ്ങിവരാൻ വൈകിയത്.” എന്നിങ്ങനെയുള്ള വിവിധ തരം ചോദ്യങ്ങളുമായി തോഴിമാർ അർട്ടഗ്നനു ചുറ്റും കൂടി.

അദ്ദേഹത്തിന്റെ ചുണ്ടിൽ ചിരിപടർന്നു. അദ്ദേഹം പറഞ്ഞു. “ബ്യൂഫോർട്ട് അതിസാഹസികമായ ഒരു ഉദ്യമവുമായി ആഫ്രിക്കയിലേക്കു പോയകാര്യം അറിഞ്ഞുകാണുമല്ലോ. അതുമായി ബന്ധപ്പെട്ട മറ്റു ചില തിരക്കുകളിലായിരുന്നു ഞാൻ.”

അതിനിടെ അവിടെ വന്നുകയറിയ അൽപ്പംപ്രായം ചെന്ന സ്ത്രീ ഗൂഢമായി ചിരിച്ചുകൊണ്ട് വല്ലാത്ത ഈണത്തിൽ ഇങ്ങനെ ചോദിച്ചു. “അക്കൂട്ടത്തിൽ ഒരു നിരാശാ കാമുകനും ഉണ്ടായിരുന്നതായി കേട്ടു. ശരിയാണോ?”

തമാശകേട്ട് എല്ലാവരും ചിരിച്ചു.

“ഏതായാലും നീ ആ ചെറുപ്പക്കാരനോടു കാണിച്ചത് കൊലച്ചതിയായിപ്പോയി.”

വല്ലിയറിന്റെ നേരെനോക്കി കണ്ണിറുക്കിക്കൊണ്ട് ആ സ്ത്രീ പറഞ്ഞു. വീണ്ടും ചിരി ഉയർന്നു.

വല്ലിയറിന്റെ മുഖം മങ്ങി. ഇടറിയ ശബ്ദത്തിൽ അവൾ ചോദിച്ചു.

“എന്തു ചതി? ഞാൻ ആരെ ചതിച്ചുവെന്നാണ് നിങ്ങൾ പറഞ്ഞുവരുന്നത്.”

“എന്നെക്കൊണ്ട് അധികമൊന്നും പറയിക്കണ്ട. ആ ചെറുപ്പക്കാരനോട് ഇത്ര ക്രൂരത വേണ്ടിയിരുന്നില്ലെന്നേ ഞാൻ പറഞ്ഞുള്ളൂ.” വല്ലിയറിന്റെ മുഖത്ത് കോപവും സങ്കടവും നിഴലിച്ചു. അവളുടെ കണ്ണുകളിലേക്കുറ്റുനോക്കി ആ സ്ത്രീ തുടർന്നു. “അയാളുടെ അവസാനയാത്രയായിരിക്കും ഇത്. ഇനി അയാൾ മടങ്ങിവരുമെന്നു തോന്നുന്നില്ല. ഒരുപക്ഷേ അയാൾ മടങ്ങി വന്നില്ലെങ്കിൽ അതിന്റെ പൂർണ ഉത്തരവാദിത്വം നിനക്കു മാത്രമായിരിക്കും. ഓർത്തോളൂ.”

വല്ലിയർ കരച്ചിലിന്റെ വക്കിലെത്തി. തല താഴ്ത്തിയിരുന്നു വിതുമ്പി അൽപ്പനേരം കഴിഞ്ഞ് ഇടറുന്ന ശബ്ദത്തിൽ അവർ അർട്ടഗ്നനോടു ചോദിച്ചു. “അങ്ങേയ്ക്ക് എന്തെങ്കിലും എന്നോടു പറയാനുണ്ടോ?”

അർട്ടഗ്നൻ എന്തോ ചിന്തിച്ച് അൽപ്പനേരം നിന്നു. എന്നിട്ട് നീരസത്തോടെ പറയാൻ തുടങ്ങി.

“ആ സ്ത്രീ പറഞ്ഞതുതന്നെയാണ് എനിക്കും പറയാനുള്ളത്.”

അദ്ദേഹത്തിന്റെ വാക്കുകൾ മൂർച്ചയുള്ള ശൂലംപോലെ അവളുടെ ഹൃദയത്തിലേക്കു തുളച്ചുകയറി. അവൾ വിളറിവെളുത്തു. പെട്ടെന്ന് ചാടി എണീറ്റു. തേങ്ങിക്കരഞ്ഞുകൊണ്ട് അകത്തെ മുറിയിലേക്ക് ഓടിമറഞ്ഞു.

തൊട്ടടുത്ത നിമിഷം ലൂയി പതിനാലാമൻ പിന്നിലെ വാതിലിലൂടെ ആ മുറിയിലേക്കു കടന്നുവന്നു. അർട്ടഗ്നനെ കണ്ടതോടെ അദ്ദേഹത്തിന്റെ മുഖം പ്രസന്നമായി.

അർട്ടഗ്നൻ രാജാവിനെ വണങ്ങി രാജാവു പറഞ്ഞു: "ഞാൻ ഉദ്ദേശിച്ചതിലും നേരത്തേ താങ്കൾ മടങ്ങിയെത്തിയല്ലോ. എനിക്കു സമാധാനമായി. അദ്ദേഹത്തിന്റെ തോളിൽ കൈവെച്ചു ശബ്ദം വളരെ താഴ്ത്തി ചോദിച്ചു. "ആ തടവുപുള്ളിയെ നിങ്ങൾ എന്തു ചെയ്തു."

'അയാളെ ജയിലിലടച്ചു."

"യാത്രയ്ക്കിടെ അയാൾ കുഴപ്പമൊന്നുമുണ്ടാക്കിയില്ലല്ലോ?"

അർട്ടഗ്നൻ ദീർഘനിശ്വാസമുതിർത്തശേഷം പറഞ്ഞു: "ഇടയ്ക്ക് ബോട്ടുകാരുമായി ഒരൽപ്പം കശപിശയുണ്ടായി. അദ്ദേഹം ഇടപെട്ടില്ലായിരുന്നെങ്കിൽ എന്റെ കഥ കഴിഞ്ഞേനെ."

രാജാവിന്റെ മുഖഭാവം പെട്ടെന്നു മാറി. അദ്ദേഹം അലറിക്കൊണ്ടു പറഞ്ഞു.

"നിർത്തൂ ഈ വക കാര്യങ്ങൾ എനിക്കു കേൾക്കണ്ട."

അർട്ടഗ്നൻ ഒന്നു പകച്ചുനിന്നു. രാജാവിന്റെ പ്രതികരണം ഇതായിരിക്കുമെന്ന് അദ്ദേഹം തീരെ പ്രതീക്ഷിച്ചിരുന്നില്ല. രാജാവ് അസ്വസ്ഥനായി മുറിയ്ക്കുള്ളിൽ അങ്ങോട്ടുമിങ്ങോട്ടും നടന്നു. അൽപ്പംകഴിഞ്ഞ് ശാന്തനായി. അർട്ടഗ്നനെ തന്റെ അടുത്തേക്കു വിളിച്ചിട്ട് പറഞ്ഞു.

"എനിക്കു നാൻസ് സന്ദർശിക്കണമെന്നുണ്ട്. ഉടൻ അതിനുള്ള ഏർപ്പാടുകൾ ചെയ്യുക. ശക്തമായ സുരക്ഷ ഉറപ്പാക്കുകയും വേണം. ഇക്കാര്യം പറയാനാണ് നിങ്ങളെ പെട്ടെന്നു വിളിച്ചുവരുത്തിയത്."

അർട്ടഗ്നൻ മെല്ലെ തലകുലുക്കി. അർട്ടഗ്നൻ ചെല്ലുമ്പോൾ ഫോക്കറ്റ് വീട്ടിൽ തന്നെയുണ്ടായിരുന്നു എങ്കിലും, പരിചാരകർ അദ്ദേഹത്തെ വീട്ടിനുള്ളിലേക്കു കടത്തിവിട്ടില്ല. നാൻസ്യാത്രയ്ക്കു മുന്നോടിയായി ഫോക്കറ്റ് തന്റെ ഏറ്റവും അടുത്ത സുഹൃത്തുക്കൾക്ക് വിഭവസമൃദ്ധമായ വിരുന്ന് ഒരുക്കിയിരുന്നു. അതിഥികൾക്കൊപ്പം ആഹ്ലാദം പങ്കിടുകയായിരുന്നു അദ്ദേഹം.

ഫോക്കറ്റിനെ കാണണമെന്ന് അർട്ടഗ്നൻ നിർബന്ധം പിടിച്ചപ്പോൾ വെല്ലിസൺ എന്ന ഉദ്യോഗസ്ഥൻ പുറത്തുവന്ന് വിവരം അന്വേഷിച്ചു. തനിക്കു തികച്ചും അപരിചിതനായിരുന്ന അർട്ടഗ്നന്റെ നീളൻ കോട്ടും തൊപ്പിയും മറ്റും കണ്ട് ഫോക്കറ്റിനെ അറസ്റ്റു ചെയ്തുകൊണ്ടുപോകാൻ ലൂയി പതിനാലാമൻ അയച്ച ഏതോ സൈനികോദ്യോഗസ്ഥനായിരിക്കുമെന്നാണ് വെല്ലിസൺ ആദ്യം ധരിച്ചത്. നാൻസ് പര്യടനവുമായി ബന്ധപ്പെട്ട് പുതുതായി വാങ്ങുന്ന 200 കൈത്തോക്കുകളുടെ തുക കൈപ്പറ്റാനാണു വന്നതെന്നറിയിച്ചപ്പോഴാണ് അയാൾക്കു സമാധാനമായത്.

അർട്ടഗ്നനെ അയാൾ ഉള്ളിലേക്കു കൂട്ടിക്കൊണ്ടുപോയി. അകത്തെ ഹാളിൽ വിരുന്നു സൽക്കാരങ്ങൾ പൊടിപൊടിക്കുകയാണ്. അതിഥികളുമായി ലോഹ്യം പങ്കുവെച്ചുകൊണ്ട് ഫോക്കറ്റ് അവർക്കിടയിൽ ഓടിനടക്കുന്നു. ഫോക്കറ്റിന്റെ ഭാര്യയും ഏറ്റവുമടുത്ത കുറെ സുഹൃത്തുക്കളും കുടുംബാംഗങ്ങളും വിരുന്നിൽ പങ്കെടുക്കാനെത്തിയിട്ടുണ്ട്. ചിലർ ഭക്ഷണം കഴിക്കുന്നു, മദ്യപിക്കുന്നു, മറ്റുചിലർ നൃത്തച്ചുവടുകൾവെയ്ക്കുന്നു. അർട്ടഗ്നനെ അപ്രതീക്ഷിതമായി കണ്ടപ്പോൾ ഫോക്കറ്റ് അൽപ്പം അമ്പരന്നു. പരിഭ്രമം പുറത്തു കാണിക്കാതെ വളരെ സന്തോഷപൂർവം അദ്ദേഹത്തെ സ്വീകരിച്ചാനയിച്ചു. അതിഥികൾക്കു പരിചയപ്പെടുത്തി.

"ബുദ്ധിമുട്ടിച്ചതിൽ ക്ഷമിക്കണം. ഈ അവസരത്തിൽ നിങ്ങളെ ശല്യപ്പെടുത്തിയത് തെറ്റായിപ്പോയി എന്നറിയാം." തന്റെ വരവിന്റെ ഉദ്ദേശ്യം എന്താണെന്നറിയാതെ പകച്ചുനിന്ന ഫോക്കറ്റിനോടായി അർട്ടഗ്നൻ പറഞ്ഞു. "അതു സാരമില്ല. കാര്യം പറയൂ." ഫോക്കറ്റിന്റെ നെഞ്ചിടിപ്പു വർധിച്ചു.

"തോക്കുകളുടെ പണത്തിനാണു വന്നത്." ഫോക്കറ്റിനു സമാധാനമായി മുഖത്ത് പുഞ്ചിരി വിടർന്നു.

"പണത്തിനുപകരം സ്വർണം തരാം. പോരേ?" അർട്ടഗ്നൻ സമ്മതമെന്ന മട്ടിൽ തലയാട്ടി.

ഫോക്കറ്റ് ഉടനെ തന്നെ, തന്റെ ഭൃത്യന്മാരെ വിളിച്ച് എന്തൊക്കെയോ നിർദേശങ്ങൾ നൽകി.

ഇരുവരും ഹാളിന്റെ കോണിലുള്ള കസേരകളിൽ വന്നിരുന്നു. ഭക്ഷണസാധനങ്ങൾ മുന്നിൽനിരന്നു.

ഫോക്കറ്റിന്റെ വിളറി വെളുത്ത മുഖത്തേക്ക് സൂക്ഷിച്ചുനോക്കിക്കൊണ്ട് അർട്ടഗ്നൻ ചോദിച്ചു. "താങ്കൾക്ക് നല്ല സുഖമില്ലെന്നു തോന്നുന്നു?"

"വിശ്രമമില്ലാത്ത ഓട്ടമല്ലേ. നല്ല ക്ഷീണമുണ്ട്." ഫോക്കറ്റ് ഒരു ഗ്ലാസിൽ മദ്യം നിറച്ച് അർട്ടഗ്നനു നേരെ നീട്ടി.

"നമ്മുടെ രാജാവിന്റെ ആയുരാരോഗ്യ സൗഖ്യത്തിനായി ഇതു കഴിക്കൂ."

അദ്ദേഹം ഗ്ലാസു വാങ്ങി. മറ്റൊരു ഗ്ലാസിൽ മദ്യം നിറച്ച്, അത് ഫോക്കറ്റിനു നൽകിയിട്ടു പറഞ്ഞു.

"ഇതു നിങ്ങളുടെ സ്വന്തം ആരോഗ്യത്തിന്." സമയം കടന്നുപോയി. അർട്ടഗ്നൻ യാത്രപറഞ്ഞിറങ്ങി. അൽപ്പംകഴിഞ്ഞ് ഒരു ദീർഘനിശ്വാസത്തോടെ തന്റെ അതിഥികളോടായി ഫോക്കറ്റ് ഇങ്ങനെ പറഞ്ഞു:

"അയാളുടെ മട്ടും ഭാവവും കണ്ടപ്പോൾ എന്നെ സൂത്രത്തിൽ കുടുക്കാൻ വന്നതായിരിക്കാമെന്നാണ് ആദ്യം ധരിച്ചത്. അതുകൊണ്ട് ഞാനടൽപ്പം ഭയന്നു."

"താങ്കളെ എന്തിനാണദ്ദേഹം കുടുക്കുന്നത്?"

അതിഥികൾക്ക് കൂടുതലറിയാനുള്ള താൽപ്പര്യം. പുറത്തേക്കുള്ള വാതിലുകൾ ഭദ്രമായി അടച്ച് മറ്റാരും കേൾക്കുന്നില്ല എന്നുറപ്പുവരുത്തിയശേഷം ഒരുവലിയ രഹസ്യം പറയുന്ന മട്ടിൽ ഫോക്കറ്റ് പറഞ്ഞു.

"പണ്ട് ഞാനാരായിരുന്നു എന്ന് നിങ്ങൾക്കറിയാം. നാളെ മുതൽ എന്റെ കയ്യിൽ ചില്ലിക്കാശുണ്ടാകുകയില്ല. പ്രബലന്മാരായ ഒട്ടനവധി ശത്രുക്കളും നിങ്ങളെപ്പോലെ പരമസാധുക്കളായ ഏതാനും ചില മിത്രങ്ങളും മാത്രമായിരിക്കും ഇനി മുതൽ എനിക്ക് ആകെയുള്ള സമ്പാദ്യം."

ഫോക്കറ്റിന്റെ മുഖം മ്ലാനമായി. വാക്കുകൾ അവ്യക്തമായി. വൻ വിപത്തുകൾ ആസന്നമായിരിക്കുന്നു എന്ന തോന്നൽ അദ്ദേഹത്തെ അലട്ടി. താൻ ഏതുനിമിഷവും കൽത്തുറുങ്കിലടയ്ക്കപ്പെട്ടേക്കാമെന്നും അദ്ദേഹത്തിനു തോന്നി. ശബ്ദമുഖരിതമായിരുന്ന ആ മുറി പെട്ടെന്നു നിശ്ശബ്ദമായി. അതിഥികൾ ഒരക്ഷരം ഉരിയാടാതെ മുഖാമുഖം നോക്കിയിരുന്നു.

"ഒരു മാർഗമുണ്ട്." ഫോക്കറ്റിന്റെ സമീപത്തുനിന്ന വെല്ലിസൺ പതിഞ്ഞ ശബ്ദത്തിൽ പറഞ്ഞു. "എടുക്കാവുന്നത്ര സ്വർണവും പണവും കൈക്കലാക്കിയശേഷം ഓടി രക്ഷപ്പെടുക."

"എങ്ങോട്ട്?" എല്ലാ കണ്ണുകളും അയാളിലേക്കു നീണ്ടുചെന്നു.

വെല്ലിസൺ ആവേശത്തോടെ പറഞ്ഞു തുടങ്ങി:

"രാജാവിന്റെ ഉത്തരവുപ്രകാരം ആദ്യം നാൻസിലേക്കു പോകുക. ആരും സംശയിക്കില്ല. അവിടുന്ന് കപ്പൽമാർഗം ബെല്ലിദ്വീപിലേക്ക്. പിന്നെ, നിങ്ങൾക്കിഷ്ടമുള്ള എവിടേക്കെങ്കിലും. ആർക്കും നിങ്ങളെ പിൻതുടർന്നു പിടിക്കാനാവില്ല."

ഫോക്കറ്റിന്റെ മുഖം തെളിഞ്ഞു. "അങ്ങനെതന്നെ."

അദ്ദേഹത്തിന്റെ ഭാര്യ ഉൾപ്പെടെയുള്ളവർക്ക് വെല്ലിസന്റെ നിർദേശം സ്വീകാര്യമായി തോന്നി.

ദ്രുതഗതിയിലാണ് പിന്നീടുള്ള കാര്യങ്ങൾ നടന്നത്. കുതിരവണ്ടികൾ തയാറായി. സ്വർണവും വെള്ളിയും മറ്റു വിലപിടിപ്പുള്ള പാത്രങ്ങളും ആഭരണങ്ങളും ചാക്കുകെട്ടുകളിലും പെട്ടികളിലുമായി നിറച്ചു വെച്ചു. അതിനിടെ അതിഥികളിൽ പലരും തങ്ങളുടെ ആടയാഭരണങ്ങളും പണവും ഫോക്കറ്റിനു സംഭാവനയായി നൽകുകയും ചെയ്തു. പല വണ്ടികളിലായി അവ വളരെ ഭദ്രമായി അടുക്കിവെച്ചു.

നിറകണ്ണുകളുമായി നിന്ന അതിഥികളിൽ ഓരോരുത്തരോടും അദ്ദേഹം യാത്ര ചോദിച്ചു. നിർത്താതെ കരഞ്ഞുകൊണ്ടിരുന്ന തന്റെ ഭാര്യയെ സമാശ്വസിപ്പിച്ചു. ദുഃഖം സഹിക്കാനാവാതെ അവർ ബോധം നശിച്ചു തളർന്നുവീണു.

"പോയി വരട്ടെ." എല്ലാവരോടും അവസാനമായി യാത്രചോദിക്കുമ്പോൾ ഫോക്കറ്റിന്റെ തൊണ്ടയിടറി.

അദ്ദേഹം മെല്ലെ കുതിരവണ്ടിയിലേക്കു കയറി. കൈയുയർത്തിവീശി. വണ്ടി മുന്നോട്ടു നീങ്ങി.

ഫോക്കറ്റിന്റെ വരവും കാത്ത് ലോചിൻ നദിയുടെ തീരത്ത് എട്ടു തുഴക്കാരുള്ള ഒരു ബോട്ട് കിടക്കുന്നുണ്ടായിരുന്നു.

ജോലിക്കാർ അതീവശ്രദ്ധയോടെ പെട്ടികളെല്ലാം ബോട്ടിലേക്കു ചുമന്നു കയറ്റി. എത്രയും വേഗം നാൻസിലെത്തുക. ഫോക്കറ്റിന്റെ ലക്ഷ്യം അതു മാത്രമായിരുന്നു.

അങ്ങേയറ്റം അക്ഷമനായിരുന്ന ഫോക്കറ്റ്, ആരെങ്കിലും തന്നെ പിൻതുടരുന്നുണ്ടോ എന്ന് നിരീക്ഷിക്കുന്നുണ്ടായിരുന്നു. ഇടയ്ക്കിടെ തൂവാലയെടുത്തു വിയർപ്പു തുടച്ചു. പെട്ടികളെല്ലാം കയറ്റിത്തീർന്നതായി അറിയിപ്പുകിട്ടിയപ്പോൾ അദ്ദേഹം പെട്ടെന്നു ബോട്ടിലേക്കു ചാടിക്കയറി. തിരമകാലകളെ കീറിമുറിച്ചുകൊണ്ട് ബോട്ട് അതിവേഗം മുന്നോട്ടുനീങ്ങി. തെല്ലാശ്വാസത്തോടെ അദ്ദേഹം ബോട്ടിന്റെ ക്യാബിനിൽ കയറി ഇരിപ്പുറപ്പിച്ചു.

എന്നാൽ, കുറേചെന്നപ്പോൾ മറ്റൊരു ബോട്ട് തങ്ങളെ പിൻതുടർന്നു വരുന്നതായി ഫോക്കറ്റിന്റെ ശ്രദ്ധയിൽപ്പെട്ടു. ഇടിയേറ്റവനെപ്പോലെ അദ്ദേഹം ഞെട്ടി. പിന്നാലെയുള്ളവർ ആരാണെന്നോ, അവരുടെ ഉദ്ദേശ്യമെന്താണെന്നോ ഒരു പിടിയും കിട്ടുന്നില്ല.

തങ്ങളുടെ ബോട്ട് നിർത്തിയിടാൻ അദ്ദേഹം നാവികർക്കു നിർദേശം നൽകി. അതോടെ പിന്നാലെ വന്ന ബോട്ട് അൽപ്പം അകലെമാറി നിലയുറപ്പിച്ച് നിശ്ചലമായി കിടന്നു.

ഫോക്കറ്റിന്റെ സഹചാരി ഗൗർവില്ലി മുകൾത്തട്ടിൽ നിന്നും ക്യാബിനിലേക്ക് ഓടിക്കിതച്ചെത്തി. ഇടറിയ ശബ്ദത്തിൽ അദ്ദേഹത്തോടു ചോദിച്ചു.

ആരാണിവർ? എന്തിനാണ് അവർ നമ്മുടെ പിന്നാലെ വരുന്നത്."

"ചാരന്മാരോ, കടൽക്കൊള്ളക്കാരോ ആയിരിക്കും." ആശങ്കയോടെ പിന്നോട്ടു നോക്കി അദ്ദേഹം പറഞ്ഞു.

"വെടിപൊട്ടിച്ച് തുരത്തിയാലോ?"

"വേണ്ട ആ ബോട്ടു നിറയെ ആയുധധാരികളായ നാവികപ്പോരാളികളാണ്. അവരെ എതിരിടുന്നത് ബുദ്ധിയല്ല. നമുക്കു മുന്നോട്ടുതന്നെ പോകാം."

ബോട്ടു മുന്നോട്ടു വിടാൻ അദ്ദേഹം നിർദേശം നൽകി. പിന്നാലെ വന്ന ബോട്ട് പഴയപടിതന്നെ അവരെ പിൻതുടരുകയാണ്. രണ്ടു ബോട്ടുകളും ഒന്നിനു പിറകേ ഒന്നായി മുന്നോട്ടു പൊയ്ക്കൊണ്ടിരുന്നു.

മണിക്കൂറുകൾക്കുശേഷം ഏതാണ്ട് ഒരേ സമയത്ത് തന്നെയാണ് രണ്ടുബോട്ടുകളും നാൻസ് തീരത്ത് അടുത്തത്.

ക്യാബിനുള്ളിൽ നിന്നും കോണിപ്പടിയിലൂടെ ഫോക്കറ്റ് കരയിൽ ഇറങ്ങിനിന്നു. പിന്നാലെ വന്ന ബോട്ടിൽ നിന്നും കോൾബർട്ട് ഇറങ്ങിവരുന്നതുകണ്ട് ഫോക്കറ്റ് ഒരു നിമിഷം അന്ധാളിച്ച പോയെങ്കിലും മുഖത്ത് പുഞ്ചിരി വരുത്തി അദ്ദേഹം കോൾബർട്ടിന്റെ അടുത്തേക്കു ചെന്നു.

"ഓഹോ, താങ്കളാണോ ഞങ്ങളുടെ പിന്നാലെ വന്നുകൊണ്ടിരുന്നത്. പന്ത്രണ്ടു തുഴച്ചിൽക്കാരുള്ള നിങ്ങളുടെ ബോട്ട് കണ്ടപ്പോൾ ഞാൻ ധരിച്ചത് രാജാവോ, അമ്മ മഹാറാണിയോ ആയിരിക്കുമെന്നാണ്." ഫോക്കറ്റ്

തുടർന്നു. "പക്ഷേ നിങ്ങളേക്കാൾ വളരെ മുൻപ് തന്നെ ഞങ്ങൾക്ക് ഇവിടെ എത്താൻ കഴിഞ്ഞു. ഞങ്ങളുടെ തുഴച്ചിൽ കാർ അത്രയ്ക്കു കേമന്മാരാണ്."

പരസ്പരം കൈയ്ക്കു പിടിച്ചുകൊണ്ട് ഇരുവരും പുറത്തേക്കു നടന്നു.

ഫോക്കറ്റിനുവേണ്ടി ഒരു കുതിരവണ്ടി വെളിയിൽ കാത്തു കിടക്കുന്നുണ്ടായിരുന്നു. അദ്ദേഹം അതിൽ കയറി 'സിറ്റിഹാൾ' എന്ന വിശ്രമ കേന്ദ്രം ലക്ഷ്യമാക്കിയാത്രയായി. അതേ സമയം ഗൗർവില്ല തുടർയാത്രയ്ക്കുള്ള ബോട്ടുകളും കുതിരകളേയും സജ്ജമാക്കുന്നതിന്റെ തിരക്കുകളിൽ മുഴുകി.

അർട്ടഗ്നൻ വളരെ നേരത്തേതന്നെ 'സിറ്റിഹാളി'ൽ എത്തിയിരുന്നു. ഫോക്കറ്റിനെ അദ്ദേഹം വളരെ സന്തോഷത്തോടെ സ്വീകരിച്ചു.

"നിങ്ങളുടെ അസുഖം എങ്ങനെയുണ്ട്?" അർട്ടഗ്നൻ ചോദിച്ചു.

"വലിയ കുഴപ്പത്തിലാണ്. സ്ഥിരമായി മരുന്നു കഴിക്കാറുണ്ടെങ്കിലും രക്ഷ കിട്ടുമെന്ന് തോന്നുന്നില്ല."

"വിശ്രമവും ഉറക്കവും ഇല്ലാത്തതുകൊണ്ടാണ് ഇത്തരം അസുഖങ്ങളൊക്കെ ഉണ്ടാക്കുന്നത്."

"എനിക്ക് ഉറക്കമേ ഇല്ല."

"എന്താണു കാരണം." അർഥസൂചകമായി ചിരിച്ചുകൊണ്ട് അർട്ടഗ്നൻ ചോദിച്ചു.

"പ്രധാനകാരണം താങ്കൾതന്നെയാണ്." അർട്ടഗ്നനുനേരെ വിരൽ ചൂണ്ടിക്കൊണ്ട് ഫോക്കറ്റ് പറഞ്ഞു.

"ഞാനോ? അതെങ്ങനെ?" അർട്ടഗ്നൻ പൊട്ടിച്ചിരിച്ചു. നാൻസിലേക്ക് ബോട്ടിൽ വരുമ്പോൾ കോൾബർട്ട് തന്നെ രഹസ്യമായി പിൻതുടർന്നു വന്ന കാര്യം ഫോക്കറ്റ് അർട്ടഗ്നനോടു പറഞ്ഞ് തന്നെ തന്ത്രപൂർവം കുടുക്കാനാണ് അയാളുടെ ശ്രമം." ലൂയി പതിനാലാമൻ എന്നെ നാൻസിലേക്കു വരുത്തിയത് പാരീസിലുള്ള സുഹൃത്തുക്കളിൽ നിന്നും ഒറ്റപ്പെടുത്തിയശേഷം എന്നെ അറസ്റ്റുചെയ്തു ജയിലിലടയ്ക്കാനാണ്." ദുഃഖവും കോപവും അദ്ദേഹത്തിന്റെ മുഖത്തു നിഴലിച്ചു.

അദ്ദേഹത്തിന്റെ പുറത്തുതട്ടി, സമാധാനിപ്പിച്ചശേഷം അർട്ടഗ്നൻ ഇങ്ങനെ പറഞ്ഞു:

"താങ്കളെ ജയിലിലടയ്ക്കുന്നതിനെപ്പറ്റി ലൂയി പതിനാലാമൻ ഇന്നേവരെ ഒരക്ഷരംപോലും എന്നോടു പറഞ്ഞിട്ടില്ല. പക്ഷേ 96 കുതിരപ്പടയാളികളുമായി നാൻസിലെത്തണമെന്നാണ് എന്നോട് പറഞ്ഞിട്ടുള്ളത്. മുൻപ് പ്രമാണികളായ പലരെയും അറസ്റ്റുചെയ്യാൻ ഇവരുടെ സഹായം നാം പ്രയോജനപ്പെടുത്തിയിട്ടുണ്ട്. പക്ഷേ പടയാളികളെ ഇവിടെ വരുത്തിയതിന്റെ ഉദ്ദേശ്യം എന്താണെന്ന് എനിക്കറിയില്ല. സത്യം."

കൊടും തണുപ്പിലും ഫോക്കറ്റ് വിയർത്തുകുളിച്ചു. കർച്ചീഫെടുത്തു മുഖം തുടച്ചു. അർട്ടഗ്നൻ തുടർന്നു. "ലൂയി പതിനാലാമൻ ഇവിടെ എത്തു

ന്നതിനു മുൻപായി ഒരുപാടു കാര്യങ്ങൾ ചെയ്തുതീർക്കേണ്ടതുണ്ട്. താങ്കൾ താമസിക്കുന്ന മന്ദിരത്തിന് അതിശക്തമായ കാവൽ ഏർപ്പെടുത്തണമെന്ന് അദ്ദേഹം കൽപ്പിച്ചിട്ടുണ്ട്. താങ്കളുടെ അടുത്ത സുഹൃത്തും സൈന്യാധിപന്മാരിൽ ഒരാളുമായ ജസ്വേറിനെ നാടുകടത്തണമെന്നും പറഞ്ഞിട്ടുണ്ട്. പിന്നെ, ഈ നഗരത്തിലേക്ക് പുറത്തുനിന്നുള്ള എല്ലാ വഴികളും അടച്ചു ബന്ധവസാക്കണമെന്നും എല്ലാ കാര്യങ്ങളും പരമാവധി ശ്രദ്ധയോടെ ചെയ്യണമെന്നും നിർദേശിച്ചിട്ടുണ്ട്.

ഫോക്കറ്റ് പരിഭ്രമിച്ചുനിൽക്കേ അർട്ടഗ്നൻ തുടർന്നു. "ചുരുക്കത്തിൽ രാജാവ് ഇവിടെ എത്തിച്ചേരും വരെ താങ്കളുടെ എല്ലാക്കാര്യങ്ങളും നോക്കി നടത്തേണ്ടത് ഞങ്ങളുടെ കടമയാണ്, മനസിലാകുന്നുണ്ടോ?" അർട്ടഗ്നൻ കുലുങ്ങിച്ചിരിച്ചു.

ഫോക്കറ്റിന്റെ പ്രതീക്ഷകളെല്ലാം നഷ്ടപ്പെട്ടതുപോലെ വിളറിയ മുഖവുമായി നിന്നു.

എത്രയും പെട്ടെന്ന് ഇവിടുന്നു രക്ഷപ്പെടണം. അദ്ദേഹം മനസിലുറച്ചു.

ലൂയി പതിനാലാമൻ സ്ഥലത്തെത്തുന്നതിനു മുൻപ് രഹസ്യമായി അവിടം വിട്ടുപോകാനായിരുന്നു ഫോക്കറ്റ് പരിപാടിയിട്ടത്. അതിനിടെ ഗൗർവില്ല ഓടിയെത്തി.

"നാം അൽപ്പം വൈകിപ്പോയി. രാജാവും പരിവാരങ്ങളും എത്തിക്കഴിഞ്ഞു."

ഇതുകേട്ട് ഫോക്കറ്റ് തരിച്ചിരുന്നുപോയി. താഴെ വാദ്യഘോഷങ്ങൾ ഉയർന്നു. പെരുമ്പറയുടെ മുഴക്കം. കതിനകളുടെ ശബ്ദം രാജാവിനെ സ്വീകരിച്ചാനയിക്കാൻ ഒരുവലിയ ആൾക്കൂട്ടം എത്തിയിരുന്നു. ഫോക്കറ്റ് ജനലഴികളിൽക്കൂടി താഴെ പൂമുഖപ്പടിയിലേക്കു നോക്കി. വെള്ളക്കുതിരകളെ പൂട്ടിയ രഥത്തിൽ വന്ന രാജാവ് ചുവന്ന പരവതാനിയിലേക്ക് മെല്ലെ കാലുകൾ വെയ്ക്കുന്നു. രാജാവിന്റെ പിന്നിൽ ഒരു നിഴൽ പോലെ അർട്ടഗ്നൻ. ജനക്കൂട്ടത്തെ കൈവീശിക്കാണിച്ചുകൊണ്ട് രാജാവ് മുന്നോട്ടു നടന്നു. ഇടയ്ക്കിടെ അർട്ടഗ്നന്റെ ചെവിയിൽ അദ്ദേഹം എന്തോ പിറുപിറുക്കുന്നുണ്ട്.

അൽപ്പനേരം കഴിഞ്ഞ് ഫോക്കറ്റിന്റെ മുറിയിലേക്ക് അർട്ടഗ്നൻ കടന്നുവന്നു. ഒരു കടലാസ് അദ്ദേഹത്തിന്റെ കയ്യിൽ ഏൽപ്പിച്ചു. രാജാവിന്റെ സന്ദേശം: "താങ്കൾക്കു സുഖമില്ലെന്നറിഞ്ഞു. ഉടൻ എന്നെ വന്നു കാണുക."

ഫോക്കറ്റ് പെട്ടെന്ന് ഔദ്യോഗിക വേഷങ്ങൾ ധരിച്ചു. കോണിപ്പടിയിലൂടെ താഴേക്ക് ഇറങ്ങവേ അദ്ദേഹത്തിന്റെ മുന്നിൽ അപരിചിതനായ ഒരാൾ പെട്ടെന്നു പ്രത്യക്ഷപ്പെട്ടു. ഒരു കടലാസുകഷണം അദ്ദേഹത്തെ ഏൽപ്പിച്ച ശേഷം ഞൊടിയിടയിൽ അപ്രത്യക്ഷനാകുകയും ചെയ്തു.

ഭയന്നുപോയ ഫോക്കറ്റ് അതിലെ വരികളിലൂടെ കണ്ണോടിച്ചു. അദ്ദേഹം വിയർത്തുകുളിച്ചു. അതിൽ ഇങ്ങനെയാണ് എഴുതിയിരുന്നത്.

"താങ്കളുടെ താമസസ്ഥലം പട്ടാളക്കാർ വളഞ്ഞിരിക്കുകയാണ്. മുൻഭാഗത്തേക്കു പോകരുത്. മന്ദിരത്തിന്റെ പിൻഭാഗത്ത് ഒരു വെള്ള ക്കുതിര നിൽപ്പുണ്ട്. അതിൽ കയറി എങ്ങോട്ടെങ്കിലും ഉടൻ രക്ഷപ്പെട്ടു കൊള്ളുക."

സമനില വീണ്ടെടുത്തുകൊണ്ട് അദ്ദേഹം പ്രധാന ഹാളിലേക്കു കട ന്നുചെന്നു. അവിടെ ലൂയി പതിനാലാമൻ അദ്ദേഹത്തിന്റെ വരവും കാത്ത് ഇരിക്കുന്നുണ്ടായിരുന്നു.

ഫോക്കറ്റിനെ രാജാവ് വളരെ സന്തോഷത്തോടെ സ്വീകരിച്ചു. കുശലം ചോദിച്ചു. അസുഖം മാറണമെന്നുണ്ടെങ്കിൽ വിശ്രമം അത്യാവ ശ്യമാണെന്ന് ഉപദേശിച്ചു. അനാരോഗ്യം കണക്കിലെടുത്ത് അടുത്തുന ടക്കാൻ പോകുന്ന പല പരിപാടികളിൽ നിന്നും ഫോക്കറ്റിനെ ഒഴിവാ ക്കുകയാണെന്നും അദ്ദേഹം പറഞ്ഞു.

ഫോക്കറ്റ് യാത്ര പറഞ്ഞ് അവിടെ നിന്നും ഇറങ്ങിയ നിമിഷം തന്നെ, രാജാവ് അർട്ടഗ്നനെ വിളിച്ചുവരുത്തി. ഫോക്കറ്റിന്റെ ഓരോ ചലനങ്ങളും രഹസ്യമായി നിരീക്ഷിച്ചുകൊള്ളാൻ നിർദേശം നൽകി.

"അറിയിപ്പു കിട്ടിയാലുടൻ അയാളെ അറസ്റ്റു ചെയ്യുകയും ഇരുമ്പു കൂട്ടിലടച്ച് ജയിലിലിലടയ്ക്കുകയും വേണം."

രാജാവിന്റെ വാക്കുകൾ കേട്ട് അർട്ടഗ്നൻ ചിരിച്ചു. അദ്ദേഹം പറ ഞ്ഞു. "അങ്ങു പിച്ചുംപേയും പറയുന്നു. ഫോക്കറ്റ് നിസ്സാരനല്ല. അങ്ങേരെ അറസ്റ്റു ചെയ്യണമെങ്കിൽ അതിനുള്ള വ്യക്തമായ ഓർഡർ എഴുതിത്ത രണം. വാക്കാൽ പറഞ്ഞാൽപ്പോരാ."

അർട്ടഗ്നനെ രൂക്ഷമായി നോക്കി എന്തോ പിറുപിറുത്തുകൊണ്ട് രാജാവ് ഒരു കടലസെടുത്തു. ഓർഡർ എഴുതി. അതു കൈപ്പറ്റിയശേഷം അർട്ടഗ്നനൻ പെട്ടെന്ന് മുറിവിട്ടുപോയി.

അൽപ്പംകഴിഞ്ഞ് മന്ദിരത്തിന്റെ ഒത്ത മുകളിലുള്ള ഗോപുരത്തിൽ നിന്നുകൊണ്ട് അർട്ടഗ്നൻ താഴേക്കുനോക്കി. കൊച്ചുകൊച്ചു കെട്ടിടങ്ങൾ, നോക്കെത്താ ദൂരത്തോളം പരന്നുകിടക്കുന്ന പുൽമേടുകൾ, കാട്ടുചെടി കൾ, പാറക്കൂട്ടങ്ങൾ, റിബ്ബൺപോലെ ദൂരേക്കു നീണ്ടുനീണ്ടു പോകുന്ന ചെമ്മൺപാത, വീശിയടിക്കുന്ന തണുത്ത കാറ്റ് അർട്ടഗ്നൻ സ്വയം മറന്ന് കുറച്ചുനേരം അവിടെത്തന്നെ നിന്നു. പെട്ടെന്നാണ് അദ്ദേഹത്തിന്റെ ദൃഷ്ടി യിൽ ഒരു രൂപം വന്നുപെട്ടത്. അങ്ങകലെ ഒരാൾ അതിവേഗത്തിൽ കുതി രയോടിച്ചു പോകുന്നു. കടപ്പുറത്തേക്കു നീളുന്ന ചെമ്മൺ പാതയിലൂടെ പൊടിയുയർത്തിക്കൊണ്ട് ശരം പോലെയാണ് ആ കുതിര പൊയ്ക്കൊ ണ്ടിരുന്നത്. ഇരുപുറവും കുറ്റിക്കാടുകൾ നിറഞ്ഞ വിജനമായ വഴിയാ ണത്.

തുറമുഖം ലക്ഷ്യമാക്കിയാണ് ആ കുതിര പറക്കുന്നത്. ഒരു തികഞ്ഞ അഭ്യാസിക്കു മാത്രമേ ഉഴുതുമറിച്ചിട്ടപോലെ കുന്നും കുഴിയും നിറഞ്ഞ ആ വഴിയിലൂടെ ഇത്ര അനായാസം പോകാനാകുമായിരുന്നു ള്ളൂ. അത് ഫോക്കറ്റ് തന്നെയെന്നു മനസിലാക്കാൻ അദ്ദേഹത്തിന് അധികം തലപുകയ്ക്കേണ്ടിവന്നില്ല.

ഫോക്കറ്റിന്റെ ഓരോ ചലനങ്ങളും സസൂക്ഷ്മം നിരീക്ഷിച്ചു കൊള്ള ണമെന്നാണു രാജകൽപ്പന. ഈ വിവരം രാജാവിന്റെ ചെവിയിലെത്തി യാൽ ആകെ കുഴപ്പമാകും. അർട്ടഗ്നൻ ഒരു നിമിഷം എന്തു ചെയ്യണമെ ന്നറിയാതെ തരിച്ചുനിന്നു. ചിന്തിച്ചു നിൽക്കാൻ ഇനി നേരമില്ല. അദ്ദേഹം കൊടുങ്കാറ്റിന്റെ വേഗതയിൽ പടികളിറങ്ങി. ഒരു കുതിരപ്പുറത്ത് ഫോക്ക റ്റിന്റെ പിന്നാലെ വെച്ചുപിടിച്ചു.

ലോറി നദിക്കരയിലൂടെയുള്ള വഴി അത്യധികം ദുർഘടമായിരുന്നു എങ്കിലും, വളരെ വേഗം തുറമുഖത്തിലെത്താനുള്ള കുറുക്കുവഴിയായി രുന്നു അത്. ആ പ്രദേശത്തെ ഒട്ടുമിക്ക ഊടുവഴികളും അർട്ടഗ്നന് മനഃ പാഠമായിരുന്നു.

കുതിര കിതച്ചും കൊണ്ട് ഓട്ടം തുടർന്നു. വീശിയടിച്ചുകൊണ്ടിരുന്ന ശക്തമായ പൊടിക്കാറ്റിൽ അർട്ടഗ്നന്റെ കണ്ണുകൾ നീറിപ്പുകഞ്ഞു. കാട്ടു ചെടിയുടെ മുള്ളുകൾ തറച്ചുകയറി കുതിരയുടെ ശരീരഭാഗങ്ങളിൽ നിന്നും രക്തം വാർന്നൊലിച്ചു. ഒടുവിൽ മറ്റേതോ കുറുക്കുവഴികളിലൂടെ അർട്ട ഗ്നൻ ഫോക്കറ്റിന്റെ തൊട്ടുപിന്നാലെയെത്തി. അൽപ്പനേരം മുൻപ് നാം കണ്ട അർട്ടഗ്നനായിരുന്നില്ല അപ്പോൾ. അദ്ദേഹത്തിന്റെ മുഖത്ത് രൗദ്ര ഭാവം നിഴലിട്ടു. കണ്ണുകൾ ചുവന്നു. മുഖത്തെപേശികൾ വലിഞ്ഞുമുറു കി.

മുൻപേ പായുന്ന ഫോക്കറ്റിനെ കൈയെത്തിപ്പിടിക്കാനായി ആഞ്ഞു കൊണ്ട് പരിസരം കിടുങ്ങുമാറുച്ചത്തിൽ അർട്ടഗ്നൻ അലറിവിളിച്ചു.

“നിന്നെ ഞാൻ വെറുതെ വിടില്ല. നിന്റെ ചോരകണ്ടിട്ടേ എനിക്കു വിശ്രമമുള്ളൂ. നിന്നെ പിടിച്ചു കൊടുത്തില്ലെങ്കിൽ, ഞാൻ വയസനായി പ്പോയി എന്നു പറഞ്ഞ് നാട്ടുകാർ കളിയാക്കും. കൈക്കൂലി വാങ്ങി നിന്നെ രക്ഷപ്പെടാൻ അനുവദിച്ചു എന്നു പറഞ്ഞ് അവർ അപഖ്യാതി പറഞ്ഞു പരത്തും.”

ഒരു ഭ്രാന്തനെപ്പോലെ പുലമ്പിക്കൊണ്ട് അദ്ദേഹം കുതിരയുടെ വേഗത ആവുന്നത്ര വർധിപ്പിച്ചു. ഒടുവിൽ ഫോക്കറ്റിന്റെ തൊട്ടടുത്തെത്തി.

കൈത്തോക്കു കൊണ്ടു വെടിവെച്ചാൽ എത്തുന്ന ദൂരം. അർട്ടഗ്നൻ തന്റെ കൈത്തോക്കു പുറത്തെടുത്തു. ഫോക്കറ്റിനു നേരെ ചൂണ്ടി.

“നിൽക്കവിടെ. രാജകൽപ്പന അനുസരിക്കുക.” ഫോക്കറ്റ് ഒരക്ഷരം മിണ്ടുന്നില്ല. മുഖത്ത് പരിഭ്രമത്തിന്റെ ലക്ഷണമൊന്നും കാണാനില്ല.

“ഞാൻ വെടിവെയ്ക്കും.” അർട്ടഗ്നന്റെ അലർച്ച വീണ്ടും മുഴങ്ങി.

“വെടിവെച്ചുകൊള്ളുക.” തിരിഞ്ഞുപോലും നോക്കാതെ തീരെ പതിഞ്ഞ ശബ്ദത്തിൽ ഫോക്കറ്റ് പറഞ്ഞു.

ഫോക്കറ്റിന്റെ വാക്കുകൾ അർട്ടഗ്നനെ അമ്പരപ്പിച്ചുകളഞ്ഞു. അദ്ദേ ഹത്തിന്റെ നേരേ തുറിച്ചുനോക്കി, തോക്കിന്റെ കാഞ്ചിവലിച്ച് ശബ്ദമു ണ്ടാക്കിക്കൊണ്ട് അർട്ടഗ്നൻ പറഞ്ഞു.

“നിങ്ങളുടെ പക്കൽ തോക്കുണ്ടെങ്കിൽ അതു പുറത്തെടുക്കുക.”

ഫോക്കറ്റ് അപ്പോഴും ശാന്തനായിരുന്നു.

അതിനിടെ അർട്ടഗ്നന്റെ തോക്കിൽ നിന്നും ഉതിർന്ന വെടിയുണ്ട ഫോക്കറ്റിന്റെ കോട്ടിന്റെ ഒരു സുഷിരമുണ്ടാക്കിക്കൊണ്ട് സീൽക്കാര ശബ്ദത്തോടെ ചീറിപ്പാഞ്ഞുപോയി.

അർട്ടഗ്നൻ തന്റെ കോപത്തെ നിയന്ത്രിച്ചുകൊണ്ട് ശബ്ദം താഴ്ത്തി യാചനാസ്വരത്തിൽ പറഞ്ഞു.

“ദയവ് ചെയ്ത് ഇനിയെങ്കിലും കീഴടങ്ങുക.”

“കൊല്ലുക. അതായിരിക്കും നല്ലത്.” കിതച്ചുകൊണ്ട് ഫോക്കറ്റ് പറഞ്ഞു.

അർട്ടഗ്നന്റെ മുഖം പെട്ടെന്നു ചുവന്നു.

“പക്ഷേ നിങ്ങളെ എനിക്കു ജീവനോടെ കൊണ്ടുപോകണം.”

അദ്ദേഹം വീണ്ടും തോക്കു ചൂണ്ടി. കാഞ്ചി വലിച്ചുകൊണ്ടു പറഞ്ഞു.

“ഇനി നിങ്ങളുടെ കുതിരയാണ് എന്റെ ലക്ഷ്യം.” പെട്ടെന്നു വെടി പൊട്ടി. അതിവേഗത്തിൽ ഓടിക്കൊണ്ടിരുന്ന ഫോക്കറ്റിന്റെ കുതിര പെട്ടെന്നു നിയന്ത്രണം വിട്ട് മുകളിലേക്കു കുതിച്ചുയർന്നു. കുതിരപ്പുറത്തിരുന്ന ഫോക്കറ്റ് പിടിവിട്ട് ദൂരത്തേക്കു തെറിച്ചുവീണു. അർട്ടഗ്നനും തന്റെ കുതിരയോടൊപ്പം അൽപ്പം അകലെ മാറി നിലത്തുവീണു കിടന്നു.

തീർത്തും അവശനായിരുന്ന ഫോക്കറ്റിനെ അർട്ടഗ്നൻ തന്റെ കുതിരപ്പുറത്തു കയറ്റിയിരുത്തി. കുതിരയെ മുന്നോട്ടു നടത്തി.

വീഴ്ചയിൽ മാരകമായ പരിക്കുപറ്റിയിരുന്നതിനാൽ കുതിര മുടന്തുന്നുണ്ടായിരുന്നു. വായിൽ നിന്നും നുരയും പതയും വന്നുകൊണ്ടിരുന്നു. ശരീരത്തിന്റെ വിവിധ ഭാഗങ്ങളിൽ നിന്ന് ധാരാളം രക്തം വാർന്നു. പോകുന്നുണ്ടായിരുന്നു.

പൊട്ടിക്കരഞ്ഞുകൊണ്ട് അർട്ടഗ്നൻ ഫോക്കറ്റിന്റെ കാലിൽ പിടിച്ചു.

“എന്നെ ശിക്ഷിക്കൂ ഫോക്കറ്റ് തോക്കു കൈവശമുണ്ടെങ്കിൽ അതെടുത്ത് എന്റെ തല തെറിപ്പിച്ചു കളയൂ. രാജാവ് പറഞ്ഞതുകൊണ്ടുമാത്രമാണ് ഞാൻ നിങ്ങളോട് ഈ കടുംകൈ ചെയ്യുന്നത്. എനിക്കു മാപ്പുതരണം.”

അർട്ടഗ്നന്റെ വാക്കുകൾ കേട്ട് ഫോക്കറ്റും ആകെ അസ്വസ്ഥനായി. തന്റെ പക്കലുണ്ടായിരുന്ന രണ്ടു കൈത്തോക്കുകളും തൊട്ടടുത്തുള്ള പുഴയിലേക്ക് വലിച്ചെറിഞ്ഞശേഷം അർട്ടഗ്നന്റെ കരംഗ്രഹിച്ചുകൊണ്ട് അദ്ദേഹം പറഞ്ഞു:

“ഇപ്പോൾ ഞാൻ അങ്ങയുടെ തടവുകാരനാണ്. താങ്കൾക്ക് എന്നെ എന്തുവേണമെങ്കിലും ചെയ്യാം.” വികാരവിവശനായ അർട്ടഗ്നൻ ദുഃഖം സഹിക്കാനാവാതെ മോഹാലസ്യപ്പെട്ട് താഴെവീണു.

പുഴയിൽ നിന്നും തന്റെ തൊപ്പിയിൽ വെള്ളമെടുത്തുകൊണ്ടുവന്ന് ഫോക്കറ്റ് അദ്ദേഹത്തിന്റെ മുഖത്തുതളിച്ചു. കുറച്ചു വെള്ളം വായിലേക്കൊഴിച്ചുകൊടുത്തു. അൽപ്പനേരം കഴിഞ്ഞ് കണ്ണു തുറന്നപ്പോൾ അർട്ടഗ്നൻ കണ്ടത്, തന്റെ മുന്നിൽ മുട്ടുകുത്തി വിഷണ്ണനായി പ്രാർഥിച്ചുകൊണ്ടു നിൽക്കുന്ന ഫോക്കറ്റിനെയാണ്.

"നിങ്ങൾ പോയില്ല അല്ലേ?"

അർട്ടഗ്നൻ അത്ഭുതത്തോടെ ചോദിച്ചു. ഫോക്കറ്റിന്റെ ആത്മാർഥതയിലും സത്യസന്ധതയിലും അദ്ദേഹത്തിന് അതിശയം തോന്നി. മാരകമായി പരിക്കുപറ്റിയതിനാൽ കുതിര തീരെ അവശനിലയിലായിരുന്നു. അതിനെ വഴിയിൽ ഉപേക്ഷിച്ച ശേഷം ഇരുവരും ചെമ്മൺ പാതയിലൂടെ നടന്നു നീങ്ങി.

പന്ത്രണ്ടു മൈലുകൾക്കപ്പുറത്ത് ഫോക്കറ്റിനെ പ്രതീക്ഷിച്ച് ഒരു കുതിരവണ്ടി കിടപ്പുണ്ടായിരുന്നു. അതിന്റെ പിന്നിൽ, കുറ്റവാളികളെ വഹിച്ചുകൊണ്ടു പോകുന്ന ഒരു ഇരുമ്പുകൂട് ഘടിപ്പിച്ചിരുന്നു. ഫോക്കറ്റ് എല്ലാം നോക്കിക്കണ്ടു. വികാരരഹിതമായിരുന്നു അദ്ദേഹത്തിന്റെ മുഖം. അർട്ടഗ്നന്റെ അരികിലേക്കു ചേർന്നുനിന്ന് വളരെ സൗമ്യമായ ശബ്ദത്തിൽ ഫോക്കറ്റ് ചോദിച്ചു.

"ഒരു കാര്യം പറഞ്ഞാൽ താങ്കൾ അപ്രകാരം ചെയ്യുമോ?"

അർട്ടഗ്നൻ ആകാംക്ഷയോടെ അദ്ദേഹത്തിന്റെ നിറഞ്ഞ കണ്ണുകളിലേക്കു നോക്കി.

"എന്റെ വീടും സമ്പാദ്യങ്ങളും വല്ലിയറിനു നൽകാനുള്ള ഏർപ്പാടുകൾ ചെയ്യണം."

"തീർച്ചയായും." അർട്ടഗ്നൻ അദ്ദേഹത്തിന്റെ കരം ഗ്രഹിച്ചു.

വണ്ടി പുറപ്പെടാൻ തയാറായി. ഭടന്മാർ കർത്തവ്യബോധത്തോടെ നിന്നു. ഫോക്കറ്റ് വണ്ടിയിൽ കയറി ഒരക്ഷരം ഉരിടായാതെ തലകുമ്പിട്ടിരുന്നു. ഇരുമ്പുകൂടിന്റെ വാതിൽ പൂട്ടിയശേഷം അർട്ടഗ്നൻ വണ്ടിക്കാരനോട് ആംഗ്യഭാഷയിൽ എന്തൊക്കെയോ നിർദേശങ്ങൾ നൽകി. വണ്ടിയും ഇരുമ്പുകൂടും വലിച്ചിഴച്ചുകൊണ്ട് കുതിരകൾ ആയാസപ്പെട്ടു മുന്നോട്ടുനീങ്ങി.

ഉച്ചകഴിഞ്ഞു രണ്ടുമണി. ലൂയി പതിനാലാമൻ തികച്ചും അസ്വസ്ഥനായിരുന്നു. ആരെയോ പ്രതീക്ഷിച്ച് എന്നപോലെ അദ്ദേഹം ഇടയ്ക്കിടെ പുറത്തേക്കു നോക്കിക്കൊണ്ടിരുന്നു.

അദ്ദേഹം പെട്ടെന്ന് താഴെയുള്ള പ്രധാന ഹാളിലേക്കു കടന്നുചെന്നു. അർട്ടഗ്നൻ ഇനിയും വന്നില്ലേ എന്ന് അന്വേഷിച്ചു.

വന്നിട്ടില്ല എന്നറിഞ്ഞപ്പോൾ അദ്ദേഹത്തിന്റെ മുഖത്ത് കോപം ഇരട്ടിച്ചു. കൈകൾ കൂട്ടിത്തിരുമ്മി അരിശത്തോടെ അങ്ങോട്ടുമിങ്ങോട്ടും നടന്നു.

പെട്ടെന്ന് കതകിൽ ആരോ മുട്ടുന്ന ശബ്ദംകേട്ടു. തൊട്ടുപിന്നാലെ അർട്ടഗ്നൻ ഉള്ളിലേക്കു കടന്നു ചെന്നു. അതിവിനയത്തോടെ അദ്ദേഹത്തെ വണങ്ങിനിന്നു.

"നിങ്ങളെ ഏൽപ്പിച്ച കാര്യങ്ങൾ എന്തായി. പറയൂ. എനിക്കു കേൾക്കാൻ ധൃതിയായി." രാജാവ് ആകാംക്ഷാഭരിതനായി.

"ഫോക്കറ്റിനെ അറസ്റ്റുചെയ്തു."

"പക്ഷേ, നിങ്ങൾ മടങ്ങിവരാൻ ഇത്ര വൈകിയതെന്താണ്? അതു

പോകട്ടെ, അയാൾ ഇപ്പോൾ എവിടെയുണ്ട്?" അർട്ടഗ്നനെ വല്ലാതെ തുറിച്ചു നോക്കിക്കൊണ്ട് രാജാവ് ചോദിച്ചു.

"ഇപ്പോൾ ഒരു ഇരുമ്പു കൂട്ടിലാണയാൾ. നാലു കുതിരകളെ പൂട്ടിയ പ്രത്യേക വണ്ടിയിൽ അയാളെ ബാസ്റ്റില്ലയിലേക്കു കൊണ്ടു പൊയ്ക്കൊണ്ടിരിക്കുകയാണ്."

"അയാളെ വഴിയിൽ വിട്ടുകളഞ്ഞതെന്താണ്. നിങ്ങൾക്കും അയാൾക്കൊപ്പം ബാസ്റ്റില്ല വരെ പോകാമായിരുന്നില്ലേ?" ലൂയി പതിനാലാമൻ ക്ഷുഭിതനായി. പല്ലു കടിച്ചു.

ഒന്ന് ആലോചിച്ചശേഷം അർട്ടഗ്നൻ പറഞ്ഞു: "അക്കാര്യം അങ്ങ് നേരത്തേ സൂചിപ്പിച്ചിരുന്നില്ല."

രാജാവിന്റെ കണ്ണുകളിൽ ക്രൗര്യഭാവം ആളിക്കത്തി.

"ശരി ഉടനടി ഇരുപതു പടയാളികളെക്കൂടി ഫോക്കറ്റിനോടൊപ്പം അയയ്ക്കണം. തടവറവരെ അയാളെ വളരെ ശ്രദ്ധിച്ച് കൈകാര്യം ചെയ്യണം."

അർട്ടഗ്നൻ പുറത്തേക്കിറങ്ങാൻ ഭാവിച്ചപ്പോഴേക്കും രാജാവ് ആംഗ്യ ഭാഷയിൽ അദ്ദേഹത്തെ തടഞ്ഞുനിർത്തി.

"നിങ്ങൾ ഉടൻതന്നെ ബല്ലിദ്വീപിലേക്കു പുറപ്പെടണം."

അർട്ടഗ്നൻ സ്തബ്ധനായി നിന്നു.

"ഞാൻ ഒറ്റയ്ക്കോ."

'നിങ്ങളുടെ ആവശ്യത്തിനുള്ള ഭടന്മാരെ കൊണ്ടുപോകാം. പക്ഷേ യാത്ര വൈകരുത്." അർട്ടഗ്നൻ മനസില്ലാമനസോടെ തലകുലുക്കി. രാജാവ് തുടർന്നു:

"അവിടുത്തെ സർവതും തവിടുപൊടിയാക്കാതെ തിരിച്ചുവന്നേക്കരുത്. നിങ്ങൾക്കു പോകാൻ ബുദ്ധിമുട്ടുണ്ടെങ്കിൽ ഇപ്പോൾ പറയണം."

"എന്തു ബുദ്ധിമുട്ടാണു സാർ." അർട്ടഗ്നൻ ശാന്തനായി ചോദിച്ചു.

"നിങ്ങളുടെ സുഹൃത്തുക്കൾ ബെല്ലി ദ്വീപിലുണ്ടെന്ന് എനിക്കറിയാം. അവരെ കൊന്നശേഷം ബെല്ലി ദ്വീപിൽ ആധിപത്യം സ്ഥാപിക്കുക എളുപ്പമുള്ള കാര്യമല്ല."

അർട്ടഗ്നൻ തലകുനിച്ചു നിന്നതേയുള്ളൂ. അദ്ദേഹത്തെ രൂക്ഷമായി നോക്കിയശേഷം ലൂയി പതിനാലാമൻ അകത്തേക്കു പോയി. അൽപ്പനേരം കഴിഞ്ഞ് അടിയന്തര പ്രാധാന്യമുള്ള ഒരു രാജകൽപ്പന അർട്ടഗ്നനു ലഭിച്ചു. അതിൽ ഇതാണ് എഴുതിയിരുന്നത്: "ബെല്ലി ദ്വീപിലുള്ള സർവതും തകർത്തു തരിപ്പണമാക്കുക. ഒറ്റക്കുഞ്ഞുപോലും രക്ഷപ്പെടരുത്."

അർട്ടഗ്നൻ പുറത്തേക്കിറങ്ങി പട്ടാളക്യാമ്പു ലക്ഷ്യമാക്കി നടന്നു.

പതിനേഴ്

ബെല്ലിദ്വീപിലെത്തിയ അരാമിസും പോർത്തോസും ആകെ അസ്വസ്ഥരായി. തുറമുഖത്തുനിന്നും കപ്പലുകളോ ബോട്ടുകളോ വരുകയോ, പോകുകയോ ചെയ്യുന്നില്ല. എല്ലാം നിശ്ചലമായതുപോലെ. എങ്ങും ശ്മശാനമൂകത. ബെല്ലിദ്വീപിലെ ദുർഘടമായ കോട്ടകൾക്കുള്ളിൽ തങ്ങൾ ഒറ്റപ്പെട്ടുപോയതുപോലെ അവർക്കുതോന്നി. പുറത്തു നടക്കുന്ന സംഭവങ്ങൾ അറിയാനോ അവിടുത്തെ സംഭവങ്ങൾ പുറത്തേക്ക് അറിയിക്കാനോ വയ്യാത്ത അവസ്ഥ. മാർഗങ്ങളെല്ലാം കൊട്ടിയടയ്ക്കപ്പെട്ടതുപോലെ.

കടലിലേക്ക് ഉറ്റുനോക്കിക്കൊണ്ടിരുന്ന അരാമിസിന്റെ മുഖം പെട്ടെന്നു തെളിഞ്ഞു. അങ്ങകലെ ചക്രവാളസീമയിൽ ഒരു പായ്മരം. ഒന്നിനുപിറകേ ഒന്നായി കുറേ ചെറിയ ബോട്ടുകൾ തീരത്തേക്ക് അടുത്തുകൊണ്ടിരിക്കുന്നു.

ഇത്രയും ബോട്ടുകൾ ഒരുമിച്ചു കണ്ടപ്പോൾ തുറമുഖത്തും പരിസരത്തുമായി ഒട്ടേറെ ആളുകൾ തടിച്ചുകൂടി. പലരും ആഹ്ലാദത്തോടെ ആർത്തുവിളിച്ചു. അവ മത്സ്യബന്ധനബോട്ടുകളോ യാത്രാബോട്ടുകളോ അല്ലെന്നും ഫ്രഞ്ചു നാവികപ്പടയുടെ യുദ്ധാവശ്യങ്ങൾക്കുള്ള ബോട്ടുകളാണെന്നും അരാമിസ് തിരിച്ചറിഞ്ഞു. ബോട്ടുകളുടെ മുകളിൽ പിടിപ്പിച്ചിരുന്ന ഫ്രഞ്ചു പതാക കാറ്റത്ത് ഇളകിക്കൊണ്ടിരുന്നു.

അരാമിസും പോർത്തോസും കരയിൽ നിൽക്കുന്നതുകണ്ട് ഒരാൾ ബോട്ടിൽ നിന്നും തൊപ്പിയൂരി വീശിക്കാണിച്ചു. ജോണത്താസ് എന്ന ചെറുപ്പക്കാരനായിരുന്നു അത്.

അൽപ്പം കഴിഞ്ഞ് ഒരുചെറിയ നൗകയിൽ രണ്ടു പടയാളികൾക്കൊപ്പം അയാൾ കരയിലേക്കു വന്നു.

"ജോണത്താസ് എന്താണുണ്ടായത്. നീ എവിടെയായിരുന്നു." ജോണത്താസിനെ മുറുകെപ്പുണർന്നുകൊണ്ട് അരാമിസ് ചോദിച്ചു:

"ഒരു തടവുപുള്ളിയെയും കൊണ്ടുപോയതാണ്. തിരിച്ചുവരുമ്പോൾ ഫ്രഞ്ചുസൈന്യം പുറംകടലിൽ ഉപരോധം തീർത്തിരിക്കുന്നു. വൈകാൻ കാരണം അതാണ്."

"ആരാണ് സേനയെ നയിക്കുന്നത്?"

അരാമിസും പോർത്തോസും ഒറ്റസ്വരത്തിൽ ചോദിച്ചു:

"അർട്ടഗ്നൻ" ജോണത്താസ് പെട്ടെന്ന് തന്റെ കീശയുടെ പോക്കറ്റിൽഭദ്രമായി സൂക്ഷിച്ചുവെച്ചിരുന്ന ഒരു കവർ അരാമിഡിനെ ഏൽപ്പിച്ചു പറഞ്ഞു. ഈ കത്ത് താങ്കളെ ഏൽപ്പിക്കാൻ അർട്ടഗ്നൻ തന്നുവിട്ടതാണ്.

കൽത്തൂണിൽ ഉറപ്പിച്ചുനിർത്തിയ വിളക്കിന്റെ വെട്ടത്തിൽ അരാമിസ് അത് ആകാംക്ഷയോടെ തുറന്നു വായിച്ചു.

'ബെല്ലി ദ്വീപ് കീഴടക്കാൻ ലൂയി പതിനാലാമൻ നിർദേശിച്ചിരുന്നു. കാവൽ സേനാംഗങ്ങൾ എതിർക്കുന്നുവെങ്കിൽ അവരെ കൊന്നൊടുക്കുകയോ തടവറയിൽ അടയ്ക്കുകയോ ചെയ്യണമെന്നും അദ്ദേഹം കൽപ്പിക്കുന്നു. ഫോക്കറ്റിനെ ഒരു ദിവസം മുൻപ് അറസ്റ്റു ചെയ്തു. അയാൾ ഇപ്പോൾ ബാസ്റ്റില്ല ജയിലിനുള്ളിലാണ്.'

കത്തുവായിച്ചുകഴിഞ്ഞപ്പോൾ അരാമിസിന് അതിയായ അരിശം തോന്നി. കടലാസ് പല കഷണങ്ങളായി വലിച്ചുകീറി ദൂരത്തേക്കു വലിച്ചെറിഞ്ഞു.

പെട്ടെന്ന് ജോണത്താസിന്റെ നേരേ നോക്കി. "നീ ഉടൻ മടങ്ങിപ്പോകണം. അർട്ടഗ്നനോട് ഇവിടംവരെ വന്നുപോകാൻ പറയണം."

"അദ്ദേഹം വന്നില്ലെങ്കിലോ?"

"ഞങ്ങൾ വിളിച്ചാൽ അദ്ദേഹം തീർച്ചയായും വരും വരാതിരിക്കില്ല. ആ കത്ത് വ്യാജമല്ലെങ്കിൽ അദ്ദേഹം വരും." കോപമടക്കിക്കൊണ്ട് അരാമിസ് പറഞ്ഞു.

ഇരുവരെയും ഭവ്യതയോടെ വണങ്ങിയ ശേഷം ജോണത്താസ് തിടുക്കത്തിൽ അതേ ബോട്ടിൽ മടങ്ങിപ്പോയി.

അരാമിസ് പോർത്തോസുമായി സംസാരിച്ചുകൊണ്ടിരിക്കുന്നതിനിടയിൽ തൊട്ടടുത്ത കെട്ടിടത്തിന്റെ മുകളിലത്തെ നിലയിൽ അർട്ടഗ്നൻ പ്രത്യക്ഷപ്പെട്ടു. തൊട്ടുപിന്നിൽ, നിഴൽ പോലെ ഒരു സൈനികോദ്യോഗസ്ഥനും. തീരെ അപ്രതീക്ഷിതമായ രംഗമായിരുന്നു അത്.

അരാമിസും പോർത്തോസുമായി സംസാരിക്കണമെന്ന് അർട്ടഗ്നൻ അതിയായി ആഗ്രഹിച്ചുവെങ്കിലും സൈനികോദ്യോഗസ്ഥൻ അതു വില

ക്കി. അർട്ടഗ്നന്റെ ദൈനംദിനകാര്യങ്ങളിൽ ലൂയി പതിനാലാമൻ കർശനമായ നിയന്ത്രണങ്ങൾ ഏർപ്പെടുത്തിയിരുന്നു. അദ്ദേഹത്തിന്റെ നിസാര ചലനങ്ങൾ പോലും സശ്രദ്ധം വീക്ഷിക്കാൻ സംവിധാനമുണ്ടായിരുന്നു. ബെല്ലിദ്വീപ് സമ്പൂർണമായും പിടിച്ചടക്കും വരെ ചില മന്ത്രിമാരുമായി ബന്ധപ്പെടുന്നതിൽ പോലും അർട്ടഗ്നന് നിരോധനമേർപ്പെടുത്തിയിരുന്നു.

കൂടുതൽ നിർബന്ധിച്ചപ്പോൾ ഉദ്യോഗസ്ഥൻ രാജകൽപ്പനകൾ അടങ്ങിയ ഒരു കെട്ട് കടലാസ് അർട്ടഗ്നനെ വായിക്കാൻ ഏൽപ്പിച്ചു.

അതിൽ ഒരെണ്ണം ഇങ്ങനെയായിരുന്നു.

"അർട്ടഗ്നന് എപ്പോൾ വേണമെങ്കിലും ഈ ദൗത്യത്തിൽ നിന്ന് രാജിവെച്ച് സ്വയം ഒഴിവാകാനുള്ള സ്വാതന്ത്ര്യമുണ്ട്. പക്ഷേ അതിനുശേഷം അദ്ദേഹം ബാസ്റ്റില്ല ജയിലിൽ ആജീവനാന്തം തടവുപുള്ളിയായി കിടക്കേണ്ടിവരും." ചില കടലാസുകളിലൂടെ കണ്ണോടിച്ചശേഷം കോപം സഹിക്കാനാവാതെ അർട്ടഗ്നൻ പല്ലുകടിച്ചു. എത്ര സമർഥമായാണ് കാര്യങ്ങൾ മുൻകൂട്ടിക്കണ്ട് നിയമങ്ങൾ എഴുതിയുണ്ടാക്കുന്നത്. അദ്ദേഹത്തിന് അത്ഭുതം തോന്നി.

ഏതായാലും സഹിക്കാതെ നിവർത്തിയില്ല. അമർഷത്തോടെ കാൽചവിട്ടിക്കൊണ്ട് അദ്ദേഹം കെട്ടിടത്തിന്റെ പടികളിറങ്ങി. കൽക്കെട്ടിനോടു ചേർത്തിട്ടിരുന്ന ചെറിയ ബോട്ടിൽ കയറി. ബോട്ട് ഉൾക്കടലിലേക്കു നീങ്ങി. ബെല്ലി ദ്വീപിനുനേരെ ഫ്രഞ്ചു സൈനികർ ആക്രമണം തുടങ്ങിയിരുന്നു. ഇരുട്ടിൽ തീജ്വാലകൾ ആകാശത്തേക്കുയരുന്നു. വെന്തുകരിയുന്ന മനുഷ്യരുടെ ദീനരോദനം. കുടിലും കൊട്ടാരവും ഓരോന്നായി കത്തിയമരുകയാണ്. വെടിയൊച്ചകൾ, കുതിരയുടെ കരച്ചിൽ, നിലവിളി, അട്ടഹാസങ്ങൾ.

ഒരേ സമയം നാലു ദിശകളിൽ നിന്നായിരുന്നു ആക്രമണം. ദേശവാസികൾ എങ്ങോട്ടെന്നില്ലാതെ ചിതറിയോടുന്നു. തീരെ അപ്രതീക്ഷിതമായി ഉണ്ടായ ഈ ആക്രമണത്തിൽ അമ്പരന്ന് തന്റെയടുത്ത് പാഞ്ഞെത്തിയ തദ്ദേശീയവാസികളായ ഗ്രാമീണരോട് അരാമിസ് സംസാരിച്ചുകൊണ്ടിരുന്നു.

"നിങ്ങളുടെ സംരക്ഷകനായിരുന്ന ഫോക്കറ്റിനെ രാജാവ് കൽത്തുറുങ്കിലടച്ചിരിക്കയാണ് കൂട്ടരേ."

"രാജാവിനെ കൊല്ലണം, രാജാവിനെ കൊല്ലണം." ജനം ഒരേ ശബ്ദത്തിൽ വിളിച്ചുകൂവി.

"പാടില്ല." അരാമിസ് പെട്ടെന്നു ചാടി എണീറ്റു ജനക്കൂട്ടത്തിനു നേരെ വിരൽ ചൂണ്ടി കനത്ത ശബ്ദത്തിൽ പറഞ്ഞു.

"പാടില്ല. രാജാവ് നിരപരാധിയാണ്. ദൈവമാണ് രാജാവിനെക്കൊണ്ട് ഇതൊക്കെ ചെയ്യിക്കുന്നത്. അദ്ദേഹം ദൈവത്തിന്റെ ഒരു ചെറിയ ഉപകരണം മാത്രം. ഇപ്പോൾ സംഭവിക്കുന്നതൊക്കെ ദൈവം മുൻകൂട്ടി തീരുമാനിച്ചുറപ്പിച്ച കാര്യങ്ങളാണ്. നിങ്ങൾക്കു ഭാര്യയെയും കുട്ടികളെയും നഷ്ടപ്പെട്ടുപോയേക്കാം. വീട് നശിച്ചുപോയേക്കാം. എല്ലാം ദൈവനിശ്ചയം

എന്നു കരുതി സമാധാനിക്കുക. എല്ലാവരും സമാധാനത്തോടെ അവരവരുടെ വീടുകളിലേക്കു പോകുക. ആയുധം കൊണ്ടുള്ള കളി നമുക്കു തൽക്കാലം വേണ്ട."

ജനക്കൂട്ടം നിശ്ശബ്ദരായി. ഓരോരുത്തരായി പതുക്കെ പിൻവാങ്ങി. അവസാനത്തെയാളും പോയിക്കഴിഞ്ഞപ്പോൾ അരാമിസ് പോർത്തോസിന്റെ അരികിലേക്കു ചേർന്നുനിന്ന് പതിഞ്ഞ ശബ്ദത്തിൽ പറഞ്ഞു.

"വരൂ ഇനി പുറപ്പെടാം. നമ്മുടെ ബോട്ട് ലോകമരിയാ നദിക്കരയിൽ കാത്തുകിടക്കുന്നുണ്ട്."

ഇരുവരും ആയുധങ്ങൾ കയ്യിലെടുത്തു ദ്വീപിന്റെ അങ്ങേയറ്റത്തുള്ള ലോകമരിയാ നദിക്കരയിലുള്ള ഒരു ഗുഹ ലക്ഷ്യമാക്കി നടന്നു.

പതിനെട്ട്

ഗുഹയ്ക്കു മുന്നിൽ തദ്ദേശവാസികളായ രണ്ടു പടയാളികൾ അരാമിസിനെയും പോർത്തോസിനെയും പ്രതീക്ഷിച്ചു നിൽക്കുന്നുണ്ടായിരുന്നു. കുറ്റിക്കാടുകൾ തഴച്ചുവളർന്നു നിന്ന ഗുഹയുടെ പ്രവേശനദ്വാരം ഒരു വലിയ കല്ലുകൊണ്ട് മൂടിവെച്ചിരുന്നു. വളരെ ആയാസപ്പെട്ടാണ് കല്ലു തള്ളിമാറ്റി അവർ ഗുഹയിലേക്കു ഇഴഞ്ഞുകയറിയത്.

ഗുഹയുടെ ഉൾഭാഗം ഇരുട്ടുമൂടിയതും തീരെ ഇടുങ്ങിയതുമായിരുന്നു. മുൾച്ചെടികൾ ഇടതൂർന്നു വളർന്നു കിടക്കുന്നു. ചീവീടുകളുടെ കാതടിപ്പിക്കുന്ന ചിലമ്പൽ. നടന്നും ഇഴഞ്ഞും നിരങ്ങിയും മുന്നോട്ടു നീങ്ങുമ്പോൾ പാമ്പുകളും ചെറിയ പ്രാണികളും നാലുപാടും ചിതറിയോടിക്കൊണ്ടിരുന്നു.

ഒരു ചെറിയ വിളക്കിന്റെ മങ്ങിയ വെട്ടം മാത്രമാണ് അവർക്കു വഴികാട്ടിയത്. കല്ലിലും മുള്ളിലും തട്ടി കൈകാലുകളിൽ നിന്നും ധാരാളം രക്തം പൊടിച്ചു. പായൽ മൂടിയ പാറപ്പുറത്തു നിന്നും തെന്നി താഴേക്കു വീണു. ഒടുവിൽ ഗുഹയുടെ മറ്റേ അറ്റത്ത് കഷ്ടിച്ച് ഒരാൾക്കു കടന്നുപോകാനൊക്കും വിധമുള്ള ഒരു വിള്ളൽ കണ്ടെത്തി. മൂടിവെച്ചിരുന്ന കല്ലിളക്കി മാറ്റിയപ്പോൾ ഒരു നദിക്കരയിലാണെത്തിയത്. അവിടെ, കുറ്റിക്കാട്ടിനു സമീപം ആരും കാണാത്തവിധം പുല്ലുമൂടി മറച്ചിട്ടിരിക്കുന്ന ഒരു ചെറിയ ബോട്ട്.

വെടിമരുന്ന് തോക്കുകളും ആഹാരസാധനങ്ങളും കുടിവെള്ളവും ബോട്ടിനുള്ളിൽ ശേഖരിച്ചുവെച്ചിരുന്നു.

പൂഴിമണ്ണിൽ ഉറച്ചുകിടന്ന ബോട്ട് തടി ഉരുളുകളുടെ സഹായത്താൽ പടയാളികൾ നദിയിലേക്കു തള്ളിയിറക്കാൻ കിണഞ്ഞുശ്രമിച്ചുകൊണ്ടിരുന്നു. എന്നാൽ പെട്ടെന്നാണ് അങ്ങകലെയായി അതിഭയങ്കരമായ ഒരു

അലർച്ച കേട്ടത്. അവർ അമ്പരപ്പോടെ നാലുപാടും നോക്കി. പാറക്കെട്ടിൽ മറഞ്ഞുനിന്ന് മെല്ലെ ചെവിയോർത്തു.

കത്തുന്ന കണ്ണുകളുമായി ഒരു പടുകൂറ്റൻ ചെന്നായ അവരുടെ തൊട്ടുമുന്നിൽ എവിടെനിന്നോ ഓടിക്കിതച്ചെത്തി. എന്തുചെയ്യണമെന്നറിയാതെ അവർ ഞെട്ടിവിറച്ചു നിൽക്കേ നിയന്ത്രണം വിട്ടപോലെ അത് അവരുടെ തലയ്ക്കുമുകളിലൂടെ അപ്പുറത്തേക്കു ചാടി ഓടി മറഞ്ഞു. തൊട്ടുപിന്നാലെ അലറിക്കുരച്ചുകൊണ്ട് ഒരു പറ്റം വേട്ടനായ്ക്കൾ. ചെന്നായ പിൻതുടർന്ന് അവ മിന്നൽ വേഗത്തിൽ പാഞ്ഞുവരികയാണ്.

പാറയുടെ വിടവിലൂടെ മറ്റൊരു ചെറിയ ഗുഹയ്ക്കുള്ളിലേക്കാണ് ചെന്നായ് ഓടിക്കയറിപ്പോയത്. പിന്നാലെവന്ന നായ്ക്കളും അതേ വഴിയിലൂടെ ശരവേഗത്തിൽ ഉള്ളിലേക്കു കടന്നു.

ഞൊടിയിടകൊണ്ട് അരാമിസ് ഒരു വലിയ കല്ലെടുത്ത് തുരങ്കത്തിന്റെ വിള്ളൽ ഭദ്രമായി അടച്ചുവെച്ചു. അകത്ത് ഭീതിദമായ ഏതൊക്കെയോ ശബ്ദങ്ങളും മുരളലുകളും ഉയർന്നുകേട്ടു. പെട്ടെന്നു തന്നെ അവ നേർത്തുനേർത്ത് തീരെ ഇല്ലാതെയായി.

ആയുധധാരികളായ ഒരു പറ്റം യോദ്ധാക്കൾ തൊട്ടുപിന്നാലെ അവിടെ വന്നെത്തി. പുകഞ്ഞു കത്തുന്ന പന്തത്തിന്റെ വെളിച്ചത്തിൽ അവർ അവിടമാകെ അരിച്ചുപെറുക്കാൻ തുടങ്ങി. അരാമിസും കൂട്ടാളികളും ശ്വാസമടക്കി പാറകളുടെ പിന്നിൽ മറഞ്ഞിരുന്നു. സംഭ്രമജനകമായ നിമിഷങ്ങളാണു കടന്നുപോയത്. പലപ്രാവശ്യം അവർ അരാമിസിനു തൊട്ടടുത്തു കൂടി കടന്നുപോയെങ്കിലും അദ്ദേഹം അവരുടെ ദൃഷ്ടിയിൽ പെട്ടില്ല. നീണ്ടതിരച്ചിലിനുശേഷം എന്തൊക്കെയോ ശാപവാക്കുകൾ പറഞ്ഞുകൊണ്ട് അവർ മടങ്ങിപ്പോകുന്നത് അരാമിസും സംഘവും വലിയ ആശ്വാസത്തോടെ നോക്കിനിന്നു. അവർ മടങ്ങിവരില്ല എന്നുറപ്പാക്കിയശേഷം ഒരു ദീർഘനിശ്വാസത്തോടെ അരാമിസ് പറഞ്ഞു:

"ഈ ബോട്ട് അവർ കണ്ടിരുന്നെങ്കിൽ നമ്മുടെ ഭാവി പരിപാടികൾ അവതാളത്തിലാകുമായിരുന്നു. ആ നായ്ക്കൾ ചെന്നായയുടെ പിറകേ ഗുഹയ്ക്കുള്ളിലേക്കു കയറിപ്പോയതുകൊണ്ട് നമ്മുടെ കാര്യം രക്ഷപ്പെട്ടു. അല്ലെങ്കിൽ അവറ്റകൾ നമ്മെ കൊന്നുതിന്നേനെ." പെട്ടെന്ന് അത്യുച്ചത്തിലുള്ള വെടിയൊച്ച കേട്ടു. ആയുധങ്ങൾ തമ്മിൽ കൂട്ടിമുട്ടുന്ന ശബ്ദം. ആക്രോശങ്ങൾ നിലവിളികൾ. അരാമിസും സംഘവും വീണ്ടും കുറ്റിക്കാട്ടിലൊളിച്ചു ശ്വാസം പിടിച്ചിരുന്നു. എഴുപത്തിയഞ്ചോളം ഫ്രഞ്ചു പട്ടാളക്കാരടങ്ങുന്ന ഒരു സംഘം വിജയാരവങ്ങളോട് അവരുടെ മുന്നിൽക്കൂടി കടന്നുപോകുകയാണ്.

ഇടയ്ക്ക് സേനാനായകന്റെ അലർച്ച: "ഒരിലപോലും വെച്ചേക്കരുത്. എല്ലാറ്റിനേം ചുട്ടുകരിക്കുക."

അവർ ഇരുളിലേക്കു പോയിമറഞ്ഞപ്പോൾ പോർത്തോസ് വീണ്ടും തങ്ങളുടെ ബോട്ട് നദിയിലേക്കു തള്ളിയിറക്കാനുള്ള ശ്രമം തുടങ്ങി. അഞ്ചുകുതിരകളെക്കൊണ്ട് കെട്ടിവലിപ്പിച്ചെങ്കിലും ബോട്ട് ചലിക്കുന്നി

ല്ല. ഒരു മണിക്കൂറിലധികം ശ്രമിച്ചിട്ടും ബോട്ട് അതേപടി കിടന്നു. വിയർത്തുകുളിച്ചുനിന്ന പോർത്തോസിനോട് അരാമിസ് പറഞ്ഞു:

“അപകടം നിറഞ്ഞ ഈ സന്ദർഭത്തിൽ ബോട്ട് നദിയിലേക്കിറക്കുന്നത് വലിയ സാഹസമാണ്. അവർ നമ്മെ കണ്ടുപിടിക്കും. നമ്മൾ ഇത്രയും പേരെ ഭസ്മമാക്കാൻ അവർക്ക് കേവലം ഒന്നോ രണ്ടോ വെടിയുണ്ട മതി. മറ്റെന്തെങ്കിലും സുരക്ഷിതമായ മാർഗം കണ്ടെത്തിയേ മതിയാകൂ.”

അവർ കൂട്ടായി ആലോചിച്ച് ഒരു തന്ത്രം മെനഞ്ഞുണ്ടാക്കി.

ഗുഹയുടെ ഉള്ളിൽ ഒരു പന്തം കൊളുത്തിവെച്ചശേഷം അവർ മറഞ്ഞു നിന്നു. ഒട്ടും വൈകാതെതന്നെ ഈ വെളിച്ചം സേനാനായകന്റെ ദൃഷ്ടിയിൽപ്പെട്ടു.

അയാൾ പടയാളികളോട് ഉറക്കെ വിളിച്ചു പറഞ്ഞു:

“ആ ഗുഹയ്ക്കുള്ളിൽ വെളിച്ചം കാണുന്നു. നശിപ്പിക്കവനെ.”

ഭടന്മാർ ഓരോരുത്തരായി വെളിച്ചം കണ്ട ദിക്കിലേക്ക് പാഞ്ഞടുത്തു.

ഗുഹയ്ക്കുള്ളിൽ കുറ്റിച്ചെടികളും പായലും നിറഞ്ഞ കുടുസ്സായ ഒരിടത്ത് വലംകൈയിൽ ഒരു വലിയ ഇരുമ്പു ദണ്ഡുമായി ആജാനബാഹുവായ പോർത്തോസ് കരുതലോടെ പതുങ്ങിനിൽക്കുന്നുണ്ടായിരുന്നു.

ഇരുളിലൂടെ തപ്പിത്തടഞ്ഞ് അകത്തേക്കു കയറിവന്നുകൊണ്ടിരുന്ന ഓരോ പടയാളിയുടെയും തലയുടെ പിൻഭാഗത്ത് പോർത്തോസ് തന്റെ സർവശക്തിയും സംഭരിച്ച് ഇരുമ്പുവടികൊണ്ട് ആഞ്ഞടിച്ചു. അടി കൊണ്ടവർ അവിടെത്തന്നെ ബോധരഹിതരായി പിടഞ്ഞു വീണു. എങ്ങും ഇരുട്ടായതിനാൽ എന്താണു സംഭവിക്കുന്നതെന്ന് ആർക്കും മനസിലായില്ല. അധികം താമസിയാതെ ഭടന്മാരുടെ ഒരു വലിയ കൂമ്പാരം അവിടെ രൂപപ്പെട്ടു.

അരാമിസ് പരിസരം സസൂക്ഷ്മം നിരീക്ഷിച്ചുകൊണ്ട് പോർത്തോസിന്റെ സമീപത്തുതന്നെ നിലയുറപ്പിച്ചിരുന്നു. അൽപ്പംകഴിഞ്ഞ് വെടിമരുന്നു നിറച്ച ബാരലുകൾ എടുത്തുകൊണ്ടുവന്ന് പോർത്തോസ് അദ്ദേഹത്തെ ഏൽപ്പിച്ചു. അബോധാവസ്ഥയിൽ കിടന്ന ഭടന്മാരുടെ മേൽ വെടിമരുന്നു തൂകി തീകൊളുത്തി. തൊട്ടടുത്തനിമിഷം ചെവിയടപ്പിക്കുന്ന ഒരു പൊട്ടിത്തെറിയുടെ ശബ്ദമുയർന്നു. ഗുഹ മൂടിനിന്ന പാറക്കല്ലുകൾ നാലുപാടും ചിന്നിച്ചിതറി. തീജ്വാലകൾ ആകാശത്തേക്കുയർന്നു പൊങ്ങി. പട്ടാളക്കാരുടെ ഞെരക്കം അൽപ്പനേരം കൂടി നീണ്ടുനിന്നു. പിന്നെ എല്ലാം ശാന്തമായി.

അരാമിസ് പുറത്തുചാടി പോർത്തോസ് വരുന്നതും കാത്തുനിന്നു. കാണാതായപ്പോൾ അദ്ദേഹം വീണ്ടും അകത്തു കടന്നു. നിലത്തുകൂടി തീരെ അവശനായി വലിഞ്ഞിഴഞ്ഞു വരുന്ന പോർത്തോസിനെ കണ്ട് അദ്ദേഹം ഞെട്ടിപ്പോയി. പോർത്തോസിന്റെ വലതുകാലിന്റെ ചലനശേഷി

നഷ്ടപ്പെട്ടുപോയിരുന്നു. എഴുന്നേൽക്കാനാവാതെ അദ്ദേഹം കഷ്ടപ്പെടുന്നതു കണ്ട് അരാമിസിന്റെ കണ്ണു നിറഞ്ഞു.

അരാമിസ് അദ്ദേഹത്തിന്റെ കൈപിടിച്ച് നദീതീരം വരെ കൊണ്ടു ചെന്നെത്തിച്ചു.

"നമുക്കു പോകാം പോർത്തോസ്, വളരെ വൈകിപ്പോയി." പോർത്തോസിന്റെ തീപ്പൊള്ളലറ്റു കരുവാളിച്ച മുഖത്തേക്കു നോക്കി അരാമിസ് പറഞ്ഞു. അദ്ദേഹം സമ്മതഭാവത്തിൽ തലകുലുക്കി.

പൊട്ടിത്തെറിയുടെ ശബ്ദമുയർന്നത് പെട്ടെന്നായിരുന്നു. തീനാളങ്ങൾക്കൊപ്പം വലിയ പാറക്കഷണങ്ങൾ ആകാശത്തോളമുയർന്ന് അതിഭയങ്കരമായ ശബ്ദത്തോടെ നിലംപതിച്ചു. മരങ്ങൾ കടപുഴകി.

ദൂരേക്കു തെറിച്ചുപോയ പോർത്തോസിന്റെ പുറത്ത് ഒരു വലിയ പാറക്കഷണം വന്നുവീണു. തീരെ അപ്രതീക്ഷിതമായ ഈ ആഘാതത്തിൽ ഞെട്ടിവിറച്ചുപോയ അദ്ദേഹം ഒരു അലർച്ചയോടെ കമഴ്ന്നുവീണു. രക്തത്തിൽ കുളിച്ചുകിടന്ന അദ്ദേഹം പതുക്കെ മുട്ടുകാലിൽ ഇഴഞ്ഞു നീങ്ങാൻ ശ്രമിച്ചു. പെട്ടെന്നു അവിടെത്തന്നെ തളർന്നുവീണു.

തീരെ അവശനായിരുന്ന അദ്ദേഹത്തിന് ഒരിഞ്ചുപോലും സ്വയം നീങ്ങാനാകുമായിരുന്നില്ല.

ശബ്ദം കേട്ട ദിക്കിലേക്ക് അരാമിസ് ഓടിക്കിതച്ചെത്തി. ഇരുട്ടിൽ പാറക്കൂട്ടങ്ങൾക്കിടയിൽ പരതി.

"പോർത്തോസ് നിങ്ങൾ എവിടെയാണ്?" അദ്ദേഹം മറുപടിക്കു ചെവിയോർത്തുനിന്നു. അൽപ്പം കഴിഞ്ഞ് പാറകൾക്കിടയിൽ നിന്നും പോർത്തോസിന്റെ ദീനരോദനം ഉയർന്നു. "ഞാൻ ഇവിടെയുണ്ട്."

പോർത്തോസിന്റെ ദയനീയാവസ്ഥ കണ്ട് അരാമിസ് വിറങ്ങലിച്ചു നിന്നു. തന്റെ ശക്തിയും ധൈര്യവും പെട്ടെന്നു ചോർന്നുപോയതായി അദ്ദേഹത്തിനു തോന്നി.

വിറയ്ക്കുന്ന കൈയുയർത്തി പോർത്തോസ് അരാമിസിനെ എത്തിപ്പിടിക്കാൻ നോക്കി. വികലമായ ശബ്ദത്തിൽ എന്തൊക്കെയോ പറയാൻ ശ്രമിച്ചു. പെട്ടെന്നു കണ്ണുകളടച്ചു.

ചലനമറ്റുകിടക്കുന്ന തന്റെ ആത്മമിത്രത്തിനോടു അരാമിസ് അവസാനമായി യാത്ര പറഞ്ഞു. കുനിഞ്ഞ ശിരസ്സുമായി പതുക്കെ നടന്ന് ബോട്ടിൽ കയറിയിരുന്നു.

കിഴക്ക് വെള്ളവീശിത്തുടങ്ങിയിരുന്നു. നല്ല തണുത്തകാറ്റ്. അരാമിസും കൂട്ടരും കയറിയ ബോട്ട് ഇപ്പോൾ സ്പെയിൻ തീരത്തേക്കാണു പൊയ്ക്കൊണ്ടിരിക്കുന്നത്.

അരാമിസ് വിദൂരതയിലേക്കു നോക്കി നിശ്ചലനായി ഇരിക്കുകയാണ്. അദ്ദേഹത്തിന്റെ മുഖം മ്ലാനമായിരുന്നു. തന്റെ സുഹൃത്തിന്റെ അകാലവിയോഗം അദ്ദേഹത്തിന് വലിയ ആഘാതമായി.

നാവികരുടെ ബഹളം കേട്ടാണ് അരാമിസ് ചിന്തയിൽ നിന്നുണർന്നത്.

“ഒരു കപ്പലിൽ ആരോ നമ്മളെ പിൻതുടരുന്നുണ്ട്.” ആരോ വിളിച്ചു പറയുന്നു.

അരാമിസ് ഒന്നു ഞെട്ടി. പെട്ടെന്നു ചാടിയെണീറ്റു. നാവികൻ ചൂണ്ടിക്കാണിച്ച ദിശയിലേക്കു നോക്കി അതെ. ശരിയാണ്. ഒരു കൂറ്റൻ പായ്ക്കപ്പൽ അതു ബോട്ടിന്റെ നേർക്കുവരികയാണ്. ഒരു വെടിയുടെ ശബ്ദം അവരുടെ വരവ് അറിയിക്കുന്ന അടയാളം.

“ഞങ്ങൾ എന്തു ചെയ്യണം. അങ്ങേക്കു വേണ്ടി ജീവൻ കളയാൻ പോലും തങ്ങൾ തയാറാണ്.” അരാമിസിന്റെ ചുറ്റും ചേർന്നുനിന്ന് നാവികർ ചോദിച്ചു.

‘‘അൽപ്പം ക്ഷമിക്കുക. നിങ്ങൾ യാതൊന്നും ചെയ്യേണ്ടതില്ല. തൽക്കാലം ബോട്ട് നിർത്തിയിടുക.” നാവികർ പങ്കായങ്ങൾ താഴെയിട്ടു. ബോട്ടു ഓളപ്പരപ്പിൽ ചാഞ്ചാടി അവിടെത്തന്നെ നങ്കൂരമിട്ടു കിടന്നു.

കപ്പൽ വീണ്ടും അടുക്കുകയാണ്. ഇപ്പോൾ ഏതാനും മൈൽ ദൂരെ മാത്രം.

ഊരിപ്പിടിച്ച വാളും തോക്കുകളുമായി പടയാളികൾ കപ്പലിന്റെ തട്ടിൽ നിരന്നു നിൽക്കുന്നത് ഇപ്പോൾ വ്യക്തതയോടെ കാണാം. ഉച്ചഭാഷിണിയിലൂടെ ക്യാപ്റ്റന്റെ കനത്ത ശബ്ദം മുഴങ്ങി. “കീഴടങ്ങുക.” അരാമിസിന്റെ മുഖത്ത് പരിഭ്രമത്തിന്റെ ലക്ഷണമൊന്നും കണ്ടില്ല. കൈ ഉയർത്തി അദ്ദേഹം എന്തോ ആംഗ്യങ്ങൾ കാണിച്ചു. വെള്ളത്തുണി ഉയർത്തി വീശി.

ഒരു പടക്കുതിരയെ പോലെ കിതച്ചുകൊണ്ട് കപ്പൽ തൊട്ടടുത്തെത്തിയപ്പോൾ ബോട്ട് ശക്തിയായി ഉലഞ്ഞു. തൊട്ടുപിന്നാലെ കണ്ണഞ്ചിപ്പിക്കുന്ന പ്രകാശം ബോട്ടിൽ വന്നുപതിച്ചു. ഇപ്പോൾ കപ്പലിലുള്ളവർക്ക് ബോട്ടിലുള്ള സർവതും വ്യക്തമായി കാണാം.

“കീഴടങ്ങുക. ചെറുത്തു നിൽക്കാനുള്ള ശ്രമം ഉപേക്ഷിക്കുന്നതായിരിക്കും നല്ലത്. അല്ലെങ്കിൽ അടുത്ത നിമിഷം വെടിപൊട്ടും.’’ ക്യാപ്റ്റന്റെ അലർച്ച.

കപ്പലിലുള്ളവർ താഴെ ബോട്ടിലേക്കു കണ്ണുംനട്ടു നിൽക്കുകയാണ്.

“ഞങ്ങൾ കീഴടങ്ങുന്നു.” ബോട്ടിലുള്ളവർ വിളിച്ചുപറഞ്ഞു.

“വളരെ നല്ല കുട്ടികൾ. നിങ്ങളെ ഞങ്ങൾ ജീവനോടെ കൊണ്ടുപോകുന്നു. പക്ഷേ, നിങ്ങളോടൊപ്പമുള്ള സേനാനായകന് എന്തു സംഭവിക്കുമെന്ന് ഇപ്പോൾ ഉറപ്പു പറയാനാവില്ല.”

“ഞങ്ങളുടെ കാര്യത്തിൽ ആരാണ് ഉറപ്പുനൽകുന്നത്?” നാവികർ ചോദിച്ചു.

“പമോന എന്ന ഈ കപ്പലിന്റെ ലഫ്റ്റനന്റാണു ഞാൻ. എന്റെ പേര് പ്രസിംഗ്നി. നിങ്ങളുടെ നായകൻ ഒഴിച്ച് ബാക്കിയുള്ളവരുടെ സുരക്ഷിതത്വം ഞാൻ ഏൽക്കുന്നു. എന്നെ നിങ്ങൾക്കു നൂറുശതമാനവും വിശ്വസിക്കാം.” സംഭ്രമജനകമായ നിമിഷങ്ങൾ കടന്നുപൊയ്ക്കൊണ്ടിരുന്നു. ഒടുവിൽ അരാമിസ് മുന്നോട്ടുവന്നു.

അദ്ദേഹം കുനിഞ്ഞുനിന്ന് കടൽവെള്ളത്തിൽ വിരലുകൾ താഴ്ത്തി.

അദ്ദേഹത്തിന്റെ മുഖഭാവം മാറി. കുറച്ചു നേരം പ്രക്ഷുബ്ധമായ കടലിലേക്കു തുറിച്ചു നോക്കിക്കൊണ്ടുനിന്നു. പെട്ടെന്ന് തലയുയർത്തി ക്യാപ്റ്റനെ നോക്കി. ആ കണ്ണുകളിൽ ഏതോ വന്യമായ ഭാവം നിഴലിക്കുന്നത് ക്യാപ്റ്റൻ കണ്ടു. അയാളുടെ മുഖം വിളറി വെളുത്തു.

"കോണി താഴേക്കിടുക." അരാമിസിന്റെ വെടി പൊട്ടും വിധമുള്ള ശബ്ദംകേട്ട് ക്യാപ്റ്റന്റെ ഹൃദയം ശക്തിയായി മിടിച്ചു.

കോണി പതിയെ താഴേക്കിറങ്ങിവന്നു. അരാമിസ് പെട്ടെന്ന് അതിൽ പിടിച്ചുകയറി.

ക്യാപ്റ്റനും ആയുധധാരികളായ പടയാളികളും ഈ രംഗം വീക്ഷിച്ച് കപ്പലിന്റെ തട്ടിൽ നിരന്നുനിൽക്കുന്നുണ്ടായിരുന്നു.

ഉറച്ച കാൽവയ്പുകളോടെ അരാമിസ് ക്യാപ്റ്റന്റെ നേരെ ചെന്നു. കണ്ണുകളിലേക്ക് ഇമയനങ്ങാതെ നോക്കി കൈകൊണ്ട് എന്തോ ആംഗ്യംകാണിച്ചു. ക്യാപ്റ്റന്റെ മുഖത്ത് പുഞ്ചിരി വിടർന്നെങ്കിലും അദ്ദേഹം ബഹുമാനപുരസരം തല കുമ്പിട്ടുനിന്നു.

നാവികർ എന്താണു സംഭവിക്കുന്നതെന്നറിയാതെ ശ്വാസമടക്കിപ്പിടിച്ചു. രത്നമോതിരം ധരിച്ചിരുന്ന തന്റെ ഇടതുകൈ അദ്ദേഹം ക്യാപ്റ്റന്റെ കണ്ണിനുനേരേ നീട്ടി. ക്യാപ്റ്റൻ നടുങ്ങി. നിശ്ചലനായിനിന്നു. അദ്ദേഹത്തെ അഭിവാദ്യം ചെയ്തു.

തന്റെ ഓഫീസുമുറിക്കുള്ളിലേക്ക് ക്യാപ്റ്റൻ അരാമിസിനെ ആനയിച്ചു. തൊട്ടുപിന്നാലെ ക്യാപ്റ്റനും അതിനുള്ളിൽ കടന്നു.

കപ്പലിലെ പടയാളികൾ ശ്വാസമടക്കിപ്പിടിച്ചു നിൽക്കുമ്പോൾ താഴെ ബോട്ടിലുണ്ടായിരുന്നവർ ഓരോരുത്തരായി കോണിവഴി കപ്പലിലേക്കു കയറിവന്നുകൊണ്ടിരുന്നു.

കപ്പൽ ചലിച്ചുതുടങ്ങി. അൽപ്പം കഴിഞ്ഞ് ഓഫീസ് മുറിയുടെ വാതിൽ തള്ളിത്തുറന്ന് ക്യാപ്റ്റൻ പുറത്തേക്കു വന്നു. കപ്പലിന്റെ ദിശ സ്പെയിൻ തീരത്തേക്കു മാറ്റുവാൻ നാവികർക്കു നിർദേശം കൊടുത്തു.

അന്നുരാത്രി അരാമിസ് ആരോടും ഒരക്ഷരം സംസാരിച്ചില്ല. പോർത്തോസിനെപ്പറ്റിയുള്ള ഓർമകളാണ് അദ്ദേഹത്തെ അലട്ടിക്കൊണ്ടിരുന്നത്. ഈ ലോകത്ത് താൻ ഒറ്റപ്പെട്ടുപോയതുപോലെ അദ്ദേഹത്തിന് തോന്നി. ഏറെനേരം ഇരുട്ടിലേക്കു മിഴിച്ചുനോക്കിയിരുന്നു. ഇടയ്ക്ക് കുറേനേരം മരക്കട്ടിലിൽ തളർന്നുകിടന്നു. ഒരു പോള കണ്ണടയ്ക്കാതെ നേരം വെളുപ്പിച്ചു.

അരാമിസ് തലയിണയായി ഉപയോഗിച്ച തടിക്കഷണങ്ങൾ നനഞ്ഞിരുന്നതായി ക്യാപ്റ്റൻ ശ്രദ്ധിച്ചു. തലേന്നു രാത്രിയിലെ മഞ്ഞുതുള്ളികളായിരിക്കുമെന്ന് അദ്ദേഹം കരുതി. പക്ഷേ, ധീരനും അഭിമാനിയുമായ ഒരു പടയാളിയുടെ കണ്ണുകളിൽനിന്നും ആദ്യമായി അടർന്നുവീണ ചുടുനീർത്തുള്ളികളാണ് ആ പലകയെ ഈർപ്പമണിയിച്ചതെന്ന് ക്യാപ്റ്റന് അറിയാമായിരുന്നില്ല.

നാന്റ്സിലെത്തിയ അർട്ടഗ്നൻ രാജാവിനെ മുഖം കാണിക്കാനായി പുറത്തുകാത്തുനിന്നു. തലേന്നു രാത്രി വൈകി കിടന്നതിനാൽ രാജാവ് ഉറക്കമെണീക്കാൻ വൈകുമെന്നറിയിച്ചതോടെ മടങ്ങിപ്പോയി. മണിക്കൂറുകൾക്കുശേഷം വീണ്ടും അന്വേഷിച്ചപ്പോൾ അദ്ദേഹം വലിയ തിരക്കിലാണെന്ന മറുപടിയാണുണ്ടായത്. വൈകുന്നേരം വരെ കാത്തുനിന്നിട്ടും അകത്തേക്കു കടത്തിവിട്ടില്ല.

തന്റെ രാജിക്കത്ത് അദ്ദേഹം അംഗീകരിച്ചുകാണുമെന്നും തന്നെ അദ്ദേഹം അവഗണിക്കുന്നതിന്റെ കാരണം അതായിരിക്കുമെന്നും അർട്ടഗ്നൻ മനസിൽ കരുതി.

വെന്നെസിലേക്കു പോകാനാണ് അർട്ടഗ്നൻ ഉദ്ദേശിച്ചത്. അതിനായി കുതിരയെ തയാറാക്കി നിർത്തി. കൈത്തോക്കുകളും പണവും അടങ്ങുന്ന സഞ്ചിയും കയ്യിലെടുത്തു.

കുതിരപ്പുറത്ത് കുറച്ചുദൂരം പിന്നിട്ടപ്പോഴേക്കും പന്ത്രണ്ടു കുതിരപ്പടയാളികളുടെ ഒരു സംഘം തൊട്ടുമുന്നിൽ. അർട്ടഗ്നനൻ ഒന്നു പതറി.

പടയാളികളിൽ ഒരാൾ ഗൗരവത്തോടെ അറിയിച്ചു:

“ലൂയി പതിനാലാമൻ അങ്ങയെ കാണാൻ ആഗ്രഹിക്കുന്നു.”

തികട്ടിവന്ന കോപം ഉള്ളിലൊതുക്കി അദ്ദേഹം കുതിരയെ വന്ന വഴി തന്നെ തിരിച്ചുവിട്ടു.

ലൂയി പതിനാലാമൻ വളരെ അസ്വസ്ഥനായിരുന്നു. അർട്ടഗ്നനെ അരിശത്തോടെ നോക്കിയശേഷം രാജാവു ചോദിച്ചു.

“ബെല്ലി ദ്വീപിൽ നിങ്ങൾ എന്തൊക്കെ കോപ്രായങ്ങളാണു കാട്ടിക്കൂട്ടിയത്? ഞാൻ പറഞ്ഞേൽപ്പിച്ചത് അതൊക്കെയാണോ?”

അർട്ടഗ്നന്റെ മറുപടി പെട്ടെന്നായിരുന്നു.

“അങ്ങ് അവിടേക്ക് അയച്ച എല്ലാവരോടും ഇതേ ചോദ്യം തന്നെ ചോദിക്കണമായിരുന്നു. പതിനായിരക്കണക്കിനു കാര്യങ്ങളാണ് അങ്ങ് ഓരോരുത്തരെയും ഏൽപ്പിച്ചത്. എന്റെ നീക്കങ്ങൾ രഹസ്യമായി നിരീക്ഷിച്ചു വിവരം നൽകാൻ അങ്ങ് ആറോ ഏഴോ പേരെ നിയോഗിച്ചിരുന്നതായി എനിക്കറിയാം. താൻ എല്ലാത്തരത്തിലും പീഡിപ്പിക്കപ്പെടുകയായിരുന്നു. പരസ്പര വിശ്വാസമാണ് ഏറ്റവും വലുത്. ഞാൻ രാജിവയ്ക്കാനുള്ള പ്രധാന കാരണവും അതുതന്നെയാണ്.”

രാജാവിന്റെ മുഖം കറുത്തു. പല്ലുകടിച്ചുകൊണ്ട് അദ്ദേഹം അർട്ടനുനേരെ ചീറിയടുത്തു.

“ശത്രുക്കളോടു കൂട്ടുചേർന്ന് നിങ്ങൾ എന്നെ വഞ്ചിക്കുകയായിരുന്നു.” അർട്ടഗ്നൻ വികാരാധീനനായി. “എന്റെ ആത്മസുഹൃത്തുക്കളെ കൊന്നൊടുക്കാൻ അങ്ങ് എന്നെത്തന്നെ നിയോഗിച്ചത് കൊടും ക്രൂരതയായിപ്പോയി.”

മറുപടി കേട്ട് ലൂയി പതിനാലാമന്റെ കോപം ഇരട്ടിച്ചു. അർട്ടഗ്നനു നേരെ വിരൽ ചൂണ്ടിക്കൊണ്ടു പറഞ്ഞു:

“നിങ്ങൾ സേവിക്കേണ്ടത് രാജാവിനെയാണ്. കൂട്ടുകാരെയല്ല. രാജാ

വിന്റെ സേവകരെന്നും പറഞ്ഞ് നടക്കുന്ന കുറേ രാജ്യദ്രോഹികളുണ്ടിവിടെ. എന്റെ ആഹാരവും കഴിച്ച് എനിക്കെതിരെ പടനയിക്കലാണ് അവരുടെ പണി. പക്ഷേ നിങ്ങൾ മൂഢസ്വർഗത്തിലാണ്. മിസ്റ്റർ അർട്ടഗ്നൺ."

അർട്ടഗ്നൻ നിശ്ചലനായി നിന്നു. പിരിമുറുക്കത്തിന് അൽപ്പം അയവുവന്നപ്പോൾ പതുക്കെ പറഞ്ഞു.

"അങ്ങ് എന്നെ തെറ്റിദ്ധരിച്ചിരിക്കുകയാണ്. രാജ്യദ്രോഹികളുടെ ഗണത്തിൽപ്പെടുന്ന ആളല്ല ഞാൻ. എന്റെ സുഹൃത്തുക്കളാരും അങ്ങേയ്ക്കെതിരെ ഗൂഢാലോചനകൾ നടത്തിയിട്ടില്ല. കാര്യം മനസിലാക്കാതെ എന്നെ കുറ്റപ്പെടുത്തരുത്. അപകടകരമായ ഒരുപാടു സന്ദർഭങ്ങളിൽ അങ്ങയോടൊപ്പം ഈ എളിയവനുമുണ്ടായിരുന്നു. വ്യാക്സിൽവെച്ച് ഫ്രാൻസിലെ രാജാവ് ആരാണെന്ന വിഷയത്തെപ്പറ്റി തർക്കമുണ്ടായപ്പോൾ അങ്ങേക്കുവേണ്ടി വാദിച്ചത് ഈ ഞാൻ മാത്രമാണ്. അതു മറക്കണ്ട."

അർട്ടഗ്നന്റെ കണ്ഠമിടറി. രാജാവിന്റെ മനസിൽ തന്റെ സഹോദരൻ ഫിലിപ്പിയുടെ ചിത്രം ഒരു നിമിഷം മിന്നിമറഞ്ഞു. ഫിലിപ്പിയുടെ ഗദ്ഗദം ഒരു കൊടുങ്കാറ്റിന്റെ വേഗതയിൽ അദ്ദേഹത്തിന്റെ സിരകളിലൂടെ വീശിയടിച്ചു. അദ്ദേഹം വിഷണ്ണനായി തലകുമ്പിട്ടിരുന്നു. അൽപ്പം കഴിഞ്ഞ് അർട്ടഗ്നന്റെ മുഖത്തേക്കുറ്റുനോക്കി. ഒരു ദീർഘനിശ്വാസത്തോടെ അദ്ദേഹം പറഞ്ഞു:

"ഈ നാടിന്റെയും നാട്ടുകാരുടെയും അധിപനാണ് ഞാൻ. എന്റെ സഭാവാസികളെ നോക്കൂ. എത്ര വിനയാന്വിതരാണവർ? അനുസരണയുള്ള ഒരാളായി താങ്കൾക്ക് ഇവിടെ എത്രകാലം വേണമെങ്കിലും തുടർന്നുപോകാം. അല്ലെങ്കിൽ ഈ നിമിഷം പിരിഞ്ഞുപോകാം. ആരും തടയാൻ വരില്ല. താങ്കൾ സമർഥനും ധർമനിഷ്ഠയുള്ളവനുമാണെന്ന് മറ്റാരേക്കാൾ കൂടുതൽ എനിക്കറിയാം. പക്ഷേ നിങ്ങൾ ഇവിടം വിട്ടുപോകുന്നതാണ് നല്ലതെന്ന് എനിക്കു തോന്നുന്നു. പിന്നെ മറ്റൊരു പ്രധാനകാര്യം. ഇന്നുമുതൽ ഞാൻ പഴയ ലൂയി പതിനാലാമനല്ല. പുതിയ ആളാണ്. അതും ഓർമ വേണം."

ലൂയി പതിനാലാമന്റെ വാക്കുകൾ കേട്ട് അർട്ടഗ്നൻ ചിന്താമൂകനായി നിന്നു. രാജാവ് വീണ്ടും ചോദിച്ചു.

"നിങ്ങൾ എന്തു തീരുമാനിച്ചു. രാജി നിർബന്ധമാണോ?"

രാജാവിനെ ആദരവോടെ നോക്കി അർട്ടഗ്നൻ മറുപടി പറഞ്ഞു.

"ഇവിടെ മുഴുവനും സ്തുതിപാഠകരാണ്. അത്തരം ഒരാളല്ല ഞാൻ. നേരും നെറിയുമുള്ള രാജസേവകനാണ്. എന്തും ഏതും എവിടെയും വെട്ടിത്തുറന്നു പറയാൻ എനിക്കു മടിയില്ല. തല ഉയർത്തിപ്പിടിച്ചു നടക്കുന്നതാണ് എനിക്കിഷ്ടം. കഴിഞ്ഞ മുപ്പതിലേറെ വർഷമായി നാടിനുവേണ്ടി മുറിവുകളും വേദനകളും വേണ്ടത്ര അനുഭവിച്ചിട്ടുണ്ട്. അവസാനശ്വാസം വരെ ഞാനതു തുടർന്നു പോകുകയും ചെയ്യും. അങ്ങയുടെ സേവകനായി ഇനിയുള്ളകാലവും തുടരാനാണ് എനിക്കിഷ്ടം."

രാജാവിന്റെ മുഖത്ത് പുഞ്ചിരി വിടർന്നു. അർട്ടഗ്നന്റെ പുറത്തുതട്ടി അഭിനന്ദിച്ചു. ഉച്ചത്തിൽ പൊട്ടിച്ചിരിച്ചുകൊണ്ട് രാജാവു പറഞ്ഞു. ഇപ്പോൾ എനിക്ക് ശത്രുക്കളാരുമില്ല.

പോകാനൊരുങ്ങുമ്പോൾ ലൂയി പതിനാലാമൻ എണീറ്റ് അർട്ടഗ്നന്റെ അടുത്തേക്കു ചെന്നു. ചുറ്റുപാടും നിരീക്ഷിച്ചശേഷം ശബ്ദം താഴ്ത്തി പറഞ്ഞു.

“കുഴപ്പം പിടിച്ച ഒരു പ്രശ്നം കൂടിയുണ്ട്. അതിന്റെ സർവചുമതല കളും നിങ്ങളെ ഏൽപ്പിക്കുകയാണ്. വിശദവിവരങ്ങൾ പിന്നീടറിയിക്കും. അതുവരെ തിന്നും കുടിച്ചും മതിയാവോളം ആനന്ദിച്ചും ഇവിടെ അതിഥി മന്ദിരത്തിൽ താമസിച്ചു കൊള്ളുക.”

പത്തൊൻപത്

പോർത്തോസ് തന്റെ വിൽപ്പത്രം വളരെ നേരത്തെതന്നെ തയാറാക്കിവെച്ചിട്ടുണ്ടായിരുന്നു. അതു രജിസ്റ്റർ ചെയ്യുന്നതുമായി ബന്ധപ്പെട്ട കാര്യങ്ങൾ നടക്കുന്നതിനിടെയാണ് അർട്ടഗ്നൻ വെന്നീസിൽ എത്തിച്ചേരുന്നത്.

പോർത്തോസിന് സന്താനങ്ങളുണ്ടായിരുന്നില്ല. തന്റെ സമ്പാദ്യത്തിന്റെ സിംഹഭാഗവും സ്വന്തം മകനെപ്പോലെ അദ്ദേഹം കണക്കാക്കിയിരുന്ന റായൂളിന്റെ പേരിലാണ് എഴുതിവെച്ചിരുന്നത്. തന്റെ പരിചാരകർക്കും വിശ്വസ്തസേവകർക്കും നിശ്ചിത വിഹിതം മാറ്റിവയ്ക്കാനും അദ്ദേഹം മറന്നില്ല. തന്റെ വിലപിടിപ്പുള്ള വസ്തുക്കൾ മോസ്കിറ്റോൺ എന്ന കാര്യസ്ഥനും എഴുതിവെച്ചു.

പോർത്തോസിന്റെ വിയോഗത്തിനുശേഷം ഏറെ ദുഃഖിതനും നിരാശനുമായിരുന്നു മോസ്കിറ്റോൺ. അദ്ദേഹത്തിന്റെ പഴയ ഉത്സാഹവും ചുറുചുറുക്കും എങ്ങോ നഷ്ടപ്പെട്ടു. മരിക്കണമെന്ന ചിന്ത മാത്രമായിരുന്നു എപ്പോഴും. അർട്ടഗ്നൻ അദ്ദേഹത്തെ പലയിടത്തും തിരഞ്ഞുനടന്നെങ്കിലും കാണാൻ സാധിച്ചില്ല.

ഒരു ദിവസം മോസ്കിറ്റോണിനെ അന്വേഷിച്ച് അർട്ടഗ്നൻ വീട്ടിൽ ചെന്നു. താഴത്തെ നിലയിൽ ആരും ഉണ്ടായിരുന്നില്ല. പടികയറി ഒന്നാം നിലയിൽ നോക്കി. പോർത്തോസ് തന്റെ വസ്ത്രങ്ങൾ സൂക്ഷിക്കാറുള്ളത് ഒന്നാം നിലയിലുള്ള കിടപ്പുമുറിയിലാണ്. അവിടെ മങ്ങിയ പ്രകാശം മാത്രമേ ഉണ്ടായിരുന്നുള്ളൂ. അകത്ത് ആരെയും കാണുന്നുമില്ല. വസ്ത്രങ്ങൾ, വലിയ കൂമ്പാരമായി കിടക്കുന്നു. അർട്ടഗ്നൻ സൂക്ഷിച്ചുനോക്കി. വസ്ത്രങ്ങൾക്കിടയിൽ ഒരാൾ കമഴ്ന്നുകിടക്കുന്നു. അദ്ദേഹം പകച്ചുനിന്നു. മോക്സിറ്റോൺ തളർന്നു കിടന്ന് ഉറങ്ങുകയാവും എന്നാണ് ആദ്യം

ധരിച്ചത്. അതോ ബോധം നശിച്ചുകിടക്കുകയാണോ? പതുക്കെ കുനിഞ്ഞ് ആ ദേഹത്ത് ഒന്നു തൊട്ടുനോക്കി. പെട്ടെന്ന് കൈ പിന്നോക്കം വലിച്ചു. മോസ്കിറ്റോണിന്റെ തണുത്തു വിറങ്ങലിച്ച ശവശരീരമായിരുന്നു അത്. അദ്ദേഹം വളരെ നേരം അവിടെത്തന്നെ നിസ്സഹായനായി നിന്നു. കണ്ണുകളടച്ച് പ്രാർഥിച്ചു. ആദരവോടെ ഒന്നുകൂടി വണങ്ങിയശേഷം മുറിവിട്ടിറങ്ങി.

മോസ്കിറ്റോണിന്റെ മരണവാർത്ത അർട്ടഗ്നൻ തന്നെയാണ് അദ്ദേഹത്തിന്റെ ബന്ധുമിത്രാദികളെ അറിയിച്ചത്. അത്തോസിനെ ഈ ദുഃഖവാർത്ത അറിയിക്കാൻ അദ്ദേഹം ഉടൻതന്നെ ബോയിസിലേക്കു പുറപ്പെടുകയും ചെയ്തു.

മകൻ റായൂൾ ആഫ്രിക്കയിലേക്കു പോയതിനുശേഷം അത്തോസിന് പഴയ ചുണയും ഉത്സാഹവും ഇല്ലാതെയായി. ഭക്ഷണകാര്യങ്ങളിൽ തീരെ ശ്രദ്ധിക്കാതായതോടെ അദ്ദേഹം ഒരു പടുകിഴവനെപ്പോലെ പ്രാകൃതനായി. നന്നേ ചെറുപ്രായം മുതൽ മുടങ്ങാതെ ചെയ്തുകൊണ്ടിരുന്ന കായികാഭ്യാസങ്ങൾ മുടങ്ങി. ശരീരം എല്ലും തോലുമായി. ഏതു നേരവും അദ്ദേഹം തന്റെ മുറിക്കുള്ളിൽ അടച്ചുപൂട്ടിയിരുന്ന് മകനെ ഓർത്ത് സങ്കടപ്പെട്ടുകൊണ്ടിരുന്നു.

ബ്ലോയ്സിൽ ആഴ്ചയിൽ ഒരിക്കൽ മാത്രമേ തപാൽകാരൻ എത്താറുള്ളൂ. റായൂളിന്റെ കത്തുകൾ എല്ലാ ആഴ്ചകളിലും മുടങ്ങാതെ അത്തോസിന് കിട്ടാറുണ്ട്. അദ്ദേഹത്തിന് അൽപ്പമെങ്കിലും ആശ്വാസം പകർന്നു നൽകുന്നത് ഈ കത്തുകൾ മാത്രമാണ്.

തപാൽ എത്തുന്ന ദിവസമായിരുന്നു അന്ന്. തപാൽകാരൻ വരുന്നതും നോക്കി അത്തോസ് നന്നേ പുലർച്ച മുതൽ ജിജ്ഞാസയോടെ കാത്തിരിക്കുകയാണ്. ഓരോ ശബ്ദവും കേൾക്കുമ്പോൾ ഓടി പുറത്തേക്കുവരും.

തപാൽകാരൻ വന്നു. പക്ഷേ, അയാളുടെ പക്കൽ റായൂളിന്റെ കത്തു മാത്രം ഉണ്ടായിരുന്നില്ല. കത്തുവിതരണം ചെയ്തശേഷം അയാൾ മടങ്ങിപ്പോകുന്നത് ഹൃദയം പൊട്ടുന്ന വേദനയോടെയാണ് അത്തോസ് നോക്കിനിന്നത്. റായൂളിന് എന്തോ അത്യാഹിതം സംഭവിച്ചു കാണുമെന്ന് അത്തോസിന്റെ ഹൃദയം മന്ത്രിച്ചു. അല്ലെങ്കിൽ അവന്റെ കത്ത് മുടങ്ങുമായിരുന്നില്ല. ദുഃഖം സഹിക്കാനാവാതെ അദ്ദേഹം പൊട്ടിക്കരഞ്ഞു. മോഹാലസ്യപ്പെട്ടു നിലത്തുവീണു.

അത്തോസിന്റെ മനസ്സ്, അങ്ങകലെയുള്ള ഡിജിസ്ഗല്ലി എന്ന ആഫ്രിക്കൻ ദ്വീപസമൂഹത്തിലേക്കു നീണ്ടു ചെന്നു. പൊന്തക്കാടുകളും കള്ളിമുൾച്ചെടികളും പാറക്കൂട്ടങ്ങളും നിറഞ്ഞ ഭൂപ്രദേശത്തിന്റെ ഏതോ യുദ്ധപ്പറമ്പിലാണ് അത്തോസ് ഇപ്പോൾ.

അവിടെ എല്ലായിടവും മനുഷ്യരക്തം തളംകെട്ടിക്കിടക്കുകയാണ്. മണിമാളികകളും കൂരകളും കത്തിക്കൊണ്ടേയിരിക്കുന്നു. കൈകാലുകൾ അറ്റ് വികൃതമായ മനുഷ്യശരീരങ്ങൾ നാലുപാടും ചിതറിക്കിടക്കുന്നു.

ദൂരത്ത് എവിടെനിന്നോ കേൾക്കുന്ന ദീനരോദനങ്ങൾ ഒഴിച്ചാൽ എങ്ങും നിശ്ശബ്ദത.

വിജനമായ വഴിയിലൂടെ അത്തോസ് മുന്നോട്ടു നടക്കുകയാണ്. സന്ധ്യ ഇരുളാൻ തുടങ്ങുന്നു. നേർത്ത ശബ്ദത്തിലുള്ള ഒരു ഞെരക്കം കേട്ട് അദ്ദേഹം ഒരു നിമിഷം പകച്ചുനിന്നു. പകുതി കത്തിത്തീർന്ന ഒരു പഴയ കെട്ടിടത്തിനുള്ളിൽ നിന്നാണ് ആ ശബ്ദം. അകത്തുകയറിയ അത്തോസ് ഭ്രാന്തുപിടിപ്പിക്കുന്ന ഒരു കാഴ്ചകണ്ട് ഞെട്ടിത്തെറിച്ചു. പടയാളികളുടെ വെന്തുകരിഞ്ഞ ശവശരീരങ്ങൾ കൂനപോലെ കൂട്ടിയിട്ടിരിക്കുന്നു. ഒറ്റനോട്ടത്തിൽ തന്നെ അവർ റായൂളിന്റെ പടയാളികളാണെന്ന് അവരുടെ വസ്ത്രധാരണരീതികളിൽ നിന്നും അത്തോസിനു മനസിലായി. അപ്പോൾ അത്തോസ് എവിടെ? അവന് എന്തു സംഭവിച്ചു?

മരണത്തിന്റെ ഗന്ധം നിറഞ്ഞുനിന്ന ആ മുറിയിൽ നൊമ്പരം കടിച്ചമർത്തിക്കൊണ്ട് അത്തോസ് ചിന്താമൂകനായി നിന്നു. അക്കൂട്ടത്തിൽ തന്റെ മകനുമുണ്ടാകുമെന്ന് അദ്ദേഹത്തിന് ഏറെക്കുറെ ഉറപ്പായിരുന്നു. കൈകാലുകൾ നഷ്ടപ്പെട്ടും തലയറ്റും തീപ്പൊള്ളലേറ്റു വികൃതമായും കിടന്ന ആ ശവക്കൂമ്പാരത്തിനുള്ളിൽ അദ്ദേഹം തന്റെ മകനെ തിരഞ്ഞു. ഒന്നു രണ്ട് ആഗ്രഹങ്ങൾ മാത്രം. അവനെ അവസാനമായി ഒന്നു കാണണം. ചേതനയറ്റ ആ ശിരസ് മടിയിൽ വെച്ച് ഒരു നിമിഷം പ്രാർഥിക്കണം.

ശവശരീരങ്ങളുടെ അടുത്തു ചെന്നുനിന്ന് നിലത്തു കുനിഞ്ഞ് അദ്ദേഹം ഓരോ മുഖവും കൈത്തലത്തിലെടുത്തു പരിശോധിച്ചു. ഒടുവിൽ സ്വയം സമാധാനിച്ചു. ഇല്ല അവൻ ഈ കൂട്ടത്തിലില്ല. അവൻ മരിച്ചിട്ടില്ല.

പെട്ടെന്ന് കുതിരകളുടെ കുളമ്പടി ശബ്ദം കേട്ടു. തലയുയർത്തിനോക്കുമ്പോൾ അതിസുന്ദരനായ ഒരു യുവാവ് വാളേന്തിയ അനുചരന്മാർക്കൊപ്പം സൈന്യാധിപന്റെ വേഷഭൂഷാദികളോടെ—തന്റെ മകൻ റായൂൾ.

റായൂൾ ആദരപൂർവം കൈവീശി. അത്തോസിനെ തന്നോടൊപ്പം വരാൻ ക്ഷണിച്ചു. അത്തോസ് അവനെ പിൻതുടർന്നു. കാടും മലകളും പുഴയും കോട്ടയും കൊട്ടാരങ്ങളും പിന്നിട്ട് ആ കുതിരപ്പട മുന്നോട്ട് ഒഴുകിനീങ്ങുകയാണ്. തൊട്ടുപിന്നാലെ അത്തോസ്.

അദ്ദേഹം അവനെ കൈ നീട്ടി തൊടാൻ ശ്രമിച്ചു. പക്ഷേ കഴിയുന്നില്ല, അച്ഛനെ മാടിവിളിച്ച്, പൊട്ടിച്ചിരിച്ചും കൊണ്ട് റായൂൾ ഉയങ്ങളിലേക്ക് കൂടുതൽ ഉയരങ്ങളിലേക്കു തിക്കുകയാണ്. ഒടുവിൽ അവൻ ആകാശത്തിന്റെ ഏതോ കോണിൽ അപ്രത്യക്ഷമാകുന്നത് കണ്ണിമചിമ്മാതെ അത്തോസ് നോക്കിനിന്നു.

കാൽപ്പെരുമാറ്റംകേട്ട് അത്തോസ് ഞെട്ടിയുണർന്നു. വാതിൽതുറന്ന് ആരോ അകത്തേക്കു വരുന്നു. പക്ഷേ, ഒന്നും സംസാരിക്കുന്നില്ല.

അത്തോസ് മെല്ലെ തലയുയർത്തി അവ്യക്തമായ ശബ്ദത്തിൽ ചോദിച്ചു.

"ആരാണ്? തപാൽകാരനാണോ?" കൂട്ടത്തിലൊരാൾ പറഞ്ഞു. "അല്ല."

ശബ്ദംകേട്ടപ്പോൾത്തന്നെ അത്തോസിന് ആളെ മനസിലായി.

"ഓ ഗ്രിമുഡ്, നിങ്ങളാണോ?" അയൽവാസിയായ ഗ്രിമുഡ് ഒന്നു മൂളുക മാത്രം ചെയ്തു.

അയാളുടെ കണ്ണുകളിലേക്കു മിഴിച്ചു നോക്കിയശേഷം വിറയാർന്ന ശബ്ദത്തിൽ അത്തോസ് ചോദിച്ചു:

"പറയൂ റായൂൾ മരിച്ചുപോയി അല്ലേ?"

ചോദ്യംകേട്ട് ഗ്രിമുഡ് സ്തബ്ധനായി നിന്നു. സ്വയം നിയന്ത്രിച്ചു കൊണ്ടു പറഞ്ഞു: "അതെ."

അത്തോസിന്റെ സമനില തെറ്റുമെന്നും അദ്ദേഹം സർവനിയന്ത്രണങ്ങളും വിട്ടു പൊട്ടിക്കരയുമെന്നുമാണ് ഗ്രിമുഡ് കരുതിയത്. പക്ഷേ അദ്ദേഹം തികച്ചും നിർവികാരനായിരുന്നു. തന്റെ വിറയ്ക്കുന്ന കൈകൾ മുകളിലേക്കു നീട്ടി അദ്ദേഹം എന്തോ പിറുപിറുക്കുക മാത്രം ചെയ്തു. പക്ഷേ, പെട്ടെന്ന് മുഖഭാവം മാറി. കണ്ണുകൾ തുറിച്ചു. ചലനമറ്റ് നിലത്ത് വീണു.

എന്തുചെയ്യണമെന്നറിയാതെ ഗ്രിമുഡ് പകച്ചുനിൽക്കുമ്പോൾ അർട്ടഗ്നൻ അവിടേക്കു കടന്നുചെന്നു.

പോർത്തോസിന്റെ വിൽപ്പത്രത്തെപ്പറ്റിയും മോസ്കിറ്റോണിന്റെ മരണത്തെപ്പറ്റിയും അത്തോസുമായി സംസാരിക്കാൻ വന്നതായിരുന്നു അർട്ടഗ്നൻ. പക്ഷേ വിധി അതിനനുവദിച്ചില്ല.

തന്റെ ആത്മസുഹൃത്തിന്റെ വിറങ്ങലിച്ച ശരീരംകണ്ട് അർട്ടഗ്നൻ വിതുമ്പിപ്പോയി. ഗതകാലസ്മരണകൾ ഓരോന്നായി അദ്ദേഹത്തിന്റെ മനസിലൂടെ കടന്നുപൊയ്ക്കൊണ്ടിരുന്നു. ആ മൃതശരീരത്തിനരികിൽ അദ്ദേഹം തളർന്നിരുന്നു.

ഇരുപത്

നഗരത്തിനകത്തും പുറത്തുനിന്നുമുള്ള ഉന്നത ഉദ്യോഗസ്ഥരും പ്രഭുക്കന്മാരും ഉൾപ്പെടെ ഒട്ടേറെ പ്രമുഖർ അത്തോസിന്റെ മരണവാർത്തയറിഞ്ഞ് കൊട്ടാരത്തിൽ എത്തിക്കൊണ്ടിരുന്നു. പക്ഷേ അർട്ടഗ്നൻ അതിലൊന്നും ഒട്ടും താൽപ്പര്യം കാണിച്ചില്ല. വാതിലടച്ച് സ്വന്തം മുറിയിൽ തന്നെയിരുന്നു. അനുമതിയില്ലാതെ ആരെയും മുറിയിലേക്ക് കടത്തിവിടരുതെന്ന് പരിചാരകർക്കു കർശന നിർദേശം നൽകുകയും ചെയ്തു.

വൈകുന്നേരം ഗ്രിമുഡ് ചെല്ലുമ്പോൾ അദ്ദേഹം കട്ടിലിൽ മൂടിപ്പുതച്ചു കിടക്കുകയായിരുന്നു. കാൽപ്പെരുമാറ്റം കേട്ട് തന്റെ കരഞ്ഞുകലങ്ങിയ കണ്ണുകൾ മെല്ലെ തുറന്നു. കൈയുയർത്തി ഇരിക്കാൻ ആംഗ്യം കാണിച്ചു. ഗ്രിമുഡിനെ കണ്ടതോടെ അദ്ദേഹത്തിന്റെ കണ്ണുകൾ വീണ്ടും നിറഞ്ഞൊഴുകി. ഗ്രിമുഡ് അദ്ദേഹത്തെ കെട്ടിപ്പിടിച്ച് ആശ്വസിപ്പിക്കാൻ ശ്രമിച്ചു. അൽപ്പംകഴിഞ്ഞ് അദ്ദേഹത്തിന്റെ കരംഗ്രഹിച്ചുകൊണ്ട് ഗ്രിമുഡ് പതിയെ ചോദിച്ചു.

“എന്നോടൊപ്പം താഴെ സ്വീകരണമുറി വരെ ഒന്നു വന്നുപോകാമോ?”

മനസില്ലാമനസോടെയാണെങ്കിലും അർട്ടഗ്നൻ സമ്മതം മൂളി. ഇരുവരും സ്വീകരണമുറിയുടെ ഭാഗത്തേക്കു നടന്നു.

ഒട്ടേറെപ്പേർ അവിടെ കൂട്ടംകൂടി നിൽക്കുന്നുണ്ടായിരുന്നു. ഏവരുടെയും മുഖത്ത് ദുഃഖം തളംകെട്ടിനിന്നു.

രണ്ടു ശവപ്പെട്ടികൾ അടുത്തടുത്തായി ഔദ്യോഗിക ബഹുമതികളോടെ അലങ്കരിച്ചു വെച്ചിരിക്കുന്നത് അർട്ടഗ്നൻ കണ്ടു. അടുത്തുചെന്നു മൂടി അൽപ്പം മാറ്റി അദ്ദേഹം ഉള്ളിലേക്ക് ഒന്നുനോക്കി. അത്തോസും റായൂളും. ഹൃദയഭേദകമായ ഈ കാഴ്ച കണ്ട് അർട്ടഗ്നൻ അന്ധാളിച്ചു

നിന്നു. ദുഃഖം കടിച്ചമർത്തി ഗ്രിമുഡിനോട് ഇടറിയ ശബ്ദത്തിൽ ചോദിച്ചു. "റായൂളിനെ കൊണ്ടുവന്നകാര്യം താങ്കൾ എന്തുകൊണ്ടാണ് എന്നോടു പറയാതിരുന്നത്?"

ഗ്രിമുഡിനു മറുപടി ഉണ്ടായിരുന്നില്ല. അർട്ടഗ്നൻ പെട്ടെന്ന് അവിടെ നിന്നും പുറത്തേക്കിറങ്ങി. തൊട്ടപ്പുറത്തെ മുറിയിലെ ഒരു കസേരയിലേക്കു വീണു. ഒരു കൊച്ചുകുട്ടിയെപ്പോലെ വാവിട്ടു കരഞ്ഞു. വർഷങ്ങൾക്കു മുൻപ് അത്തോസ് ഏറെ വിയർപ്പൊഴുക്കി പടുത്തുയർത്തിയ ഒരു പള്ളിയുടെ സെമിത്തേരിയിലാണ് അദ്ദേഹത്തിന്റെയും മകൻ റായൂളിന്റെയും മൃതദേഹങ്ങൾ അടക്കം ചെയ്തത്. വൈകുന്നേരം നടന്ന മരണാനന്തര ശുശ്രൂഷാ കർമങ്ങളിൽ നൂറു കണക്കിനു ജനങ്ങൾ പങ്കെടുത്തു.

ഇരുട്ട് കനം വെച്ചതോടെ ആളുകൾ ഓരോരുത്തരായി പിരിഞ്ഞു പോകാൻ തുടങ്ങി. തന്റെ ആത്മമിത്രത്തിന്റെ കുഴിമാടത്തിലേക്കു നോക്കി അവസാനമായി ഒരിക്കൽക്കൂടി യാത്രചോദിച്ചശേഷം അർട്ടഗ്നൻ ഗ്രിമുഡിന്റെ കൈപിടിച്ച് മെല്ലെ പുറത്തേക്കു നടന്നു.

പെട്ടെന്നാണ് ആരോ കരയുന്ന ശബ്ദം കേട്ടത്. അവർ തിരിഞ്ഞു നോക്കി. മോടിയായി വസ്ത്രംധരിച്ച അതിസുന്ദരിയായ ഒരു യുവതി റായൂളിന്റെ ശവക്കല്ലറയ്ക്കരികിൽ തലകുമ്പിട്ടിരുന്ന് വിങ്ങിക്കരയുകയാണ്.

"എന്നോട് ക്ഷമിക്കൂ റായൂൽ, എന്നോട് ക്ഷമിക്കൂ." അവർ അടുത്തേക്കു ചെന്നു. കാൽപ്പെരുമാറ്റം കേട്ട് അവൾ തന്റെ കരഞ്ഞുവീർത്ത മുഖമുയർത്തി.

"വല്ലിയർ." അർട്ടഗ്നനു വിശ്വസിക്കാൻ കഴിഞ്ഞില്ല. അപ്രതീക്ഷിതമായി അദ്ദേഹത്തെ കണ്ടതോടെ വല്ലിയറിന്റെ മുഖം കൂടുതൽ വിളറി. പരിഭ്രമത്തോടെ ചാടി എണീറ്റു.

അർട്ടഗ്നൻ ഓടിച്ചെന്ന് അവളുടെ കൈയിൽ കടന്നുപിടിച്ചു.

"നീ എന്തിനിവിടെ വന്നു? വഞ്ചിച്ചുകൊന്ന നിന്റെ കാമുകനുവേണ്ടി കള്ളക്കണ്ണീരൊഴുക്കാനോ? ഗ്രിമുണ്ട് ശ്വാസമടക്കിപ്പിടിച്ചു നിന്നു. പല്ലു കടിച്ചുകൊണ്ട് അർട്ടഗ്നൻ തുടർന്നു.

"ഇവിടെ വന്നവരുടെ കൂട്ടത്തിൽ ഏറ്റവും കുറച്ചു ദുഃഖം നിനക്കായിരിക്കുമെന്ന് എനിക്കറിയാം. പക്ഷേ, നീ ഒന്നു മനസിലാക്കുക. ഒരു കൊലയാളിക്ക് തന്റെ ഇരയുടെ കുഴിമാടത്തിനരികിൽ യാതൊരു സ്ഥാനവുമില്ല."

അർട്ടഗ്നന്റെ തീപാറുന്ന കണ്ണുകളിലേക്കു നോക്കി വല്ലിയർ നടുങ്ങി. മറുപടിയില്ലാതെ കുഴങ്ങിനിന്നു. അർട്ടഗ്നൻ അൽപ്പം ശാന്തനായപ്പോൾ വിറയ്ക്കുന്ന ശബ്ദത്തിൽ വല്ലിയർ പറഞ്ഞുതുടങ്ങി.

"റായൂളിന്റെ മരണത്തിനുകാരണം ഞാനാണെന്ന് എനിക്കറിയാം. അതിന് ദൈവം എന്നെ ശിക്ഷിക്കട്ടെ. ഒട്ടും വൈകാതെ ഞാൻ അനാഥയും നിരാലംബയുമായിത്തീരുന്ന കാഴ്ച അങ്ങേക്കു കാണേണ്ടിവരും. താൽക്കാലികമായ സുഖഭോഗങ്ങൾ മാത്രമാണ് ഞാനനുഭവിക്കുന്നത്.

എനിക്ക് ഇന്നുള്ള സ്ഥാനമാനങ്ങൾ തികച്ചും താൽക്കാലികം മാത്രമാണ്.''

അവൾ പെട്ടെന്ന് ഒരു മരക്കൊമ്പൊടിച്ചു റായൂളിന്റെ ശവകുടീരത്തിനരികിൽ അതു കുത്തിനിർത്തിയശേഷം പൊട്ടിക്കരഞ്ഞുകൊണ്ടു പറഞ്ഞു.

“ഒരിക്കൽ ഞാൻ അങ്ങയുടെ കാമുകിയായിരുന്നു. ഞാൻ അറിയാതെ ചെയ്തുപോയ തെറ്റുകുറ്റങ്ങൾ അങ്ങു പൊറുക്കുമെന്നും എന്നോടു ക്ഷമിക്കുമെന്നും എനിക്കുറപ്പുണ്ട്.''

മറുപടി പ്രതീക്ഷിച്ചെന്നപോലെ അവൾ കുറച്ചുനേരംകൂടി കുഴിമാടത്തിലേക്ക് ഉറ്റുനോക്കിക്കൊണ്ടുനിന്നു. അൽപ്പംകഴിഞ്ഞ് കണ്ണീർ തുടച്ചശേഷം അർട്ടഗ്നന്റെ അടുത്തേക്കു ചെന്നു. ആദരപൂർവം വണങ്ങി, വേഗത്തിൽ നടന്ന് ഇരുളിലേക്കു മറഞ്ഞു.

അർട്ടഗ്നൻ നിശ്ചലനായി നിന്നു. ശരീരം തളർന്നതുപോലെ. ശവക്കുഴിക്കു സമീപം കിടന്ന അൽപ്പം ഇളകിയ മണ്ണ് കയ്യിലെടുത്ത് അദ്ദേഹം ഗാഢമായി ചുംബിച്ചു. അതു ദൂരേക്ക് വലിച്ചെറിഞ്ഞശേഷം പതുക്കെ അവിടെനിന്ന് പുറത്തിറങ്ങി. ഇരുട്ടുമൂടിക്കിടന്ന വിജനമായ വഴിയിലൂടെ പാരീസ് ലക്ഷ്യമാക്കി ഏകനായി നടന്നുനീങ്ങി.

ഇരുപത്തിയൊന്ന്

നാലു സംവത്സരങ്ങൾ വളരെവേഗം കടന്നുപോയെങ്കിലും ഈ കാലത്ത് അർട്ടഗ്നന്റെ രൂപത്തിലും ഭാവത്തിലും ഒട്ടേറെ മാറ്റങ്ങൾ വന്നു. ചുവന്നുതുടുത്തു മാംസളമായിരുന്ന അദ്ദേഹത്തിന്റെ മുഖത്ത് ചുളിവുകൾ വീണു. കൈകാലുകൾ ശോഷിച്ചു. കണ്ണുകളുടെ കാഴ്ചശക്തിയും കാതുകളുടെ കേൾവിയും കുറഞ്ഞു. ചെമ്പിച്ച നിറത്തിൽ ഇടതൂർന്ന സമൃദ്ധമായിരുന്ന തലമുടി മിക്കവാറും അപ്രത്യക്ഷമായി. എന്നാൽ അദ്ദേഹത്തിന്റെ തലയെടുപ്പിലും പെരുമാറ്റങ്ങളിലും പഴയ പ്രൗഢിയും ഗാംഭീര്യവും അതേപടി നിലനിന്നു. അദ്ദേഹത്തിന്റെ സുദീർഘവും നിസ്തുലവുമായ സേവനങ്ങളെ മാനിച്ച് ലൂയി പതിനാലാമൻ അദ്ദേഹത്തെ ഉന്നതാധികാരങ്ങളുള്ള പ്രഭു സമിതിയിലേക്കു നിയമിച്ച് ആദരിച്ചു.

ഫ്രാൻസിന്റെ ചരിത്രത്തിൽ തങ്കലിപികളാൽ ആലേഖനം ചെയ്യപ്പെടാവുന്ന കാലയളവായിരുന്നു അത്. നാട്ടുരാജ്യങ്ങൾക്കിടയിൽ നൂറ്റാണ്ടുകളായി നിലനിന്ന സങ്കീർണങ്ങളായ വിവിധതരം പ്രശ്നങ്ങൾക്കു പരിഹാരം കണ്ടെത്താനും, അതുവഴി പ്രജകളുടെ സ്നേഹവും വിശ്വാസവുമാർജിക്കാനും ലൂയി പതിനാലാമന് ഇക്കാലത്തു കഴിഞ്ഞു. ഭരണരംഗത്ത് മുഖ്യമന്ത്രിയായ കോൾബർട്ട് വഹിച്ച പങ്കും വളരെ വലുതായിരുന്നു. രാജാവിന്റെ മുഖ്യ ഉപദേഷ്ടാവുകൂടിയായിരുന്നു അദ്ദേഹം.

ലൂയി പതിനാലാമന് പക്ഷിവേട്ടയിൽ അതിയായ കമ്പമുണ്ടായിരുന്നു. കുറ്റിക്കാടും പാറക്കൂട്ടങ്ങളും പുൽത്തകിടികളും നിറഞ്ഞ ലൗറി നദിക്കരയാണ് അന്നദ്ദേഹം പക്ഷിവേട്ടയ്ക്കു തെരഞ്ഞെടുത്തത്.

അദ്ദേഹം എത്തുന്നതിന് വളരെ മുൻപുതന്നെ പ്രാപ്പിടിയൻ പക്ഷികളും വേട്ടപ്പട്ടികളുമായി അനുചരന്മാർ അവിടെ തയാറായി നിന്നു.

ആയുധധാരികളായ കുറേ പടയാളികളും അവിടവിടെയായി ജാഗ്ര

തയോടെ നിലയുറപ്പിച്ചു. മൈതാനത്തിന്റെ ഒരു ഒഴിഞ്ഞ ഭാഗത്ത് അർട്ടഗ്നൻ ലൂയി പതിനാലാമന്റെ വരവും കാത്തുനിന്നു.

അപ്പോഴാണ് തൊട്ടടുത്തു നിന്നിരുന്ന രണ്ടു സൈനികോദ്യോഗസ്ഥർ എന്തോ പറഞ്ഞ് അടക്കിച്ചിരിക്കുന്നത് അദ്ദേഹത്തിന്റെ ശ്രദ്ധയിൽപ്പെട്ടത്. അദ്ദേഹം ശ്രദ്ധിക്കുന്നു എന്നറിഞ്ഞതോടെ അവർ പെട്ടെന്നു സംസാരം നിർത്തി വായടച്ചു നിന്നു. അർട്ടഗ്നൻ അവരെ നോക്കി പുഞ്ചിരിച്ചുകൊണ്ടു പറഞ്ഞു.

“ധൈര്യമായി പറഞ്ഞോളൂ. കഴിഞ്ഞ കുറേനാളുകളായി ഞാൻ ഇവിടെ ഉണ്ടായിരുന്നില്ല. അതിനാൽ ഇവിടുത്തെ യാതൊരു വിശേഷവും എനിക്കറിയില്ല.

അമ്മ മഹാറാണിയുടെ മരണത്തിനുശേഷം തീരെ ദുഃഖിതനായിരുന്ന ലൂയി പതിനാലാമൻ വീണ്ടും ഇത്തരം വിനോദങ്ങളിൽ താൽപ്പര്യംകാണിക്കുന്നതിൽ എനിക്ക് അതിയായ സന്തോഷം തോന്നുന്നു.”

“അദ്ദേഹം ഇങ്ങനെ പലകാര്യങ്ങളും തുടങ്ങുകയും തൊട്ടടുത്ത നിമിഷം അവസാനിപ്പിക്കുകയും ചെയ്യുക പതിവാണ്.” ഉദ്യോഗസ്ഥന്മാർ പരസ്പരം കണ്ണിറുക്കി ചിരിച്ചു.

“പക്ഷിവേട്ടയ്ക്ക് രാജാവിന്റെ കൂടെ ആരാണ് വരാറുള്ളത്? രാജ്ഞിയോ അതോ വല്ലിയറോ?”

ആകാംക്ഷയോടെ അർട്ടഗ്നൻ ചോദിച്ചു. ഉദ്യോഗസ്ഥൻ അടക്കിച്ചിരിച്ചുകൊണ്ടു തുടർന്നു:

“അമ്മ മഹാറാണിയുടെ മരണത്തിനുശേഷം രാജ്ഞിയുടെ കാര്യം ആകെ അവതാളത്തിലായിരിക്കുകയാണ്. രാജാവിന് അവരുടെ കാര്യത്തിൽ ശ്രദ്ധ തീരെയില്ല. ഒരിക്കൽ പരാതി പറഞ്ഞപ്പോൾ രാജാവു മറുപടി പറഞ്ഞതു കേൾക്കണോ? ഞാനെന്നും നിന്നോടൊപ്പമല്ലേ കിടന്നുറങ്ങാറുള്ളത്. അതിൽ കൂടുതൽ ഒന്നും പ്രതീക്ഷിക്കരുത് എന്ന്.”

“കഷ്ടം രാജ്ഞി ആ വല്ലിയറെ ശപിക്കുകയാവും.” ഒരു നിശ്വാസത്തോടെ അർട്ടഗ്നൻ പറഞ്ഞു.

“രാജ്ഞി വല്ലിയറെ ശപിക്കുന്നതെന്തിനാണ്? ശപിക്കേണ്ടത് അവളെയല്ലല്ലോ.”

അയാൾ ഗൂഢാർഥത്തോടെ പറഞ്ഞു.

“വേറെ ആരെയാണ്...?”

അർട്ടഗ്നൻ ചോദ്യം മുഴുമിക്കുമ്പോഴേക്കും രാജാവിന്റെ വരവറിയിച്ചുകൊണ്ടുള്ള കാഹളം മുഴങ്ങി. എല്ലാവരും പെട്ടെന്നു നിശ്ശബ്ദരായി അവരവരുടെ സ്ഥാനങ്ങളിൽ ജാഗരൂകരായി നിന്നു.

മൂന്നു കുതിരവണ്ടികൾ പ്രത്യക്ഷപ്പെട്ടു. രാജ്ഞി പതിവായി ഉപയോഗിക്കാറുള്ള വണ്ടിയായിരുന്നു ഏറ്റവും മുന്നിൽ. എന്നാൽ അത് ഒഴിഞ്ഞുകിടന്നു. തൊട്ടു പിന്നിലുള്ളത് വല്ലിയറിന്റെ വണ്ടി. അതിൽ അവളോടൊപ്പം രണ്ടു ആയമാർ മാത്രം. ഏറ്റവും പിന്നിൽ വന്നുകൊണ്ടിരുന്ന വണ്ടിയിലായിരുന്നു ലൂയി പതിനാലാമൻ. വണ്ടിക്കുള്ളിൽ രാജാവിനെ

പറ്റിച്ചേർന്ന് അതിസുന്ദരിയായ ഒരു യുവതി. ഇരുവരും വാതോരാത സംസാരിക്കുകയും പൊട്ടിച്ചിരിക്കുകയും ചെയ്തുകൊണ്ടിരുന്നു. ചേഷ്ടകൾ കണ്ടാൽ അവർ കാമുകീ കാമുകന്മാരാണെന്നു തോന്നിപ്പോകും.

ഇതുകണ്ട് അർട്ടഗ്നൻ അൽപ്പനേരം അനങ്ങാതെ നിന്നുപോയി. പതുക്കെ മനസിൽ ചോദിച്ചു. "ആരാണ് ഈ പുതിയ കഥാപാത്രം?"

അർട്ടഗ്നന്റെ സമീപത്തുവന്നപ്പോൾ വണ്ടി നിന്നു. ഉള്ളിലിരുന്നു ലൂയി പതിനാലാമൻ അദ്ദേഹത്തിന്റെ നേർക്കു കൈയുയർത്തി വീശിക്കൊണ്ടു ചോദിച്ചു.

"നിങ്ങളെന്നു വന്നു? കണ്ടിട്ട് ഏറെക്കാലമായെന്നു തോന്നുന്നു."

"ഇന്നലെ ഞാൻ കൊട്ടാരത്തിൽ വന്നപ്പോൾ അങ്ങ് ഉറങ്ങാൻ കിടന്നിരുന്നു. എന്നാൽ ഇന്ന് അങ്ങ് ഉറക്കമെണീക്കുന്നതിനു വളരെ മുൻപു തന്നെ ഇങ്ങോട്ടുപുറപ്പെടുകയും ചെയ്തു." ഭവ്യതയോടെ അർട്ടഗ്നൻ പറഞ്ഞു.

യുവതിയുടെ കൈകോർത്തുപിടിച്ച് ലൂയി പതിനാലാമൻ മെല്ലെ വണ്ടിയിൽ നിന്നിറങ്ങിയശേഷം അർട്ടഗ്നനെ നോക്കി.

"എന്നും അലച്ചിൽ തന്നെ, അല്ലേ? ആരോഗ്യം സൂക്ഷിക്കണം. ഏതായാലും ഇന്നു രാത്രി നമുക്കൊരുമിച്ച് ഭക്ഷണം കഴിക്കാം. എന്താ സമ്മതമല്ലേ?"

മറുപടിക്കു കാത്തുനിൽക്കാതെ രാജാവ് അവളെ ഗാഢം പുണർന്നുകൊണ്ട് കുറ്റിച്ചെടികൾക്കിടയിലൂടെ നടന്നകന്നു.

തൊട്ടുപിന്നാലെ കോൾബർട്ട് ഒരു കുതിരവണ്ടിയിൽ അവിടെ വന്നിറങ്ങി. അർട്ടഗ്നനെ അഭിവാദ്യം ചെയ്തശേഷം ചോദിച്ചു:

"ലൂയി പതിനാലാമൻ ഇന്നു രാത്രി താങ്കളെ സൽക്കാരത്തിനു ക്ഷണിച്ചിട്ടുണ്ടല്ലേ?"

ഉണ്ട് എന്നയർഥത്തിൽ അദ്ദേഹം തലകുലുക്കി. "ഇപ്പോൾ താങ്കളുടെ ഒരുപഴയ സുഹൃത്തിനെ ഞാൻ കൂട്ടിക്കൊണ്ടുവന്നിട്ടുണ്ട്. പേരു പറഞ്ഞ് ഞാൻ രസം കെടുത്തുന്നില്ല. സ്പെയിനിൽ നിന്നും ഇന്നു രാവിലെ അദ്ദേഹം എത്തിയതേയുള്ളൂ."

ഒന്നും മനസിലാകാതെ അർട്ടഗ്നൻ അമ്പരന്നു നിൽക്കുമ്പോൾ വണ്ടിക്കുള്ളിൽ നിന്നും ഒരു വിറയാർന്ന ശബ്ദം കേട്ടു. "താങ്കൾ എന്നെ ഓർക്കുന്നുണ്ടോ?"

പഞ്ഞിക്കെട്ടുപോലെ നരച്ച് കൂനിക്കൂടി ഒരു വൃദ്ധൻ തന്റെ എല്ലിച്ച കൈകൊണ്ട് വാതിൽ തുറന്ന് പുറത്തേക്കിറങ്ങി.

അർട്ടഗ്നൻ അദ്ദേഹത്തെ അത്ഭുതത്തോടെ നോക്കിനിന്നു. ഇരുവരുടെയും കണ്ണുകൾ നിറഞ്ഞൊഴുകി. "അരാമിസ്."

"രാജ്യദ്രോഹിയെന്നു മുദ്രകുത്തി നിങ്ങളെ നാടുകടത്തിയതാണല്ലോ. വീണ്ടും ഫ്രാൻസിൽ എങ്ങനെ മടങ്ങിയെത്തി?"

അരാമിസിനെ ആവേശത്തോടെ കെട്ടിപ്പുണർന്നുകൊണ്ട് അദ്ദേഹം ചോദിച്ചു.

"സ്നേഹവും വിദ്വേഷവും സ്ഥിരമായി നിലനിൽക്കുകയില്ലെന്ന് തനിക്കറിഞ്ഞുകൂടേ?" അരാമിസ് പൊട്ടിച്ചിരിച്ചു.

പെട്ടെന്ന് വല്ലിയറിന്റെ കുതിരവണ്ടി അതുവഴി വന്നു. അവളുടെ കരഞ്ഞുകലങ്ങിയ കണ്ണുകളും വിളറിവെളുത്ത മുഖവും കണ്ട് അരാമിസ് ശബ്ദംതാഴ്ത്തി അർട്ടഗ്നനോട് പറഞ്ഞു.

"പാവം അവളിപ്പോൾ ലൂയി പതിനാലാമന്റെ പുതിയ കാമുകി മൊണ്ടസ്പാനെ ശപിക്കുകയാവും."

"രാജാവ് വല്ലിയറെ ഉപേക്ഷിച്ചോ?"

"താൽക്കാലമില്ല. പക്ഷേ അതിന് വലിയ താമസമുണ്ടാകില്ല." അരാമിസ് അടക്കിയ ശബ്ദത്തിൽ പറഞ്ഞു.

എവിടെനിന്നോ ഒരുപക്ഷിയുടെ ഹൃദയഭേദകമായ കരച്ചിൽകേട്ടു. പ്രാപ്പിടിയൻ ഒരുപക്ഷിയെ റാഞ്ചിയെടുത്തു കൊണ്ടുവന്നിരിക്കുന്നു. ലൂയി പതിനാലാമനും മൊണ്ടെസ്പാനും ആഹ്ലാദത്താൽ ആർത്തു ചിരിക്കുന്നു.

ശബ്ദം കേട്ട സ്ഥലം ലക്ഷ്യമാക്കി അവർ തിടുക്കത്തിൽ നടന്നു.

തൊട്ടടുത്തുതന്നെയുള്ള ഒരു ചെറിയ പള്ളിയുടെ ശ്മശാനത്തിനുള്ളിലാണ് പറവ പിടഞ്ഞുവീണത്. കീഴ്വഴക്കമനുസരിച്ച് പക്ഷിയുടെ ആദ്യത്തെ തൂവൽ രാജാവാണു പറിച്ചെടുക്കേണ്ടത്.

ലൂയി പതിനാലാമനും മൊണ്ടസ്പാനും ശ്മശാനത്തിന്റെ മതിൽകെട്ടിനുള്ളിൽ കടന്നപ്പോഴേക്കം അർട്ടഗ്നനും അരാമിസും തൊട്ടുപിന്നാലെയെത്തി.

"ദൈവനിയോഗമാണെന്നു കരുതിയാൽ മതി. അല്ലെങ്കിൽ നാം ഇപ്പോൾ ഇവിടെ എത്തുമായിരുന്നില്ല."

അരാമിസ് വികാരാധീനനായി. അദ്ദേഹം തുടർന്നു: "ഇവിടെ നമ്മുടെ രണ്ടു സുഹൃത്തുക്കൾ അന്ത്യവിശ്രമം കൊള്ളുന്നുണ്ട്. അത്തോസും റയൂളും."

ഒരു ചെറിയ സൈപ്രസ് മരത്തിന്റെ തണൽ പറ്റി അടുത്തടുത്തായി രണ്ടു ശവക്കല്ലറകൾ. ഒന്നിൽ അത്തോസെന്നും മറ്റേതിൽ റായൂളെന്നും എഴുതി വെച്ചിരുന്നു. ഇരുവരും ദുഃഖം കടിച്ചമർത്തിക്കൊണ്ട് അവിടെത്തന്നെ കുറേനേരം ശിരസ് നമിച്ചുനിന്നു,.

അതേസമയം താഴെ വീണു പിടഞ്ഞു കൊണ്ടിരിക്കുന്ന പക്ഷിയുടെ ഒരു തൂവലെടുത്ത് രാജാവ് വളരെ സ്നേഹപൂർവം മൊണ്ടെസ്പാന്റെ തൊപ്പിയിൽ ചാർത്തിക്കൊടുത്തു. വികാരവിവശയായ അവളുടെ കണ്ണുകളിലേക്ക് ഉറ്റുനോക്കി ലൂയി പതിനാലാമൻ ചോദിച്ചു. "ഇതിനു പകരം നീ എനിക്കെന്തു സമ്മാനം തരും?" അവൾ പെട്ടെന്ന് കൈയുയർത്തി സൈപ്രസ് മരത്തിന്റെ ഒരു ചെറിയ കൊമ്പൊടിച്ച് രാജാവിനു സമ്മാനിച്ചു.

രാജാവു പൊട്ടിച്ചിരിച്ചുകൊണ്ട് മെല്ലെ അവളുടെ കവിളിൽ തട്ടി അഭിനന്ദിച്ചു.

അൽപ്പം അകലെ നിന്നും ഈ രംഗം വീക്ഷിച്ചുകൊണ്ടുനിന്ന അരാമിസ് അർട്ടഗ്നനോട് പറഞ്ഞു:

"കൊള്ളാം നല്ല സമ്മാനം തന്നെ. പക്ഷേ ഒരു സങ്കടമുണ്ട്. റായൂളിന്റെ ശവക്കല്ലറയ്ക്കു തണലേകി നിന്ന ശിഖരമാണ് അവൾ ഒടിച്ചെടുത്ത് സമ്മാനമായി നൽകിയത്."

അവരുടെ തൊട്ടുപിന്നിൽ നിന്ന വല്ലിയർ ആ സംസാരം കേട്ടു. അവളുടെ മുഖം വിളറി. നെറ്റി വിയർത്തു. പെട്ടെന്ന് മോഹാലസ്യപ്പെട്ടു നിലത്തുവീണു.

പാറാവുകാർ ഓടിച്ചെന്ന് അവളെ എടുത്തു വണ്ടിയിൽ കയറ്റി. പക്ഷേ ലൂയി പതിനാലാമൻ ഇതൊന്നും കണ്ട ഭാവം നടിച്ചില്ല.

വൈകുന്നേരം പ്രധാന ഹാളിനു പുറത്തുള്ള വരാന്തയിൽ അർട്ടഗ്നനും അരാമിസും സംസാരിച്ചു നിൽക്കുമ്പോൾ രാജാവ് അതുവഴി വന്നു. അർട്ടഗ്നനോട് ഇങ്ങനെ ചോദിച്ചു:

"ഫ്രാൻലാന്റിൽ നാം ആക്രമണം തുടങ്ങിയവിവരം താങ്കൾ അറിഞ്ഞുകാണുമല്ലോ. അവിടേക്കു പുതുതായി പുറപ്പെടുന്ന പടയാളികളുടെ നേതൃത്വം താങ്കൾക്ക് ഏറ്റെടുത്തുകൂടേ?"

സമ്മതം എന്ന മട്ടിൽ അർട്ടഗ്നൻ തലകുലുക്കി. "നിങ്ങൾ കരുതുന്നതുപോലെ അത്ര നിസ്സാരസംഗതിയല്ല ഇത്. ചെളിക്കുണ്ടുകളുണ്ട്. ചതിക്കുഴികളും ധാരാളമുള്ള പ്രദേശമാണ്. ഓർമവേണം."

രാജാവിന്റെ വാക്കുകൾ സശ്രദ്ധം കേട്ടശേഷം അർട്ടഗ്നൻ അത്യധികമായ ആവേശത്തോടെ പറഞ്ഞു:

"അങ്ങു പറയുന്നതെന്തും അതേപടി ഞാൻ അനുസരിച്ചുകൊള്ളാം." രാജാവ് സന്തോഷത്തോടെ മടങ്ങി.

അൽപ്പം കഴിഞ്ഞ് കോൾബർട്ട് ഒരു പുസ്തകം അർട്ടഗ്നു കൊടുത്തു.

"യാത്രയെപ്പറ്റിയുള്ള എല്ലാ വിവരങ്ങളും ഇതിലുണ്ട്. മനസിരുത്തി പഠിക്കുക."

പുസ്തകം മറിച്ചുനോക്കുമ്പോൾ അർട്ടഗ്നന്റെ കൈ ക്രമാതീതമായി വിറയ്ക്കുന്നതും അരാമിസ് ശ്രദ്ധിച്ചു. "പ്രായത്തെ മാനിച്ച് ഒന്നുകൂടി ആലോചിച്ചശേഷം തീരുമാനിച്ചാൽ പോരേ?" അദ്ദേഹം ചോദിച്ചു.

അർട്ടഗ്നന്റെ കണ്ണുകൾ വിടർന്നു. അരാമിസന്റെ കൈകളിൽ മുറുകെപ്പിടിച്ച് ഉറച്ചശബ്ദത്തിൽ ഇങ്ങനെ പറഞ്ഞു: നാടിനുവേണ്ടി പടക്കളത്തിൽ മരിച്ചുവീഴുന്നതാണ് ദേശസ്നേഹിയായ ഒരു യോദ്ധാവിന്റെ ഏറ്റവും വലിയ ഭാഗ്യം."

വമ്പിച്ച യുദ്ധസന്നാഹങ്ങളോടെ ഉടനടി പുറപ്പെടാനായിരുന്നു ലൂയി പതിനാലാമന്റെ കൽപ്പന.

യുദ്ധ സംബന്ധമായ കാര്യങ്ങൾ ചർച്ച ചെയ്യുമ്പോൾ കോൾബർട്ട് പറഞ്ഞു.

"അങ്ങ് വിജയശ്രീലാളിതനായി മടങ്ങിവരുമ്പോൾ അങ്ങയുടെ

മാറിൽ ഈ നാടിന്റെ പരമോന്നത ബഹുമതി ചാർത്തുന്നത് ഈ ഞാനായിരിക്കും." അർട്ടഗ്നൻ ചിരിച്ചു നിന്നതേയുള്ളൂ. മാഡ്രിഡ് എന്ന സ്ഥലത്തേക്കു പോകാനുള്ള തയാറെടുപ്പിലായിരുന്നു അരാമിസ്. അന്നു വൈകുന്നേരം അർട്ടഗ്നൻ അദ്ദേഹത്തിന്റെ മുറിയിൽ ചെന്നു. സംഭാഷണത്തിനിടെ ദുഃഖം കടിച്ചമർത്തിക്കൊണ്ട് അരാമിസ് പറഞ്ഞു:

"നാലുപേരിൽ ഇനി നമ്മൾ രണ്ടുപേർ മാത്രമേ ശേഷിച്ചിട്ടുള്ളൂ. മരണംവരെയും ഈ സ്നേഹം നിലനിൽക്കുമെന്നാണ് എന്റെ വിശ്വാസം."

"ഇനി നമ്മൾ തമ്മിൽ കാണുമോ എന്നറിയില്ല." ഒരു ദീർഘനിശ്വാസത്തോടെ അർട്ടഗ്നൻ തുടർന്നു. എനിക്കു പ്രായമായി. ഏതു നിമിഷവും മരിച്ചുവീഴാം. മരണത്തിനു മാത്രമേ നമ്മെ വേർപെടുത്താനാവൂ." ആർട്ടഗ്നനെ കെട്ടിപ്പിടിച്ചുകൊണ്ട് അരാമിസ് ഇടറിയ ശബ്ദത്തിൽ പറഞ്ഞു.

"എന്റെ മരണത്തിനു ശേഷമേ അങ്ങു മരിക്കുകയുള്ളൂ." രണ്ടുപേരുടെയും കണ്ണുകൾ നിറഞ്ഞൊഴുകി.

ഇരുപത്തിരണ്ട്

സൈന്യാധിപനായ അർട്ടഗ്നന്റെ നേതൃത്വത്തിൽ പതിനായിരത്തിലധികം സൈനികരും കുതിരപ്പടയാളികളും ചേർന്നാണ് ഫ്രിസ്‌ലാന്റ് ആക്രമിച്ചത്. നൂറ്റാണ്ടുകളായി മറ്റു ചില രാജ്യങ്ങൾ കയ്യടക്കിവെച്ചിരുന്ന ഒരു ചെറുരാജ്യമാണ് ഫ്രിസ്‌ലാന്റ്.

സൈന്യാധിപന്മാരുൾപ്പെടെ ആയിരക്കണക്കിനു പടയാളികൾ അർട്ടഗ്നന്റെ മിന്നലാക്രമണത്തിനിരയായി. ശത്രുപക്ഷത്ത് വൻ നാശനഷ്ടങ്ങളുണ്ടായി. അദ്ദേഹത്തിന്റെ യുദ്ധപാടവത്തിനു മുന്നിൽ എതിർകക്ഷികൾ ആകെ പകച്ചു നിൽക്കുകയായിരുന്നു.

അർട്ടഗ്നൻ പരീക്ഷിച്ച യുദ്ധതന്ത്രങ്ങൾ ഈ പോരാട്ടത്തിന് പുതിയ മാനങ്ങൾ തീർത്ത് ഏതായാലും ഫ്രിസ്ലാന്റ് യുദ്ധം പോലെ ഫ്രഞ്ചു സൈന്യത്തിന്റെ സാമർഥ്യവും ആത്മധൈര്യവും വെളിവാക്കപ്പെട്ട മറ്റൊരു പോരാട്ടം ചരിത്രത്തിൽ രേഖപ്പെടുത്തിയിട്ടില്ല. സമർഥരും ധീരന്മാരും മല്ലന്മാരുമായ പടയാളികളായിരുന്നു ഫ്രഞ്ചു സൈന്യത്തിന്റെ സ്വത്ത്. നിരന്തരമായ പോരാട്ടങ്ങളിലൂടെ ചെറുതും വലുതുമായ പതിമൂന്നു കോട്ടകൾ അവർ പിടിച്ചടക്കി. ചതുപ്പുനിലങ്ങളിൽ റോഡുകൾ നിർമിക്കാനും കിടങ്ങുകൾക്കു കുറുകെ പാലങ്ങൾ നിർമിക്കാനും പ്രത്യേക വൈദഗ്ധ്യം നേടിയ സാങ്കേതിക വിദഗ്ധരും അവരോടൊപ്പമുണ്ടായിരുന്നു.

ദൈനംദിന കാര്യങ്ങൾ അപ്പപ്പോൾ കൊട്ടാരത്തിൽ അറിയിക്കാനായി ദൂതന്മാരെ ചുമതലപ്പെടുത്തിയിരുന്നു. യുദ്ധരംഗത്തെ വിശേഷങ്ങളറിയാൻ ഉൽക്കണ്ഠാകുലനായി കാത്തിരിക്കുന്ന ലൂയി പതിനാലാമനെ ഈ സംവിധാനം വളരെയധികം സന്തോഷിപ്പിച്ചു. അർട്ടഗ്നന്റെ ചുറുചുറുക്കിലും യുദ്ധസാമർഥ്യത്തിലും അദ്ദേഹത്തിന് അതിയായ

മതിപ്പു തോന്നി. പ്രത്യേക കൗൺസിൽ വിളിച്ചുകൂട്ടി അർട്ടഗ്നനെ മുക്ത കണ്ഠം പ്രശംസിക്കാനും രാജാവ് താൽപ്പര്യം കാണിച്ചു.

വർഷങ്ങൾക്കു മുൻപ് താൻ അദ്ദേഹത്തിനു വാഗ്ദാനം ചെയ്തിരുന്ന പരമോന്നത ബഹുമതി ഒരു പ്രത്യേകദൂതൻ വഴി യുദ്ധക്കളത്തിലേക്കു കൊടുത്തുവിട്ടാലോ എന്ന് രാജാവ് ചിന്തിച്ചു. ഓർക്കാപ്പുറത്ത് ആ സമ്മാനം കാണുമ്പോൾ അർട്ടഗ്നൻ അത്ഭുതപ്പെടും. രാജാവ് കോൾബർട്ടിനെ വിളിച്ചുവരുത്തി നിർദേശങ്ങൾ നൽകി.

ബഹുമതിപ്പത്രവും വീരമുദ്രയും അതിമനോഹരമായ ഒരു കരിമരപ്പെട്ടിയിലാണ് അടക്കം ചെയ്തത്. പുറത്ത് സ്വർണപാളികളും വൈരമുത്തുകളും പതിപ്പിച്ച് പെട്ടി അത്യാകർഷകമാക്കിയിരുന്നു.

അർട്ടഗ്നൻ എവിടെയാണെങ്കിലും അന്വേഷിച്ചു കണ്ടെത്തി പെട്ടി അദ്ദേഹത്തെ ഏൽപ്പിക്കണമെന്നായിരുന്നു ദൂതന്മാർക്കു നൽകിയ കർശന നിർദേശം. അകമ്പടി പോകാനായി നാലു പാറാവുകാരെ പ്രത്യേകം നിയോഗിക്കുകയും ചെയ്തു.

ദൂതന്മാർ ചെല്ലുമ്പോൾ യുദ്ധം കൊടുമ്പിരിക്കൊണ്ടു നിൽക്കുകയാണ്. പീരങ്കികളിൽ നിന്നുള്ള അഗ്നിഗോളങ്ങൾ നാലുപാടും വർഷിച്ചുകൊണ്ടിരുന്നു. തീ ആളിപ്പടരുന്നു. ഭടന്മാർ മരിച്ചുവീഴുന്നു. ആഴ്ചകൾ നീണ്ട, വിശ്രമമില്ലാത്ത പ്രയ്നം കാരണം അർട്ടഗ്നൻ ആകെ അവശനിലയിലായിരുന്നു എങ്കിലും മുൻനിരയിൽ നിന്നുകൊണ്ട് ഇഞ്ചോടിഞ്ചു പോരാടുകയും നിർദേശങ്ങൾ നൽകുകയുമായിരുന്നു അദ്ദേഹം.

പെട്ടിയുമായി ദൂതൻ വരുന്നതുകണ്ട് അർട്ടഗ്നൻ അയാളുടെ അടുത്തേക്കു ചെന്നു.

“അങ്ങേക്കു തരാനായി കോൾബർട്ട് തന്നുവിട്ടതാണ്.” കയ്യിലിരുന്ന പെട്ടിയും ഒരു കത്തും അയാൾ അർട്ടഗ്നന്റെ മുന്നിലേക്കു നീട്ടി.

അർട്ടഗ്നൻ കത്തുവാങ്ങി. രാജാവിനുവേണ്ടി കോൾബർട്ട് എഴുതിയ കത്ത്. അദ്ദേഹം അതു വായിച്ചു തുടങ്ങി.

‘താങ്കൾ നമ്മുടെ നാടിനു നൽകുന്ന നിസ്വാർഥ സേവനത്തിന് നന്ദി അറിയിക്കുവാൻ രാജാവ് എന്നെ ചുമതലപ്പെടുത്തിയിരിക്കയാണ്. രാജാവ് അങ്ങേയറ്റം സന്തുഷ്ടനാണ്. എല്ലാവിധ ഭാവുകങ്ങളും അങ്ങയെ അറിയിക്കുന്നു.’

പടയാളികൾ ഒരു കോട്ടയ്ക്കു നേരെ വെടിയുതിർക്കുകയായിരുന്നു. കോട്ടയ്ക്കുള്ളിലെ നഗരം അതിനോടകം ഒരു ചാമ്പൽ കൂമ്പാരമായി തീർന്നിരുന്നു. തങ്ങൾ കീഴടങ്ങാൻ തയാറാണെന്ന് ശത്രുക്കൾ ഫ്രഞ്ചു സൈന്യത്തെ അറിയിച്ചു. ഈ വാർത്തകേട്ട് അർട്ടഗ്നൻ തല ഉയർത്തിപ്പിടിച്ച് അഭിമാനത്തോടെ നാലുപാടും നോക്കി.

കത്തിന്റെ ബാക്കിഭാഗം അദ്ദേഹം തുടർന്നു വായിച്ചു:

‘... ഇതോടൊപ്പമുള്ള ചെറിയ പെട്ടിയിൽ അടക്കം ചെയ്തിരിക്കുന്നത്, ഈ നാട്ടുകാരുടെ ഒരു എളിയ സമ്മാനമാണ്. ദയവു ചെയ്തു സ്വീകരിക്കൂ.’ അർട്ടഗ്നൻ ആവേശത്തോടെ കൈനീട്ടി. “ആ പെട്ടിയിങ്ങു തരൂ.”

പെട്ടിവാങ്ങുമ്പോഴേക്കും ഒരു വെടിയുണ്ട തീജ്വാലപോലെ അദ്ദേഹത്തിന്റെ നെഞ്ചുപിളർത്തുകൊണ്ടു കടന്നുപോയി. ഒന്നും മനസിലാകാത്തതുപോലെ അദ്ദേഹം ചുറ്റും നോക്കി. അദ്ദേഹം നെഞ്ചോടു ചേർത്ത് പിടിച്ചിരുന്ന പെട്ടി അതിനോടകം ചിന്നിച്ചിതറിപ്പോയിരുന്നു. നിലത്തു വീണുപോയ അദ്ദേഹം പെട്ടിയുടെ കഷണങ്ങൾ എത്തിപ്പിടിക്കാൻ നോക്കി. പക്ഷേ അത് മുക്കാലും ചാരമായിത്തീർന്നിരുന്നു. വളരെ ആയാസപ്പെട്ട് അദ്ദേഹം ഏണീറ്റു നിൽക്കാൻ ശ്രമിച്ചു.

കുപ്പായം മുഴുവനും കുതിർത്തുകൊണ്ട് രക്തം നാലുപാടും ചീറ്റിയൊഴുകിക്കൊണ്ടിരുന്നു.

എന്തോ പറയാൻ വായ് തുറന്നുവെങ്കിലും ശബ്ദം പുറത്തുവരുന്നില്ല. ഏതാനും നിമിഷം മുൻപ് താൻ കീഴടക്കിയ കോട്ടയ്ക്കു മുകളിൽ ഒരു വെളുത്ത പതാക പാറിക്കളിക്കുന്നത് അദ്ദേഹം കിടന്നകിടപ്പിൽ കണ്ടു. അത്യധികമായ അഭിമാനത്തോടെ അദ്ദേഹം ഒന്നു പുഞ്ചിരിക്കാൻ ശ്രമിച്ചു. തലയുയർത്തി അൽപ്പനേരം ആകാശത്തേക്കു നോക്കി. ആ കണ്ണുകൾ നിറഞ്ഞൊഴുകുകയാണ്.

അപ്പോൾ അവിടെയുണ്ടായിരുന്ന പടയാളികൾ ഉച്ചത്തിൽ നിലവിളിച്ചുകൊണ്ട് ആ ധീരയോദ്ധാവിന്റെ ചുറ്റുംകൂടി.

തൊട്ടുമുന്നിൽ മറ്റൊരുഭാഗത്ത് അപ്പോൾ അത്യുച്ചത്തിൽ കൊമ്പുവിളി മുഴങ്ങി. തങ്ങൾ പിടിച്ചടക്കിയ മറ്റൊരു കോട്ടയുടെ മുകളിൽ ഫ്രഞ്ചുഭടന്മാർ തങ്ങളുടെ പതാക ഉയർത്തിക്കെട്ടുകയാണ്. സ്വപ്നസാക്ഷാൽക്കാരത്തിന്റെ നിമിഷങ്ങളാണു കടന്നുപൊയ്ക്കൊണ്ടിരിക്കുന്നത്. ആ രാജ്യം മുഴുവനും ഫ്രഞ്ചു സൈന്യത്തിന്റെ അധീനതയിലായി എന്നറിയിച്ചുകൊണ്ടുള്ള കാഹളവും ഉയരുന്നു.

രക്തത്തിലും ചെളിയിലും പുതഞ്ഞു കിടക്കുകയാണ് അർട്ടഗ്നൻ. ചുറ്റും അലമുറയിട്ടുകൊണ്ട് പടയാളികൾ. പെട്ടെന്ന് അദ്ദേഹത്തിന്റെ കണ്ണുകൾ തിളങ്ങി. തീരെ അവ്യക്തമായ ശബ്ദത്തിൽ എങ്ങോ നോക്കി ഇങ്ങനെ പറഞ്ഞു:

“അത്തോസ്, പോർത്തോസ് ഞാൻ നിങ്ങളുടെ കൂടെ വരുന്നു. അരാമിസ് നിങ്ങളെ ഇനി കണ്ടുമുട്ടുംവരെ വിട പറയുന്നു.” ആ കണ്ണുകൾ മെല്ലെ അടഞ്ഞു.

ധീരദേശാഭിമാനത്തിന്റെയും നിശ്ചയദാർഢ്യത്തിന്റെയും ആൾരൂപങ്ങളായിരുന്ന ആ നാല് ധീരയോദ്ധാക്കളിൽ അരാമിസ് മാത്രം അവശേഷിച്ചു.

www.ingramcontent.com/pod-product-compliance
Lightning Source LLC
LaVergne TN
LVHW100841051026
849519LV00006B/2379
* 9 7 8 9 3 8 2 8 0 8 2 1 3 *